ഗ്രീൻ ബുക്സ്

രാജൻ കേസ്: അണിയറരഹസ്യങ്ങൾ അവസാനിക്കുന്നില്ല

തോമസ് ജോർജ്ജ്

പത്തനംതിട്ടയിൽ ജനനം.
കോഴിക്കോട് എൻ.ഐ.ടിയിൽ നിന്നു ബിരുദം.
കുസാറ്റിൽനിന്നും എം.ടെക്.
ബാങ്ക് ഓഫ് ബ്രസ്സൽസ് (ബൽജിയം),
യൂണീസസ് കോർപറേഷൻ (അമേരിക്ക)
എന്നിവിടങ്ങളിൽ അഡ്വൈസറായി പ്രവർത്തിച്ചു.
സോഫ്റ്റ് സിസ്റ്റത്തിന്റെ വൈസ് പ്രസിഡന്റ്,
എം.ഐ.ടി.എസ് എഞ്ചിനീയറിങ്
കോളേജിൽ വിസിറ്റിങ് പ്രൊഫസ്സർ
എന്നീ നിലകളിലും പ്രവർത്തിച്ചിട്ടുണ്ട്.
ഇപ്പോൾ ജിയോജിത് ഫിനാൻഷ്യൽ
സർവീസസ്സിൽ ബിസിനസ് അസോസിയേറ്റ്.

അനുഭവം

രാജൻ കേസ്:
അണിയറരഹസ്യങ്ങൾ അവസാനിക്കുന്നില്ല

തോമസ് ജോർജ്ജ്

ഗ്രീൻ ബുക്സ്

green books private limited
gb building, civil lane road, ayyanthole,
thrissur- 680 003, kerala, ph: +91 487-2381066, 2381039
website: www.greenbooksindia.com
e-mail: info@greenbooksindia.com

malayalam
**rajan case:
aniyararahasyangal avasanikkunnilla**
experience
by
thomas george

first published august 2018

cover design : mansoor cheruppa

branches:
thrissur 0487-2422515
palakkad 0491-2546162
thiruvananthapuram 0471-2335301
calicut 0495 4854662
kannur 0497-2763038

isbn : 978-93-87357-20-4

---

no part of this publication may be reproduced,
or transmitted in any form or by any means,
without prior written permission of the publisher.

green books pvt ltd make no representations or warranties
for assurances as to any events, dates for informations
in this book and have no responsibility for the content
accuracy for completeness and shall not be liable for
any subsequent injuries or damages.

GBPL/1024/2018

മുഖക്കുറിപ്പ്

രാജൻ കേസ് ഹേബിയസ് കോർപസ് വിധിയിൽ നിർണ്ണായക സാക്ഷിയായിരുന്ന രാജന്റെ സഹപാഠി തോമസ് ജോർജ്ജിന്റെ പുസ്തകം. രാജന്റെ മൃതശരീരം എവിടെ എങ്ങനെ നശിപ്പിച്ചു വെന്ന് വെളിപ്പെടുത്തുന്നു. മാർച്ച് 2-ാം തീയതി ഉച്ചയ്ക്കുശേഷം രണ്ട് മണിക്കും ആറുമണിക്കും ഇടയിൽ രാജൻ കൊല്ലപ്പെട്ടു. യാതൊരു ഇടപെടലിനും രക്ഷിക്കുവാൻ കഴിയാത്ത ദൂരത്തേക്ക് ആ ഗായകൻ മാഞ്ഞുപോയി. നടുവൊടിഞ്ഞു ജീവിതം മുരടിച്ച കുറേ ഹതഭാഗ്യരും അകാലത്തിൽ തല്ലിക്കെടുത്തിയ ഒരു കുരുന്നുജീവനും ആയിരുന്നു കക്കയം ക്യാമ്പിന്റെ ബാക്കിപത്രം. നാല്പത് വർഷങ്ങൾക്കുമുമ്പ് ആയിരുന്നു അത്.

സ്കോട്ട്ലാൻഡ് യാർഡിൽനിന്നും വിദഗ്ദ്ധ പരിശീലനം ലഭിച്ച യാൾ, ജയറാം പടിക്കൽ, കക്കയം പീഡനക്യാമ്പിന്റെ പ്രധാന ചുമതലക്കാരൻ. അഭിപ്രായസ്വാതന്ത്ര്യമോ, മാധ്യമസ്വാതന്ത്ര്യമോ ഇല്ലാതിരുന്ന അടിയന്തിരാവസ്ഥയുടെ അന്ധകാരത്തിൽ എത്ര യെത്ര കുഴിച്ചുമൂടപ്പെട്ട മനുഷ്യജീവിതങ്ങൾ. എഞ്ചിനീയറിങ് കോളേജിലെ വിദ്യാർത്ഥികളെ ക്രൂരമായി മർദ്ദിച്ചത് സംശയ ത്തിന്റെ പുറത്താണ്. സമർത്ഥരായ വിദ്യാർത്ഥികളെ കോളേജ് അധികൃതരുടെയോ മാതാപിതാക്കളുടെയോ അറിവില്ലാതെ പൊലീസ് കസ്റ്റഡിയിൽ അവരെ നികൃഷ്ടമായി മർദ്ദിച്ചു. അതി ലൊരാളെ ദാരുണമായി കൊലപ്പെടുത്തി. നിയമവ്യവസ്ഥിതിക്ക് പൊലീസും സർക്കാരും യാതൊരു വിലയും കല്പിച്ചില്ല. രാജന്റെ കൊലപാതകത്തിൽനിന്നും നാം എന്തെങ്കിലും പാഠങ്ങൾ പഠിച്ച തായി കാണുന്നുണ്ടോ?

നാല്പത് വർഷങ്ങൾക്കുശേഷവും കസ്റ്റഡിമർദ്ദനങ്ങളും കസ്റ്റഡി മരണങ്ങളും ഇന്നും സർവ്വസാധാരണമായിരിക്കുന്നു. കസ്റ്റഡിയിൽ എടുക്കുന്നവർ മിക്കവാറും എല്ലാവരും സമൂഹത്തിന്റെ അടി ത്തട്ടിൽ ഉള്ളവരും അധികാരശ്രേണിയിൽ പിടിപ്പില്ലാത്തവരും

ആയിരിക്കും... "രാജന്റെ മൃതശരീരം എവിടെ എങ്ങനെ നശിപ്പിച്ചു എന്ന് എനിക്കറിയാം." ഒരു സാധാരണ ഇന്റലിജൻസ് ഓഫീസർക്ക് ഇങ്ങനെ പറയാൻ കഴിഞ്ഞുവെങ്കിൽ ഉന്നതറാങ്കുള്ള പൊലീസ് ഉദ്യോഗസ്ഥർക്ക് അത് എന്തുകൊണ്ട് കണ്ടെത്താൻ കഴിഞ്ഞില്ല? മൃതദേഹം കണ്ടെത്തിയില്ല എന്ന കാരണത്താൽ കൊലപാതകം തെളിയിക്കപ്പെട്ടില്ല.

രാജന്റെ പിതാവ് ഈച്ചരവാരിയർ ഹേബിയസ് കോർപസ് റിട്ട് കൊടുത്തതിനുശേഷമുള്ള കേസ് വിസ്താരം, പ്രതിവാദങ്ങൾ, കോടതി തീർപ്പുകൾ, കോടതിവിധിയുടെ പ്രത്യാഘാതങ്ങൾ തുടങ്ങി അനവധി വിഷയങ്ങൾ കേസിന്റെ നിർണായകസാക്ഷിയായിരുന്ന രാജന്റെ സഹപാഠി തോമസ് ജോർജ്ജ് വെളിപ്പെടുത്തുന്നു. കേസ് വിസ്താരത്തിന്റെ മുഴുവൻ വിശദാംശങ്ങളും ഇതിൽ ചേർത്തിരിക്കുന്നു.

നീതിനിഷേധത്തിന്റെ പ്രതീകമായി, കേരളത്തിലെ മനഃസാക്ഷിയിലെ ചോരക്കറയായി രാജൻ കേസ് എക്കാലത്തും ഓർമ്മിക്കപ്പെടും. രാജന്റെ അച്ഛൻ ഈച്ചരവാരിയർ പറഞ്ഞതുപോലെ, ജനാധിപത്യത്തിന്റെ കൊടിക്കൂറയിൽ എക്കാലത്തും കണ്ണീരിൽ വിരിഞ്ഞ ഒരു പൂവ് വിടർന്നുനിൽക്കുന്നു. ഭാവഗീതങ്ങൾ പാടിനടന്ന കാല്പനികനായ രാജൻ. ആ കണ്ണുകൾ നിറയെ രാഗങ്ങളാണ്, കലോത്സവങ്ങളിൽ ആടുകയും പാടുകയും ചെയ്ത സ്നേഹഗായകൻ. വസന്തങ്ങളുടെ ഇടിമുഴക്കം സ്വപ്നംകണ്ട എഴുപതുകളുടെ യുവത്വം. ശബ്ദമാധുര്യത്തിൽ അനുഗൃഹീതനായ ആ ഗായകൻ പൊടുന്നനെ മറഞ്ഞുപോവുകയാണ്. പാറകൾക്കിടയിലൂടെ ഒഴുകിവരുന്ന ചോലയിലെ ഊരക്കുഴിയുടെ അഗാധമായ ഗർത്തത്തിലേക്ക്...

ഇതിലെ അവസാന അധ്യായങ്ങൾ കസ്റ്റഡി മരണങ്ങളുടെ ഇന്നത്തെ അവസ്ഥ സൂചിപ്പിക്കുന്നു. നവാബ് രാജേന്ദ്രന്റെ പീഡിത ജീവിതം, അഴിക്കോടൻ രാഘവന്റെ കൊലപാതകം, കരുണാകരന്റെ രാഷ്ട്രീയ ജീവിതം തുടങ്ങി ഒട്ടേറെ വിഷയങ്ങൾ ഈ പുസ്തകത്തിന്റെ അനുബന്ധ അദ്ധ്യായങ്ങളായി ചേർത്തിട്ടുണ്ട്.

ഈച്ചരവാരിയരുടെ രണ്ട് വരികൾ ഇവിടെ ചേർത്തെഴുതുന്നു: "ഏകാന്തമായ കാത്തിരിപ്പിനിടയിൽ ഒരു കരച്ചിൽ എന്റെ തൊണ്ടയിൽ കുരുങ്ങി. കക്കയം ക്യാമ്പിന്റെ അകത്തളങ്ങളിലെവിടെയോ തടവുമുറിയുടെ സുഷിരങ്ങളിൽനിന്ന് മകന്റെ 'അച്ഛാ...' എന്നുള്ള വിളി ഉയരുന്നുണ്ടെന്ന് ഞാൻ സംശയിച്ചു." – രാജൻ കേസിന്റെ അണിയറരഹസ്യങ്ങളടങ്ങിയ പുതിയ പുസ്തകം.

അഴീക്കോടൻ രാഘവന്റെ കൊലപാതകരഹസ്യം

രാജൻ കേസിന്റെ അണിയറ രഹസ്യങ്ങൾ വെളിവാക്കുന്നതോ ടൊപ്പം, ജയറാം പടിക്കൽ, പുലിക്കോടൻ നാരായണൻ, കേസു മായി ബന്ധപ്പെട്ട പൊലീസുകാർ, ആഭ്യന്തരമന്ത്രി കരുണാകരൻ, നവാബ് രാജേന്ദ്രൻ, സുലോചന കേസ്, കസ്റ്റഡി മരണങ്ങൾ, വയ നാട്ടിലെ താണ്ഡവനൃത്തം, വർഗ്ഗീസ് വധം തുടങ്ങി അനേകം അനുബന്ധവിഷയങ്ങൾ കടന്നുവരുന്നു. നവാബ് രാജേന്ദ്രനെ ക്കുറിച്ചുള്ള അനുബന്ധ അദ്ധ്യായത്തിൽ കരുണാകരന്റെ തട്ടിൽ എസ്റ്റേറ്റ് കുംഭകോണത്തിന്റെ രഹസ്യങ്ങൾ വെളിപ്പെടുത്തുന്നു. രാജേന്ദ്രൻ പറയുന്നു: "അഴീക്കോടൻ രാഘവൻ രണ്ട് ദിവസം കൂടി ജീവിച്ചിരുന്നെങ്കിൽ കരുണാകരൻ അഴിമതിക്കേസിൽ പ്രതി യായി ഒന്നുമില്ലാതായി പോയേനെ." അഴിക്കോടൻ കൊലപാത കരഹസ്യം വെളിവാക്കുന്നു.

ജയറാം പടിക്കൽ നവാബിനോട് പറയുന്നു: "നോക്കൂ, ഇപ്പോൾ നിങ്ങൾ ഞങ്ങളുടെ കസ്റ്റഡിയിലാണ്. ഇക്കാര്യം ലോകത്ത് മറ്റാർക്കും അറിഞ്ഞുകൂടാ. പൊലീസ് സർജൻ പോസ്റ്റ്മോർട്ടം നടത്തുമ്പോൾ ഒരു ആത്മഹത്യ കൂടി കണക്കിൽ വരും." ഈ സംഭവത്തിന്റെ മുഴുവൻ വിശദാംശങ്ങളും ഈ പുസ്തകത്തിൽ ഉണ്ട്. നവാബ് രാജേന്ദ്രന്റെ പ്രസ്തുത അദ്ധ്യായം വായനക്കാരുടെ അസ്വാസ്ഥ്യമാണ്. വാടക ഗുണ്ടകൾ ആക്രമിച്ചിട്ടും പൊലീസ് മർദ്ദനത്തിൽ എല്ലുകൾ നുറുങ്ങിയിട്ടും പല്ലുകൾ കൊഴിഞ്ഞിട്ടും രാജേന്ദ്രൻ തന്റെ യജ്ഞത്തിൽനിന്ന് പിന്മാറിയില്ല.

കൃഷ്ണദാസ്
മാനേജിങ് എഡിറ്റർ

തന്റെ പ്രിയ മകനെ നഷ്ടമായി എന്നറിഞ്ഞിട്ടും
നീതിനിഷേധത്തിനെതിരെ പൊരുതിയ
ടി.വി. ഈച്ചരവാര്യർ എന്ന
സ്നേഹമൂർത്തിയായ പിതാവിന്

അവതാരിക

അഡ്വ. കെ. രാംകുമാർ

കേരള മനസ്സുകളിൽ മാറാത്ത മുറിവുണ്ടാക്കിയ മനുഷ്യമന സ്സാക്ഷിയെ മരവിപ്പിച്ച ഒരു സംഭവമാണ് ഈ പുസ്തകത്തിലെ പ്രതിപാദ്യ വിഷയം. മൂടിവെക്കപ്പെട്ടിരുന്ന നിഗൂഢ സംഭവ ങ്ങളുടെ ചുരുളഴിയുമ്പോൾ കേരളസമൂഹം സ്തബ്ധരായി. ഇന്നും കേരളത്തിലെ അമ്മമാരും സഹോദരിമാരും നൊമ്പര പ്പെടുന്ന മനസ്സുകളുമായി ഓർമ്മിച്ചുകൊണ്ടിരിക്കുന്ന ഒരു ദുഃഖ കഥ അല്പം പോലും അതിശയോക്തിയോ ആലങ്കാരികതയോ കൂടാതെ മലയാളികളുടെ മുമ്പിൽ സമർപ്പിച്ചിരിക്കുകയാണ് ലേഖകൻ.

ലേഖകന് സംഭവത്തെക്കുറിച്ച് ആധികാരികമായി സംസാരി ക്കാനുള്ള അവകാശങ്ങളുണ്ട്. അവസരമുണ്ടായിട്ടുണ്ട്. അദ്ദേഹം ആ സംഭവം നടന്ന കലാലയത്തിലെ ഒരു വിദ്യാർത്ഥി യായിരുന്നു. പിന്നീട് നിയമനടപടികൾ വന്നപ്പോൾ പ്രധാനപ്പെട്ട ഒരു സാക്ഷിയും. ആ നിലയ്ക്ക് ഗവേഷണചാതുര്യത്തോടു കൂടി സംഭരിച്ചു വെച്ച വസ്തുതകൾ ലളിതവും അത്യന്തം വായനാർഹവുമായ രീതിയിൽ അവതരിപ്പിക്കുമ്പോൾ പുസ്ത കത്തിന്റെ ഉള്ളടക്കം പ്രിയപ്പെട്ടതായിത്തീരുന്നു വായന ക്കാർക്ക്.

തോമസ്സ് ജോർജ്ജിന്റെ നേതൃത്വത്തിലുള്ള ഊർജ്ജസ്വല രായ ഒരു സംഘം വിദ്യാർത്ഥികൾ ആണ് ഹേബിയസ് കോർപ്പസ് ഹർജിയുടെ നടത്തിപ്പുവേളയിൽ അസൗകര്യങ്ങൾ മറന്നുകൊണ്ട് എല്ലാ പരിശ്രമങ്ങളും സഹകരണവുമായി മുന്നോട്ടു വന്നത് കൂട്ടത്തിൽ ബാലുശ്ശേരി പ്രദേശത്തെ സി.പി.എം. പ്രവർത്തകരും. ഇവരുടെ ആത്മാർത്ഥമായ പിന്തുണ ഇല്ലായിരുന്നുവെങ്കിൽ കേസിന്റെ ഗതി തന്നെ

മാറിപ്പോകുമായിരുന്നു. അവരോട് കേരളസമൂഹത്തിന് കടപ്പാടുണ്ട്.

മനുഷ്യാവകാശങ്ങളെക്കുറിച്ചും മൗലിക സ്വാതന്ത്ര്യങ്ങളെക്കുറിച്ചും വിലമതിപ്പുള്ള വിവേചനശാലികളായ വായനക്കാർക്ക് വായനാരുചിയുടെ സദ്യ ഒരുക്കിയിരിക്കുന്നു ലേഖകൻ. ശ്ലാഘനീയമായ ഈ സംരംഭം അഭിനന്ദനാർഹമാണ്. അനുമോദനാർഹമാണ്.

■

1976 പ്രധാനമന്ത്രി ഇന്ദിരാഗാന്ധിയുടെ കീഴിൽ, ഇന്ത്യയിൽ അടിയന്തരാവസ്ഥ നിലനിൽക്കുന്ന കാലം. കോഴിക്കോട് റീജണൽ എൻജിനീയറിങ് കോളേജിൽ (ഇന്നത്തെ എൻ.ഐ.ടി.) നിന്നും പി. രാജൻ എന്ന വിദ്യാർത്ഥിയെ പൊലീസ് കസ്റ്റഡിയിൽ എടുത്തു. അതിഭീകരമായ പൊലീസ് മർദ്ദനത്തെ തുടർന്ന് രാജൻ മരിച്ചു.

രാജനെ കുറിച്ച് മാതാപിതാക്കൾക്കോ കോളേജ് അധികൃതർക്കോ യാതൊരു വിവരവും ലഭിച്ചില്ല. രാജ്യത്ത് അടിയന്തരാവസ്ഥ നിലനിന്നിരുന്നതിനാൽ കോടതിയുടെ പരിരക്ഷയും ലഭ്യമായിരുന്നില്ല.

1977ൽ, അടിയന്തരാവസ്ഥ ഭാഗികമായി പിൻവലിച്ചപ്പോൾ, രാജന്റെ പിതാവ് പ്രൊഫ. ടി.വി. ഈച്ചരവാര്യർ കേരള ഹൈക്കോടതിയെ സമീപിച്ചു. രാജനെ കസ്റ്റഡിയിൽ എടുത്തിട്ടില്ല എന്നായിരുന്നു പൊലീസിന്റെയും കേരള ഗവൺമെന്റിന്റെയും വാദം. എന്നാൽ, തെളിവുകളുടെ അടിസ്ഥാനത്തിൽ, രാജനെ കസ്റ്റഡിയിൽ എടുത്തു എന്നു കോടതി കണ്ടെത്തി. രാജനെ കോടതിയിൽ ഹാജരാക്കണമെന്നു ഹൈക്കോടതി വിധിച്ചു.

കേരള സംസ്ഥാനത്തെ പ്രക്ഷുബ്ധമാക്കിയ ഈ കേസ് പല പ്രത്യാഘാതങ്ങളും സൃഷ്ടിച്ചു. മുഖ്യമന്ത്രി കെ.കരുണാകരൻ രാജി വെക്കേണ്ടി വന്നു. ഉന്നതരായ പൊലീസ് ഉദ്യോഗസ്ഥർ അറസ്റ്റിലായി. രാജന്റെ പിതാവിന് ഗവൺമെന്റ് നഷ്ടപരിഹാരം നൽകേണ്ടി വന്നു.

അതേസമയം, രാജൻകേസ് നീതി നിഷേധത്തിന്റെ കഥയാണ്. കുറ്റാന്വേഷണത്തിനായി കസ്റ്റഡിയിൽ എടുത്ത ഒരു വിദ്യാർത്ഥിയെ പൊലീസ് നീചമായി മർദ്ദിച്ചു കൊന്ന കഥയാണ്. പൗരനെ സംരക്ഷിക്കുവാൻ ചുമതലപ്പെട്ട സർക്കാർ, സാധാരണ പൗരന്റെ ധ്വംസകനായ കഥയാണ്. ഘാതകരെ ശിക്ഷിക്കുന്നതിൽ പരാജയപ്പെട്ട നീതിന്യായ

വ്യവസ്ഥയുടെയും നീതിപീഠത്തിന്റെയും കഥയാണ്. തിരിച്ചു വരാത്ത മകനുവേണ്ടി ഒരില ചോറും വെച്ചു കാത്തു കാത്തിരുന്ന്, സമനില തെറ്റി മരിച്ച ഒരു അമ്മയുടെ കഥയാണ്. തകർന്നു നുറുങ്ങിയ ഹൃദയവുമായി ധർമ്മനിഷേധത്തി നെതിരെ ധീരതയോടെ പൊരുതിയ ഒരു അച്ഛന്റെ കഥയാണ്. നീതിനിഷേധത്താൽ അവസാനം കാണാതെ, പതിറ്റാണ്ടുകൾക്കു ശേഷവും മലയാളിയുടെ മനസ്സിൽ നീറിപ്പുകയുന്ന ഒരു കദനകഥയാണ്. നീതിനിഷേധത്തിന്റെ പ്രതീകമായി, കേരളമനഃസ്സാക്ഷിയിലെ കറയായി രാജൻകേസ് എന്നും ഓർമ്മിക്കപ്പെടും.

ഈ കേസുമായുള്ള എന്റെ ബന്ധം തികച്ചും ആകസ്മികവും അപ്രതീക്ഷിതവുമായിരുന്നു. ഹൈക്കോടതിയിൽ സാക്ഷിയായ ഏക ആർ.ഇ.സി. വിദ്യാർത്ഥി ഞാനായിരുന്നു. രാജനുമായി യാതൊരു വ്യക്തിബന്ധവും ഇല്ലാതിരുന്ന, ഇടതുവലതു രാഷ്ട്രീയ ചായ്‌വുകൾ ഇല്ലാത്ത, എന്റെ നിയോഗമായിരുന്നിരിക്കണം അത്. രണ്ടു സംസ്ഥാനങ്ങളിലായി നാലു കോടതികളിൽ ഞാൻ സാക്ഷിയായി.

രാജൻ കേസിലെ വിവരങ്ങൾ അടങ്ങിയ ഒരു ഫയൽ ഞാൻ അന്നുമുതലേ സൂക്ഷിച്ചിരുന്നു. മുപ്പത്തിയെട്ടു വർഷം പഴക്കമുള്ള ആ ഫയൽ മുന്നിൽ വെച്ചുകൊണ്ടാണ് ഞാൻ ഈ പുസ്തകം എഴുതിയത്.

തോമസ് ജോർജ്ജ്

ഉള്ളടക്കം

2009 ജൂൺ മൂന്ന്:
ഓർമ്മയിൽ ഒരു മുഖം 17
1976 മാർച്ച് ഒന്ന്: കസ്റ്റഡി 18
കക്കയം ക്യാമ്പ് 23
1975: അടിയന്തരാവസ്ഥ 29
പ്രിൻസിപ്പൽ 31
രാജന്റെ കൊലപാതകം 36
ക്യാമ്പസിലെ
പൊലീസ് അന്വേഷണങ്ങൾ 45
ആർ.ഇ.സി.യിലെ
വിദ്യാർത്ഥി രാഷ്ട്രീയം 47
ക്യാമ്പസിനുള്ളിലെ പ്രത്യാഘാതങ്ങൾ 51
സർവ്വാധികാരിയായ സർക്കാരും
ഒരു ചെറിയ മനുഷ്യനും 53
ഹേബിയസ് കോർപസ് 65
വിധിയുടെ പ്രത്യാഘാതങ്ങൾ 94
രാജന്റെ തിരോധാനം:
പൊലീസ് അന്വേഷണങ്ങൾ 101
കള്ളത്തെളിവ് 107
കൊലപാതകക്കേസ് 113
നഷ്ടപരിഹാരം 121
അന്വേഷണം എന്ന പ്രഹസനം 123
ഘാതകർ എന്തുകൊണ്ട്
ശിക്ഷിക്കപ്പെട്ടില്ല? 127
രാജന്റെ നക്സലൈറ്റ് ബന്ധങ്ങൾ 135

കായണ്ണ പൊലീസ് സ്റ്റേഷൻ ആക്രമണം 138
കസ്റ്റഡി മർദ്ദനം ഇന്നത്തെ അവസ്ഥ 142
മുന്നോട്ടേക്കുള്ള പാത 147

ഉപസംഹാരം
രാജന്റെ കാല്പാടുകൾ 151

അനുബന്ധം ഒന്ന്
കുറ്റം ആരോപിക്കപ്പെട്ടവർക്ക് എന്തു സംഭവിച്ചു 155

അനുബന്ധം രണ്ട്
നവാബ് രാജേന്ദ്രൻ 166

അനുബന്ധം മൂന്ന്
വയനാട്ടിലെ താണ്ഡവനൃത്തം 179

അനുബന്ധം നാല്
കസ്റ്റഡി മർദ്ദനത്തിന് എഴുത്തു ശിക്ഷ 180

അനുബന്ധം അഞ്ച്
സുലോചന കേസ് 181

അനുബന്ധം ആറ്
വർഗീസ് വധം 185

രാജൻകേസ്: ദുഃഖസ്മൃതികൾ 190

അവലംബം 199

ഒന്ന്
2009 ജൂൺ മൂന്ന്:
ഓർമ്മയിൽ ഒരു മുഖം

പതിവുപോലെ രാവിലെ ഞാൻ പത്രം വായിക്കുകയാണ്. ചരമവാർത്ത കളുടെ കൂടെയുള്ള ഒരു ഫോട്ടോ എന്റെ ശ്രദ്ധ ആകർഷിച്ചു. ഈ മുഖം കണ്ടിട്ടുണ്ടല്ലോ!

വാർത്ത ഇങ്ങനെയായിരുന്നു.

'കോഴിക്കോട് റിട്ട. അസി. പൊലീസ് കമ്മീഷണർ കെ. ശ്രീധരൻ നിര്യാതനായി. അടിയന്തരാവസ്ഥയിൽ ക്രൈംബ്രാഞ്ച് സി.ഐ. ആയിരു ന്നപ്പോൾ ആർ.ഇ.സി. വിദ്യാർത്ഥി രാജനെ കസ്റ്റഡിയിൽ എടുത്തതുമായി ബന്ധപ്പെട്ട് അന്വേഷണം നേരിടേണ്ടി വന്നിരുന്നു. പിന്നീട് കുറ്റവിമുക്ത നായി...'

ഞാൻ സ്തബ്ധനായി കുറെ നേരം ആ ഫോട്ടോയിൽ നോക്കി ഇരുന്നു. മുപ്പത്തിമൂന്നു വർഷങ്ങൾക്കു മുൻപ് ഒരു പ്രഭാതത്തിൽ അല്പ നേരത്തേക്കു മാത്രമാണ് ഈ മനുഷ്യനെ ഞാൻ കണ്ടത്. ജോസഫ് ചാലി എന്ന വിദ്യാർത്ഥിയെ കസ്റ്റഡിയിൽ എടുക്കുവാനായി പൊലീസുകാർ ഹോസ്റ്റലിൽ വന്നത് ക്രൈംബ്രാഞ്ച് സർക്കിൾ ഇൻസ്പെക്ടർ ആയിരുന്ന ശ്രീധരന്റെ നേതൃത്വത്തിൽ ആയിരുന്നു. ഹോസ്റ്റലിനു പുറത്തുവെച്ച് പൊലീസ് കസ്റ്റഡിയിൽ എടുത്ത രാജൻ അപ്പോൾ അവരുടെ കൂടെ ഉണ്ടായിരുന്നു.

ചാലി അവന്റെ മുറിയിൽ ഇല്ലാതിരുന്നതിനാൽ ഇവർക്ക് കുറെ നേരം ഞങ്ങളുടെ ഹോസ്റ്റലിൽ തങ്ങേണ്ടിവന്നു. ആ സമയം ഞങ്ങൾ, വിദ്യാർ ത്ഥികൾ അവിടെ കൂട്ടംകൂടി നിന്നു.

ഇത്രയധികം കാലം കഴിഞ്ഞിട്ടും ശ്രീധരന്റെ മുഖം ഞാൻ മറന്നിട്ടില്ല എന്നത് അദ്ഭുതം തന്നെ. ആ സംഭവത്തിന്റെ പ്രാധാന്യം നിമിത്തമാകാം, ആ മുഖം എന്റെ ഉള്ളിൽ മായാതെ കിടക്കുന്നു!

രണ്ട്
1976 മാർച്ച് ഒന്ന്: കസ്റ്റഡി

നേരം വെളുത്തിട്ടില്ല, രാത്രിയുടെ നിശ്ശബ്ദത.

ടപ്, ടപ്, ടപ്, ടപ്....

ഇരുട്ടിനെ കീറിമുറിച്ചുകൊണ്ട് ഇടനാഴിയിൽ ബൂട്സിന്റെ ശബ്ദം മുഴങ്ങി. സമയം ഏകദേശം നാലരമണി ആയിക്കാണും. ഇത്ര നേരത്തെ ഞാൻ ഉണരാറില്ല. ഹോസ്റ്റലിന്റെ അടഞ്ഞ ഇടനാഴി പെരുപ്പിച്ചു കേൾപ്പിച്ച മെതിയടി ശബ്ദമാണ് എന്നെ ഉണർത്തിയത്.

'സി' ഹോസ്റ്റലിന്റെ താഴത്തെ നിലയിൽ ഇടതു വിങ്ങിലാണ് എന്റെ മുറി. മുറിക്കപ്പുറം മതിലാണ്, മതിലിനപ്പുറത്ത് കട്ടാങ്ങൽ മുക്കിൽനിന്നും മലയമ്മയിലേക്കു പോകുന്ന ചുവന്ന നിറമുള്ള മൺപാത. ഹോസ്റ്റലിന്റെ ഇരുവശങ്ങളിലും പുറത്തേക്കു ചെറിയ കവാടങ്ങളുണ്ട്. പ്രധാന കവാടം മധ്യത്തിലാണ്.

ബൂട്സിന്റെ ശബ്ദം വീണ്ടും മുഴങ്ങി.

ടപ്, ടപ്, ടപ്, ടപ്....

ഞാൻ മുറി തുറന്ന് ഇടനാഴിയിലേക്കിറങ്ങി. കവാടത്തിൽ കത്തുന്ന ട്യൂബിന്റെ അരണ്ട വെളിച്ചം ഉള്ളിലേക്ക് ഊർന്നിറങ്ങുന്നു. കുറേ പേർ ഇടതു വശത്തെ കവാടത്തിലൂടെ കയറിയിട്ട് മറുവശത്തേക്കു നടക്കുക യാണ്. ഞാൻ അവിടെ എത്തിയപ്പോഴേക്കും അവർ കുറച്ചു മുന്നിലായി. പൊലീസുകാരാണ്, രണ്ടുമൂന്നുപേർ യൂണിഫോമിൽ. ബാക്കിയുള്ളവർ മഫ്തിയിലും. യൂണിഫോം ധരിച്ചവരുടെ കൈയിൽ നീളമുള്ള തോക്കുണ്ട്. നീണ്ട ഇടനാഴിയിലൂടെ നടന്ന് അവർ വലതുവശത്തെ കവാടത്തിലൂടെ പുറത്തേക്കു പോയി. കാറ്റു വീശി, തണുപ്പുണ്ട്. ഞാൻ തിരികെ മുറി യിൽ വന്നു കിടന്നു.

ഇരുണ്ട രാത്രി. രാത്രിയുടെ യാമങ്ങളെ തഴുകിയ കാറ്റ് ഏതോ കൊടുംരഹസ്യങ്ങൾ ഒളിപ്പിച്ചുവെച്ചിരുന്നു. അതിന്റെ നിഗൂഢശക്തിയിൽ വന്മരങ്ങൾ കടപുഴകി വീഴും. ജന്മങ്ങൾ ഹോമിക്കപ്പെടും.

നേരം ഏറെ കഴിഞ്ഞു, വെള്ള കീറിയിട്ടില്ല. ഇടതുവശത്തെ കവാടത്തിൽ നിന്നും അല്പം മുന്നിലായി ഒരു വാൻ വന്നു നിന്നു. അതിനു പുറകിലായി മറ്റൊരു വണ്ടിയും. ചുറ്റുമതിൽ ഉള്ളതിനാൽ വണ്ടികളുടെ മുകൾഭാഗം മാത്രമേ കാണുവാൻ കഴിയുകയുള്ളൂ. വാനിന്റെ ഉള്ളിൽ നിന്നും കുറെ ആളുകൾ ഹോസ്റ്റലിലേക്കു കടന്നുവന്നു. എല്ലാവരും മഫ്തിയിലാണ്. അവരുടെ കൂടെ ഞങ്ങളുടെ മുന്നിലത്തെ ബാച്ചിലെ പി. രാജനും ഉണ്ട്. രാജനുമായി എന്തോ സംസാരിച്ചുകൊണ്ട്, അവർ നേരെ മുകളിലത്തെ നിലയിലേക്ക് തിടുക്കത്തിൽ നടന്നുപോയി. അവന്റെ വീട്ടിൽ നിന്നും ആരോ വന്നതാകാം എന്നാണ് ആദ്യം കരുതിയത്.

രാത്രിയിൽ കണ്ട പൊലീസുകാർ പെട്ടെന്ന് മനസ്സിലേക്കു കടന്നു വന്നു. എന്തോ പന്തികേടുണ്ട്. ഞങ്ങൾ, കുറേ വിദ്യാർത്ഥികൾ അവരുടെ പിറകെ കൂടി. ഒരു ദുരന്തനാടകത്തിന്റെ തുടക്കമായിരുന്നു അതെന്ന് അപ്പോൾ അറിഞ്ഞിരുന്നില്ല.

രണ്ടാംനിലയിലുള്ള ചാലിയുടെ മുറിയിലേക്കാണ് പൊലീസുകാർ രാജനെയും കൂട്ടി പോയത്. ചാലി ഞങ്ങളുടെ ബാച്ചിലെ കുട്ടിയാണ്. ഇടതുവിങ്ങിലെ അവസാനത്തെ മുറിയിലാണ് ചാലി. മുറി തുറന്നു കിടക്കുകയാണ്, അവൻ അവിടെയങ്ങും ഇല്ല. പൊലീസ് സംഘം മുറിയിലും ഇടനാഴിയിലുമായി നിലയുറപ്പിച്ചു.

തടിച്ചു കുറിയ ശരീരമുള്ള പൊലീസിന്റെ തലവൻ രാജനോട് എന്തൊക്കെയോ ചോദിക്കുന്നു. (അയാളുടെ പേർ ശ്രീധരൻ എന്നാണെന്ന് അപ്പോൾ അറിയില്ലായിരുന്നു). രാജൻ മറുപടി പറയുന്നുണ്ട്. എന്നാൽ അവന്റെ മുഖം മ്ലാനമാണ്; ഭയന്നു നിൽക്കുകയാണെന്നു വ്യക്തം. കുറെ കഴിഞ്ഞ് രാജനെ പുറത്തേക്കു കൊണ്ടുപോയി. മുന്നിൽ കിടന്ന വാനിനുള്ളിൽ കയറ്റി.

കോഴിക്കോട് യൂണിവേഴ്സിറ്റി ഫുട്ബോൾ താരം രൻജിക്കുട്ടി എന്നോട് അടക്കം പറഞ്ഞു, “അകത്തായ ലക്ഷണമാണ് കാണുന്നത്, കാര്യമായ എന്തോ കുഴപ്പമുണ്ട്.”

ക്രൈംബ്രാഞ്ച് സർക്കിൾ ഇൻസ്പെക്ടർ ശ്രീധരന്റെ നേതൃത്വത്തിൽ ഒരു വലിയ സംഘം പൊലീസ് പന്ത്രണ്ടു വണ്ടികളിൽ പാതിരാത്രിയോടെ ആർ.ഇ.സി. ക്യാമ്പസിൽ എത്തി. തലേ ദിവസം കസ്റ്റഡിയിലെടുത്ത കാനങ്ങോട്ടു രാജനെ സ്ഥലം കാട്ടുവാനായി അവർ കൂടെ കൊണ്ടുവന്നിരുന്നു. വന്ന പാടെ അവർ പി. രാജനെ തിരയുവാൻ തുടങ്ങി. എന്നാൽ അവർക്കു രാജനെ കണ്ടാൽ അറിയില്ലായിരുന്നു. ‘ഡി’ ഹോസ്റ്റലുള്ള രാജന്റെ മുറിയും ഏതെന്ന് അവർക്കു നിശ്ചയമില്ലായിരുന്നു. രാജന്റെ മുറിയുടെ എതിർവശത്തുള്ള മുറിയിലാണ് അവർ മുട്ടിയത്. പാതിരാത്രിയിൽ കതകു തുറന്ന വിദ്യാർത്ഥിയുടെ നേരെ പൊലീസ് തോക്കു ചൂണ്ടി.

“നീയാണോടാ രാജൻ?”

ഭയന്നുവിറച്ച വിദ്യാർത്ഥി പറഞ്ഞു, "അല്ല". അയാൾ രാജന്റെ മുറി ചൂണ്ടിക്കാട്ടി.

രാജന്റെ മുറി പൂട്ടിക്കിടക്കുന്നു.

"നിനക്കു രാജനെ കണ്ടാൽ അറിയാമല്ലോ?"

"അറിയാം."

"ഞങ്ങളുടെ കൂടെവന്നു കാണിച്ചു താ."

കൈലി മാറ്റി പാന്റു ധരിച്ചു വരാമെന്ന് അയാൾ പറഞ്ഞു, എന്നാൽ പൊലീസുകാർ സമ്മതിച്ചില്ല. പേടിച്ചരണ്ട വിദ്യാർത്ഥിയെയും കൂട്ടി പൊലീസുകാർ തിരച്ചിൽ തുടർന്നു.

പി. രാജൻ ഫൈനൽ ഇയർ വിദ്യാർത്ഥിയാണ്. മൂന്നു കൊല്ലം മുൻപ് അയാൾ കോളജിന്റെ ഫൈൻ ആർട്സ് സെക്രട്ടറി ആയിരുന്നു. ശബ്ദ മാധുര്യത്താൽ അനുഗൃഹീതനായ പാട്ടുകാരൻ. കോളേജിന്റെ മത്സരവേദി കളിൽ സജീവ സാന്നിദ്ധ്യം. തലേ ദിവസം കോഴിക്കോട് ഫറൂക്ക് കോളേ ജിൽ നടന്ന 'ബി' സോൺ ആർട്സ് ഫെസ്റ്റിവലിൽ പങ്കെടുക്കുവാൻ പോയ വിദ്യാർത്ഥികളുടെ കൂട്ടത്തിൽ രാജനും ഉണ്ടായിരുന്നു. ആർ.ഇ.സി. വിദ്യാർത്ഥികൾ അവതരിപ്പിച്ച നാടകത്തിൽ രാജൻ അഭിനയിച്ചു. മത്സരം കഴിഞ്ഞ് രാവിലെ വെളുക്കുന്നതിനു മുൻപാണ് ഇവർ തിരിച്ചെത്തിയത്.

വിദ്യാർത്ഥികൾ കോളേജിന്റെ മുൻപിൽ ബസ്സിറങ്ങി. അവരിൽ ചിലർ കോഴിക്കോടു മുക്കം റോഡിൽ കൂടി ഹോസ്റ്റൽ മുറിയിലേക്കു പോകുന്നു ണ്ടായിരുന്നു.

പൊലീസ് അവരെ എതിരിട്ടു, "ആരാണ് രാജൻ?"

"പുറകെ വരുന്നുണ്ട്."

"കൂടെ വന്നു കാണിച്ചു തരൂ", മറുപടി പറഞ്ഞ ആളെ പൊലീസ് കൂടെക്കൂട്ടി.

റോഡിൽക്കൂടി 'ഡി' ഹോസ്റ്റലിലെ മുറിയിലേക്കു പോകുമ്പോൾ, ഫിൽറ്റർ ഹൗസിന്റെ മുന്നിൽ വെച്ച് പേരാമ്പ്ര സർക്കിൾ ഇൻസ്പെ ക്ടർ എൻ.ടി. മോഹനനാണ് രാജനെ അറസ്റ്റ് ചെയ്തത്. അറസ്റ്റിനു ശേഷം അയാളെ ക്രൈംബ്രാഞ്ച് സർക്കിൾ ഇൻസ്പെക്ടർ ശ്രീധരനു കൈമാറി.

മുന്നൂറേക്കറോളം വലിപ്പമുണ്ട് ആർ.ഇ.സി. ക്യാമ്പസിന്. കുന്നുകളും താഴ്‌വാരങ്ങളും തെങ്ങിൻതോപ്പുകളും ഉൾപ്പെടുന്ന മനോഹരമായ ഭൂപ്രദേശം. കോളേജു ക്യാമ്പസ്സിന്റെ ഉള്ളിൽ കൂടിയാണ് കോഴിക്കോടു മുക്കം റോഡ് കടന്നുപോകുന്നത്. ഈ റോഡ് ഹോസ്റ്റലുകൾക്കു സമാ ന്തരമായി കിടക്കുന്നു; 'സി' ഹോസ്റ്റലിന്റെയും 'ഡി' ഹോസ്റ്റലിന്റെയും മദ്ധ്യത്തിലായി റോഡിന്റെ മറുവശത്താണ് ക്യാമ്പസിലെ വെള്ളം ശുചി യാക്കുന്ന ഫിൽറ്റർ ഹൗസ്.

കുട്ടികളുടെ തുണി അലക്കുവാൻ കൊണ്ടുപോകുന്നതിനായി ഹോസ്റ്റലിൽ വരാറുള്ള ഡോബി സത്യൻ, രാജനെ കസ്റ്റഡിയിൽ എടുക്കുന്ന സമയത്ത് അവന്റെ കൂടെ ഉണ്ടായിരുന്നു. സത്യൻ ഓടി വന്ന് ചാലിയോടു പറഞ്ഞു, "രാജനെ റോഡിൽ വെച്ചു പൊലീസ് പിടിച്ചു."

ഇതു കേട്ടപാടെ ചാലി അവന്റെ മുറി വിട്ട് എവിടേക്കോ പോയി.

ചാലിയെ കണ്ടുകിട്ടാഞ്ഞതിനാൽ പൊലീസ് സംഘം ഇരുപതു മിനിറ്റോളം അവന്റെ ഹോസ്റ്റൽ മുറിയിൽ ചിലവഴിച്ചു. സമയം നീങ്ങും തോറും കൂടുതൽ വിദ്യാർത്ഥികൾ അവിടെ തടിച്ചു കൂടി. കുറച്ചു കഴിഞ്ഞപ്പോൾ, എല്ലാവരെയും അദ്ഭുതപ്പെടുത്തിക്കൊണ്ട്, ചാലി അവിടേക്കു നടന്നു വന്നു.

"എന്താ, എന്താ?", ചാലി പൊലീസുകാരോടു ചോദിച്ചു. അവന്റെ മുഖം കലങ്ങിയിരുന്നു, ശബ്ദത്തിൽ പരിഭ്രമം ഉണ്ട്.

പൊലീസുകാർ ചാലിയേയും കസ്റ്റഡിയിൽ എടുത്തു. രാജനെ കയറ്റിയ നീല വാനിൽ തന്നെ പൊലീസുകാർ അവനേയും കയറ്റി. രണ്ടു വണ്ടികളും പുറപ്പെട്ടു. അപ്പോൾ സമയം ഏകദേശം ആറു മണി കഴിഞ്ഞു. ആകാശം കലങ്ങിച്ചുവന്നു പുലർന്നു തുടങ്ങി.

വാനിന്റെ ഉള്ളിൽ വെച്ചും പിന്നീടു തുടർച്ചയായും പൊലീസ് ഇവരെ മർദ്ദിച്ചതായി ദൃക്സാക്ഷികളുടെ മൊഴിയുണ്ട്.

ജോൺ കെ. പോൾ എന്ന വിദ്യാർത്ഥിയെ കസ്റ്റഡിയിൽ എടുത്തതായി ഒന്നുരണ്ടു ദിവസം കഴിഞ്ഞപ്പോൾ അറിഞ്ഞു. കോളേജിനു വേണ്ടി ഹോക്കി കളിക്കുവാൻ പാലക്കാട് എൻ.എസ്.എസ്. എൻജിനീയറിങ് കോളേജിൽ പോയതായിരുന്നു ജോൺ. അവിടെ നിന്നാണ് പൊലീസ് അയാളെ പിടിച്ചത്.

ഷംസുദ്ദീൻ എന്ന വിദ്യാർത്ഥിയെ മാത്രം പൊലീസിനു തിരഞ്ഞിട്ടും കിട്ടിയില്ല. പൊലീസിനു പിടികൊടുക്കാതെ, അയാൾ തന്റെ നാട്ടിലേക്കും അവിടെ നിന്നു ഗൾഫിലേക്കും രക്ഷപ്പെട്ടു എന്നാണ് പറയുന്നത്.

രാജനെയും ചാലിയേയും കസ്റ്റഡിയിൽ എടുത്ത ശേഷം പൊലീസ് വ്യൂഹം അവരുമായി കോഴിക്കോട്ടേക്കാണ് പോയത്. വയനാടു റോഡിൽ ഇംഗ്ലീഷ് പള്ളിക്കെതിർവശത്തുള്ള ലോഡ്ജിൽ സർക്കിൾ ഇൻസ്പെക്ടർ എൻ.ടി.മോഹനനു വേണ്ടി ഒരു മുറി എടുത്തിരുന്നു. കസ്റ്റഡിയിൽ ഉള്ള പി.രാജനെയും ചാലിയെയും കാനങ്ങോട്ടു രാജനെയും വിലങ്ങു വെച്ചു. അവരെ മുറിക്കു പുറത്തു വരാന്തയിൽ പൊലീസ് കാവലിൽ ഇരുത്തി. പൊലീസുകാർ പ്രഭാതകർമ്മങ്ങൾക്കും ഭക്ഷണം കഴിക്കുവാനും പോയി. തടവുകാരെ പ്രഭാതകർമ്മങ്ങൾ ചെയ്യുവാൻ അനുവദിച്ചില്ല, ഭക്ഷണവും കൊടുത്തില്ല.

രാജനെയും ചാലിയേയും ലോഡ്ജിൽ നിന്നും വെസ്റ്റ് ഹില്ലിലുള്ള

ക്രൈംബ്രാഞ്ച് ഓഫീസിലേക്കു കൊണ്ടു പോയി. അവിടെ നിന്നും രാത്രി പത്തരയോടെ കക്കയം ക്യാമ്പിൽ എത്തിച്ചു.

ഈ വിദ്യാർത്ഥികളുടെ അറസ്റ്റിനു കാരണമായി ചില കഥകൾ ഹോസ്റ്റലിൽ പ്രചരിച്ചു. അതിലൊന്ന് ഇപ്രകാരം ആയിരുന്നു:

'ഇടുക്കി ജനറേറ്റിങ് സ്റ്റേഷൻ ഉദ്ഘാടനം ചെയ്യുവാനായി പ്രധാന മന്ത്രി ഇന്ദിരാഗാന്ധി എത്തിയിരുന്നു. അടിയന്തരാവസ്ഥ പ്രഖ്യാപിച്ചു കഴിഞ്ഞ് ആദ്യമായാണ് അവർ കേരളം സന്ദർശിക്കുന്നത്. ഉദ്ഘാടനം കഴിഞ്ഞ് പ്രധാനമന്ത്രി ഹെലികോപ്റ്ററിൽ മടങ്ങുന്നു. അര മണിക്കൂറിനു ള്ളിൽ ജെനറേറ്റർ ബോംബുവെച്ചു തകർക്കപ്പെട്ടു. പ്രധാനമന്ത്രിയെ ഉദ്ദേശിച്ചു വെച്ച ബോംബായിരുന്നു അത്. അടിയന്തരാവസ്ഥ പ്രഖ്യാപിച്ചു കഴിഞ്ഞ് ഇന്ദിരാഗാന്ധിക്കു നേരെ നടക്കുന്ന ആദ്യ ബോംബാക്രമണം. ഇതു കേരള ഗവൺമെന്റിനും പൊലീസിനും വലിയ നാണക്കേടുണ്ടാക്കി.'

എന്നാൽ ഇടുക്കി ജനറേറ്റിങ് സ്റ്റേഷനിൽ ഇത്തരത്തിൽ ഒരു ബോംബാ ക്രമണം നടന്നിട്ടില്ല എന്നാണ് അന്വേഷണത്തിൽ നിന്നും അറിയുന്നത്. അതിനാൽ ഇത് ആരുടെയോ ഭാവനയിൽ ജനിച്ച ഒരു കെട്ടുകഥയാണ് എന്നു കരുതേണ്ടിയിരിക്കുന്നു.

എന്നാൽ അടുത്ത കഥ വാസ്തവമായിരുന്നു; പൊലീസ് നടപടി യിലേക്കു നയിച്ചത് ഈ സംഭവം ആയിരുന്നു.

മൂന്ന്

കക്കയം ക്യാമ്പ്

1976 ഫെബ്രുവരി 28 പുലർച്ചയ്ക്കു മുൻപ്, കോഴിക്കോട്ടു നിന്നും ഏകദേശം അറുപതു കിലോമീറ്റർ ദൂരെയുള്ള കായണ്ണ പൊലീസ് സ്റ്റേഷൻ നക്സലൈറ്റുകൾ ആക്രമിച്ചു.

ഒരു ഹെഡ്കോൺസ്റ്റബിളിനും മൂന്നു പൊലീസുകാർക്കും സാരമായ പരുക്കേറ്റു. സ്റ്റേഷനിലെ വെടിയുണ്ട നിറച്ച തോക്കുകളും ബയണറ്റും കവർന്നശേഷം നക്സലൈറ്റുകൾ രക്ഷപ്പെട്ടു. അടിയന്തരാവസ്ഥ നിലനിൽക്കുമ്പോൾ നടന്ന ഈ ആക്രമണം ഗുരുതരമായ സുരക്ഷാവീഴ്ചയായി കേരള ഗവൺമെന്റ് കണ്ടു. ആഭ്യന്തരമന്ത്രി കെ.കരുണാകരൻ അന്വേഷണത്തിന് ഉത്തരവിട്ടു.

നക്സലൈറ്റ് ആക്രമണത്തെ ചെറുക്കുവാനായി എറണാകുളത്തു ക്രൈംബ്രാഞ്ച് ഡി.ഐ.ജി. ജയറാം പടിക്കലിന്റെ കീഴിൽ സ്പെഷ്യൽ സെൽ രൂപീകരിച്ചിരുന്നു. ഫെബ്രുവരി 28നു തന്നെ അന്വേഷണത്തിന്റെ ചുമതല പടിക്കലിനെ ഏല്പിച്ചു. കേരള പൊലീസിന്റെ വടക്കൻ മേഖലയിലെ എല്ലാ സന്നാഹങ്ങളും (ആൾക്കാരും വാഹനങ്ങളും ഉൾപ്പെടെ) ജയറാം പടിക്കലിന്റെ കീഴിലായി. കോഴിക്കോടു നിന്നും അൻപതു കിലോമീറ്റർ ദൂരെയുള്ള വിജനമായ കക്കയം വനത്തിനുള്ളിൽ ജയറാം പടിക്കൽ ക്യാമ്പ് സ്ഥാപിച്ചു. കേരള ഇലക്ട്രിസിറ്റി ബോർഡിന് അവിടെ ഉണ്ടായിരുന്ന റ്റിൻഷീറ്റു മേഞ്ഞ സ്റ്റോർ കെട്ടിടം വിട്ടുകിട്ടുവാനായി പേരാമ്പ്ര സർക്കിൾ ഇൻസ്പെക്ടർ മോഹനനെ ചുമതലപ്പെടുത്തി. ഉയർന്ന ഉദ്യോഗസ്ഥന്മാർക്കു താമസിക്കുവാനായി ഇലക്ട്രിസിറ്റി ബോർഡിന്റെ ഇൻസെപക്ഷൻ ബംഗ്ലാവും തരപ്പെടുത്തി.

ജയറാം പടിക്കലിന്റെ ആജ്ഞയ്ക്കു കീഴിൽ, എസ്.പി.(ക്രൈം) മുരളികൃഷ്ണദാസ്, ഡി.വൈ.എസ്.പി.(ക്രൈം) കുഞ്ഞിരാമൻ നമ്പ്യാർ എന്നിവരുടെ നേതൃത്വത്തിൽ അന്വേഷണം ആരംഭിച്ചു. ഡി.ഐ.ജി. (നോർത്ത്) ടി.വി. മധുസൂദനൻ, കോഴിക്കോട് എസ്.പി. ലക്ഷ്മണ എന്നിവരും കക്കയത്തു ക്യാമ്പു ചെയ്തു എന്നത് അന്വേഷണത്തിനു സർക്കാർ നൽകിയ

പ്രാധാന്യത്തെ സൂചിപ്പിക്കുന്നു. പ്രതികളെ തിരയുന്നതിനും ചോദ്യം ചെയ്യുന്നതിനുമായി വിവിധ സ്റ്റേഷനുകളിൽ നിന്നും ഉദ്യോഗസ്ഥരെയും പൊലീസുകാരെയും വരുത്തി. മലബാർ റിസർവ് പൊലീസിനെ കുന്ദമംഗലം മുതൽ കക്കയം വരെ കാവലിന് ഏർപ്പെടുത്തി. ഇരുനൂറിൽപരം പൊലീസുകാരും അമ്പതോളം വാഹനങ്ങളുമുള്ള വലിയ സന്നാഹമാണ് ജയറാം പടിക്കൽ ഒരുക്കിയത്. മേലധികാരികളുമായും അന്വേഷണ ഉദ്യോഗസ്ഥരുമായി ബന്ധപ്പെടുവാൻ ക്യാമ്പിൽ രണ്ടു വയർലെസ്സ് സെറ്റുകൾ സ്ഥാപിച്ചു. ഫെബ്രുവരി 29ന് കേരള ഐ.ജി.പി. വി.എൻ. രാജൻ കക്കയം ക്യാമ്പിൽ വന്ന് ക്രമീകരണങ്ങൾ പരിശോധിച്ചു.

1976 മാർച്ച് രണ്ടാം തീയതിയിൽ ഐ.ജി.പി. രാജൻ അയച്ച ഡിപ്പാർട്ടുമെന്റ് ഓർഡറിൽ ഇപ്രകാരം പറയുന്നു:

"ഇത്തരം ആക്രമണങ്ങളെ ചെറുക്കണമെന്നു മാത്രമല്ല, ആക്രമണകാരികളെ കൊല്ലുന്നതിനുള്ള കടന്നാക്രമണങ്ങളും നടത്തേണ്ടതാണ്."

പൊലീസ് വിസ്തൃതമായി വല വിരിച്ചു. നക്സലൈറ്റ് പ്രസ്ഥാനവുമായി ബന്ധമുണ്ടെന്നു സംശയമുള്ള ആളുകളെ ഫെബ്രുവരി 29 മുതൽ അറസ്റ്റു ചെയ്യാൻ തുടങ്ങി. കോഴിക്കോട് യൂണിവേഴ്സിറ്റിയിൽ ധനതത്ത്വശാസ്ത്രത്തിൽ റിസേർച്ച് ചെയ്തുകൊണ്ടിരുന്ന എബ്രഹാം ബെൻഹറിനെ 29 രാവിലെ പത്തരയ്ക്കു വയനാട്ടിലെ മൈലമ്പാടിയിലുള്ള അയാളുടെ വസതിയിൽ നിന്നാണ് കസ്റ്റഡിയിൽ എടുത്തത്.

തുടർന്നുള്ള ദിവസങ്ങളിൽ പൊലീസ് വണ്ടികൾ ഈ ആൾക്കാരുമായി കക്കയം ക്യാമ്പിലേക്ക് നിരന്തരം പ്രവഹിച്ചു. ഇരുന്നൂറോളം പേരെ പിടിച്ചതായി പറയപ്പെടുന്നു. ഇവരിൽ ഭൂരിഭാഗവും കായണ്ണ, കൂരാച്ചുണ്ട്, കക്കയം, ചാത്തമംഗലം മുതലായ പ്രദേശങ്ങളിൽ നിന്നുള്ളവർ ആയിരുന്നു.

നക്സലൈറ്റ് അനുഭാവികളെയും സ്റ്റഡിക്ലാസ്സുകളിൽ പങ്കെടുത്തിരുന്നവരെയും പറ്റി തങ്ങൾക്ക് അറിവുണ്ടായിരുന്നതായി പൊലീസ് അവകാശപ്പെട്ടു. എന്നാൽ പൊലീസിന് അറിയുമായിരുന്നത് തലശ്ശേരിക്കാരൻ ശ്രീജൻ ഇറക്കിയിരുന്ന 'ഈനാൻ' എന്ന വിപ്ലവ പ്രസിദ്ധീകരണത്തിന്റെ വരിക്കാരുടെ പേരുകൾ മാത്രം ആയിരുന്നു എന്നും ഒരാളെ പിടിച്ചു ചോദ്യം ചെയ്യുമ്പോൾ അയാൾ പറയുന്ന ആളുകളെ പിടിക്കുക എന്ന രീതിയായിരുന്നു തുടർന്നത് എന്നും തടവിൽ ആയവർ പറയുന്നു.

കോഴിക്കോട് ആർ.ഇ.സി.യിലെ മെസ്സ്ബോയ് കോരു, പാചകക്കാരൻ ഗംഗാധരക്കുറുപ്പ്, ആർ.ഇ.സി.യുടെ സമീപത്തുള്ള കട്ടാങ്ങൽ മുക്കിൽ റേഡിയോ നന്നാക്കിയിരുന്ന രാജൻ, ചാത്തമംഗലത്ത് ടൈപ്പ്റൈറ്റിങ് ഇൻസ്റ്റിറ്റ്യൂട്ട് നടത്തിയിരുന്ന കെ.രാജൻ, ബാർബർ വേണു എന്നിവരെല്ലാം കസ്റ്റഡിയിൽ എടുത്തവരിൽ ഉൾപ്പെടുന്നു.

തീവ്രവാദ പ്രസ്ഥാനങ്ങളുമായി ബന്ധമൊന്നും ഇല്ലാത്തവരേയും പൊലീസ് ആളു തെറ്റി പിടിച്ചിരുന്നു. ചിലരെയൊക്കെ 'ചോദ്യം ചെയ്യ ലിനു' ശേഷം കക്കയം ക്യാമ്പിൽ നിന്നും വിട്ടയച്ചു.

വിജനമായ കക്കയം വനത്തിന്റെ ഉള്ളിലുള്ള സർക്കാർ കെട്ടിടം ക്യാമ്പിനായി തിരഞ്ഞെടുത്തത് മനപ്പൂർവമായിരുന്നു. കസ്റ്റഡിയിൽ എടുത്തവരിൽ ഭീതി ജനിപ്പിക്കുവാനും പൊലീസുകാർക്ക് തങ്ങൾ നാടിന്റെ നിയമപരിധിക്കു പുറത്താണെന്ന ധാരണ ജനിപ്പിക്കുവാനും അത് സഹായിച്ചു.

അടിയന്തരാവസ്ഥയിലെ സർവാധികാരമുള്ള പൊലീസാണ്, പിടികൂടി യവരെ എല്ലാം അവർ, വിജനമായ ക്യാമ്പിൽ വെച്ച്, ഹീനവും അതി ഭീകരവുമായ മർദ്ദനത്തിനു വിധേയരാക്കി. പേരാമ്പ്ര എസ്.ഐ. ആയി രുന്ന പുലിക്കോടൻ നാരായണനാണ് മർദ്ദനമുറകൾക്കു നേതൃത്വം കൊടുത്തത്.

കസ്റ്റഡിയിൽ എടുത്തവരെ ദിവസങ്ങളോളം തുടർച്ചയായി മർദ്ദിച്ചു. അവർക്ക് വെള്ളമോ ഭക്ഷണമോ കൊടുത്തില്ല. കക്കയം ക്യാമ്പിൽ തടവിലുണ്ടായിരുന്ന വേണു പൂവാട്ടുപറമ്പ് പറയുന്നു,

"വെള്ളം കിട്ടാതെ വന്നപ്പോൾ മൂത്രത്തിന്റെ നിറം ആദ്യം മഞ്ഞയും പിന്നെ ചുവപ്പും ആയി. മൂത്രം ഒഴിക്കുമ്പോൾ കഠിനമായ വേദന. ദാഹിച്ചു വലഞ്ഞവർ മൂത്രം കുടിച്ചു ദാഹം ശമിപ്പിക്കുന്നതു തടയുവാനായി മൂത്രം ഒഴിക്കുമ്പോൾ പൊലീസുകാർ കാവൽ നിൽക്കും. നിരന്തരമുള്ള മർദ്ദനം ഏറ്റു തളർന്നതിനാൽ ഞാൻ മിക്ക സമയവും ഭിത്തിയിൽ ചാരി ഇരിപ്പായിരുന്നു. എന്റെ തുടയിലെ മാംസം എല്ലിൽ നിന്നും വേർപെട്ടു പോയിരുന്നു."

മർദ്ദനം ഏറ്റവരുടെ ദീനരോദനങ്ങളും വിലാപങ്ങളും കേൾക്കുവാനോ തടയുവാനോ ആരും ഉണ്ടായിരുന്നില്ല.

മാർച്ച് രണ്ടാം തീയതി രാത്രിയിൽ വയനാടൻ ചുരങ്ങളിൽ ശക്ത മായ കാറ്റു വീശി. ആർത്തുലഞ്ഞ കാറ്റിന് മരണത്തിന്റെ ഗന്ധമുണ്ടായി രുന്നു. നിബിഡമായ കക്കയം വനത്തിന്റെ മരച്ചില്ലകളിൽ രക്തരക്ഷസ്സു കൾ ഉറഞ്ഞാടി. ചില്ലകളിൽ നിന്നും ഇറ്റിറ്റു വീണ ജലത്തിൽ ചുവന്ന കറ പടർന്നു. ചെറുചോലകളായി ജലം പുഴയിലേക്ക് ഒലിച്ചിറങ്ങി. കാട്ടുനായ്ക്ക ളുടെ ഓലി പാറക്കൂട്ടങ്ങളിൽ പ്രതിധ്വനിച്ചു. അലറുന്ന കാറ്റിന്റെ അക മ്പടിയോടെ, ഊരക്കുഴിയുടെ അഗാധ ഗർത്തത്തിലേക്ക് കുറ്റ്യാടിപ്പുഴ കൂപ്പുകുത്തി.

തടവിലായവർ വെറും നിലത്ത് ഭയചകിതരായി തണുത്തു വിറച്ചു കിടന്നു. ബന്ധുക്കളുടെയോ സമൂഹത്തിന്റെയോ കോടതിയുടെയോ മാധ്യമങ്ങളുടെയോ പരിരക്ഷയ്ക്കപ്പുറത്ത് ഭക്ഷണമില്ലാതെ, വൈദ്യ സഹായമില്ലാതെ ഈ നിസ്സഹായർ ആശ്രയമറ്റു കേണു. തകർന്നു നുറു ങ്ങിയ ശരീരവും ഭയന്നു വിറച്ച മനസ്സുമായിരുന്നു ഈ നിരാലംബരുടെ

കൈമുതൽ. ജയറാം പടിക്കലിന്റെ പൊലീസ് മർദ്ദനക്യാമ്പ് പതിമ്മൂന്നു ദിവസം നീണ്ടു നിന്നു.

സഹ്യപർവതത്തിന്റെ അടിവാരത്തിലുള്ള വനനിബിഢമായ ഒരു പ്രദേശമാണ് കക്കയം. പച്ച പുതച്ച വയനാടൻ മലകൾ. അകലും തോറും നീലനിറം ആവാഹിച്ച് ആകാശവുമായി ലയിച്ചു ചേരുന്ന പർവത ശൃംഖല.

വനത്തിന്റെ ഉള്ളിൽ, ഇലക്ട്രിക് സാമഗ്രികൾ സൂക്ഷിക്കുവാനായി ഉണ്ടാക്കിയ, റ്റിൻഷീറ്റു മേഞ്ഞ് നീളത്തിലുള്ള ഒരു കെട്ടിടത്തിലായിരുന്നു ക്യാമ്പ്. കുറച്ചു ദൂരെയായി ഇലക്ട്രിസിറ്റി ബോർഡിന്റെ ഇൻസ്പെക്ഷൻ ബംഗ്ലാവ്. രണ്ടിനും മദ്ധ്യത്തിലായി ഒരു സർക്കാർ ആരോഗ്യകേന്ദ്രം. നീളത്തിലുള്ള കെട്ടിടത്തെ പ്ലൈവുഡ് കൊണ്ട് മുറികളായി തിരിച്ചിരുന്നു. ആസ്ബസ്റ്റോസ്, പ്ലൈവുഡ് എന്നിവ കൊണ്ടു തീർത്ത വാതിലുകൾ. ക്രൂരമായ മർദ്ദനത്തിന് ഉപയോഗിച്ച കുപ്രസിദ്ധമായ ഈ കെട്ടിടം പില്ക്കാലത്ത് 'ഭാർഗവീനിലയം' എന്നു വിശേഷിക്കപ്പെട്ടു. കേരളത്തിന് അപകീർത്തികരമായ ഒരു സ്മാരകമായി അവശേഷിക്കുന്നത് ഒഴിവാക്കുവാനായി പിന്നീട് ഇത് ഇടിച്ചു നിരത്തി.

കായണ്ണ പൊലീസ് സ്റ്റേഷൻ ആക്രമണം കഴിഞ്ഞപ്പോൾ 'രാജാ ഓടിക്കോ', എന്ന് അക്രമികളിൽ ഒരാൾ പറയുന്നതു പൊലീസ് കേട്ടത്രേ. കസ്റ്റഡിയിൽ എടുത്തവരിൽ രാജൻ എന്നു പേരുള്ള അഞ്ചാറുപേർ ഉണ്ടായിരുന്നു. ഈ പേരുള്ളവരെ കൂടുതൽ ഭീകരമായി മർദ്ദിക്കുന്നതിന് ഇതു കാരണമായി എന്നു കരുതാം.

അന്നുവരെ കേരളം കേട്ടിട്ടില്ലാത്ത പ്രാകൃതവും പൈശാചികവുമായ 'ഉരുട്ടൽ' എന്ന മർദ്ദനമുറ കക്കയം ക്യാമ്പിൽ നടപ്പാക്കി:

അടിവസ്ത്രം മാത്രം ഇട്ട ഇരയെ ബഞ്ചിൽ മലർത്തി കിടത്തും. കൈകൾ ബെഞ്ചിന്റെ അടിയിൽ കൂട്ടിക്കെട്ടിയിട്ട് കാലുകൾ മുട്ടിനു താഴെ ബെഞ്ചിനോടു ചേർത്ത് കെട്ടും. പിന്നീട് കാലിന്റെ തള്ളവിരലുകൾ കൂട്ടിക്കെട്ടും. കരയുമ്പോൾ ശബ്ദം പുറത്തേക്കു വരാതെയിരിക്കുവാനായി വായിൽ തുണി തിരുകും. ഇരയുടെ തുടയിൽ ഒരു ഇരുമ്പ് ഉലക്ക വെച്ച ശേഷം, ഇരുവശവും രണ്ടു പൊലീസുകാർ വീതം നിന്നിട്ട്, അവരുടെ സർവ്വശക്തിയും ഉപയോഗിച്ച് ഉലക്ക താഴോട്ടും മേലോട്ടും ഉരുട്ടും. ഇരയുടെ തുടയിലെ മാംസവും അസ്ഥിയും ഞെരിഞ്ഞുടയും. പൊലീസുകാർ ക്ഷീണിക്കുമ്പോൾ ഇടവേളയുണ്ട്. അതിനു ശേഷം നീരു വെച്ചു വീർത്ത തുടയിൽ ഉരുട്ടൽ തുടരും.

ഉരുട്ടുവാൻ നിയോഗിക്കപ്പെട്ട പൊലീസുകാർ മിക്കവരും നക്സലൈറ്റ് ആക്രമണ സമയത്ത് കായണ്ണ സ്റ്റേഷനിൽ ഉണ്ടായിരുന്നവർ ആയിരുന്നു. തങ്ങൾ ആക്രമിക്കപ്പെട്ടതിന്റെ വൈരാഗ്യം തീർക്കുവാനായി അവർ ഈ അവസരം ഉപയോഗപ്പെടുത്തി.

കസ്റ്റഡിയിൽ എടുത്ത ഇരുന്നൂറോളം പേരിൽ, ഒരാളെ ഒഴിച്ച് ബാക്കി എല്ലാവരേയും ഭക്ഷണവും വെള്ളവും കൊടുക്കാതെ, അടിച്ചും ചവുട്ടിയും ഉരുട്ടിയും അവശരാക്കി. മർദ്ദനത്തിൽ നിന്നും ഒഴിവാക്കപ്പെട്ട ആൾ ഒരു പണക്കാരന്റെ മകനായിരുന്നു. പൊന്മുട്ട ഇടുന്ന താറാവിനെ എന്ന കണക്കെ, ജയറാം പടിക്കൽ ഇയാളെ സൂക്ഷിച്ചു വെച്ചു.

ഈ ധനികനായ വിദ്യാർത്ഥിയെ അഞ്ചു ദിവസത്തിനുശേഷം കക്കയം ക്യാമ്പിൽ നിന്നും വിട്ടയച്ചു. അയാളുടെ അച്ഛനെ കക്കയത്തേക്കു വിളിച്ചു വരുത്തി, “നിങ്ങളുടെ മകനെ തൊട്ടിട്ടുപോലുമില്ല, സംശയമുണ്ടെങ്കിൽ ചോദിച്ചോളൂ”, എന്നു ജയറാം പടിക്കൽ അദ്ദേഹത്തോടു പറഞ്ഞതായി കേസ് വിസ്തരിച്ച കോയമ്പത്തൂർ കോടതിയുടെ വിധിയിൽ പറയുന്നു. മകനെ വിട്ടയയ്ക്കുവാനായി, മോചനദ്രവ്യമായി, കോടികൾ വാങ്ങി എന്നായിരുന്നു ഹോസ്റ്റലിലെ സംസാരം.

ഇതിനെപ്പറ്റി രാജന്റെ അച്ഛൻ പറയുന്നു, “...ന്റെ പിതാവ് കരുണാകരനുമായി ബന്ധപ്പെട്ടു വേണ്ടത് ചെയ്തു. കരുണാകരന്റെ തക്ക സമയത്തുള്ള ഇടപെടലിലൂടെ അയാൾ രക്ഷപ്പെട്ടു.”

ക്യാമ്പിൽ നിന്നും പുറത്തേക്കു പോകുന്നതിനു മുൻപ് ഈ വിദ്യാർത്ഥി ഒരു നല്ല കാര്യം ചെയ്തു, തന്റെ കൈയിലുണ്ടായിരന്ന പണം ഇയാൾ ചാലിക്കു കൊടുത്തു. ചില പൊലീസുകാരുടെ സഹായത്തോടെ, ഈ പണം ഉപയോഗിച്ച് തടവുകാർ ഭക്ഷണം വാങ്ങിക്കഴിച്ചു. ഒന്നുരണ്ടു ജീവൻ നിലനിർത്തുവാനെങ്കിലും ഈ പണം ഉതകിയിട്ടുണ്ടാവും.

1976 മാർച്ച് 6ന് അങ്ങാടിപ്പുറം ബാലകൃഷ്ണൻ, പ്രഭാകരൻ മാസ്റ്റർ എന്നീ നക്സലൈറ്റുകളെ പൊലീസ് കസ്റ്റഡിയിൽ എടുത്തു. ഇവരെ പൊലീസ് ജീപ്പിൽ കയറ്റി കക്കയത്തേക്കു കൊണ്ടുപോകുന്ന വഴിക്ക്, വണ്ടി നിർത്തിയിട്ട് ഡ്രൈവർ പുറത്തിറങ്ങി. കസ്റ്റഡിയിലുള്ള നക്സലൈറ്റുകളെ വിലങ്ങു വെച്ചിട്ടുണ്ടായിരുന്നു. ബാലകൃഷ്ണൻ തന്റെ വിലങ്ങുപയോഗിച്ച് ജീപ്പിലുണ്ടായിരുന്ന ഡി.വൈ.എസ്.പി. സുബ്രമണ്യനെ ബലം പിടിച്ചിരുത്തുകയും പ്രഭാകരൻ മാസ്റ്റർ കന്നാസിലിരുന്ന പെട്രോൾ ഒഴിച്ച് പൊലീസ് ഓഫീസറെ തീ കൊളുത്തുകയും ചെയ്തു. പൊള്ളലേറ്റിരുന്നു എങ്കിലും പ്രഭാകരൻ മാസ്റ്റർ ജീപ്പിൽ നിന്നും ഇറങ്ങി ഓടി. എന്നാൽ ശരീരമാസകലം പൊള്ളലേറ്റ ഡി.വൈ.എസ്.പി. സുബ്രമണ്യൻ പുറകെ ഓടുകയും ബഹളമുണ്ടാക്കി ആളുകളെ വിളിച്ചുകൂട്ടി അയാളെ തിരികെപ്പിടിക്കുകയും ചെയ്തു. ഡി.വൈ.എസ്.പി. സുബ്രഹ്മണ്യനും അങ്ങാടിപ്പുറം ബാലകൃഷ്ണനും പൊള്ളലിന്റെ കാഠിന്യത്താൽ മരിച്ചു.

വേണു പറയുന്നു, “പൊള്ളലേറ്റ പ്രഭാകരൻ മാസ്റ്ററെ കക്കയത്തെത്തിച്ചു. എന്നാൽ ഇയാളെ ക്യാമ്പിനുള്ളിൽ കയറ്റിയില്ല. കെട്ടിടത്തിനു പുറത്തുണ്ടായിരുന്ന എർത്തിങ് പൈപ്പിൽ ഒരു ചങ്ങല ബന്ധിച്ചിട്ട് പട്ടിയെ കെട്ടിയിടുന്നതുപോലെ അതിൽ പൂട്ടി ഇടുകയായിരുന്നു. പ്രഭാകരൻ മാസ്റ്ററുടെ പൊള്ളലിനു ചികിത്സ ഒന്നും കൊടുത്തില്ല. പുറത്തെ കഠിനമായ

തണുപ്പിൽ, പുതപ്പില്ലാതെ, ഉടുതുണി മാത്രമായി അയാളെ പട്ടിണിക്കിട്ടു. എന്നിട്ടും അയാൾ മരിച്ചില്ല."

വേണു തുടർന്നു, "കക്കയം ക്യാമ്പിന്റെ മുറിക്ക് ഒരു ചെറിയ ജനാല ഉണ്ടായിരുന്നു. അതിൽക്കൂടി പുറത്തേക്കു നോക്കിയാൽ വനനിബിഡമായ മലനിരകളാണ് കാണുന്നത്. എല്ലാ ദിവസവും രാവിലെ ഒരു വലിയ സംഘം പൊലീസുകാർ ഈ മല കയറിയിട്ട് അവിടെ കാവൽ നിൽക്കും. കസ്റ്റഡിയിൽ ഉള്ളവരെ മോചിപ്പിക്കുവാനായി ഈ മലയിൽക്കൂടി നക്സലൈറ്റ് ആക്രമണം ഉണ്ടാകുമെന്നു പൊലീസ് മേധാവികൾ സംശയിച്ചിരുന്നു. ഈ കാരണത്താലാണ് ക്യാമ്പ് കക്കയത്തുനിന്നും പതിമ്മൂന്നാം ദിവസം മാലൂർക്കുന്നിലേക്കു മാറ്റിയത്."

കസ്റ്റഡിയിൽ നിന്നുള്ള മോചനം ഒരു സങ്കല്പം മാത്രമായി അവശേഷിച്ചു. അടിയന്തരാവസ്ഥയിൽ പുറപ്പെടുവിച്ച 'മിസ' എന്ന രാജ്യരക്ഷാ പ്രതിരോധനിയമം ചാർത്തി തടവിലുണ്ടായിരുന്നവരെ എല്ലാം കോടതി വിചാരണ കൂടാതെ തുറുങ്കിൽ അടച്ചു. ഭൂരിപക്ഷം പേരുടെയും മേൽ കുറ്റമൊന്നും ആരോപിക്കപ്പെടുകയില്ല. എന്നാൽ അടുത്ത ഒരു കൊല്ലത്തേക്ക് അവരാരും പുറംലോകം കാണുകയില്ല.

കായണ്ണ പൊലീസ് സ്റ്റേഷൻ ആക്രമണ കേസിലെ പ്രതികളെ എല്ലാം കക്കയം ക്യാമ്പിലെ 'ചോദ്യം ചെയ്യലിലൂടെ' പൊലീസ് തിരിച്ചറിഞ്ഞു. ഇരുന്നൂറോളം പേരെ കസ്റ്റഡിയിൽ എടുത്തു എങ്കിലും, സ്റ്റേഷൻ ആക്രമണ കേസിൽ പത്തൊമ്പതു പേർക്ക് എതിരെ മാത്രമാണ് കുറ്റം ചാർത്തിയത്. ബാക്കിയുള്ള ഭൂരിപക്ഷത്തിനും ആക്രമണവുമായി ബന്ധമൊന്നും ഇല്ല എന്നായിരുന്നു ഭീകരമായ ഉരുട്ടലിനു ശേഷം പൊലീസ് കണ്ടെത്തിയത്.

കായണ്ണ കേസ് കോടതിയിൽ എത്തിയപ്പോൾ പ്രതികൾക്കെതിരെ കേസു തെളിയിക്കുവാൻ പൊലീസിനു കഴിഞ്ഞില്ല. പ്രതികളെ എല്ലാം കോടതി വെറുതെ വിട്ടു. കുറ്റാന്വേഷണത്തിന് സ്കോട്ട്ലാൻഡ് യാർഡിൽ നിന്നും വിദഗ്ദ്ധ പരിശീലനം ലഭിച്ച ആളായിരുന്നു അന്വേഷണത്തിന്റെ ചുമതലക്കാരനായ ജയറാം പടിക്കൽ. അദ്ദേഹത്തിന്റെ കുറ്റാന്വേഷണ പാടവത്തിന്റെ കുറവായി ഇതിനെ കാണാതെയിരിക്കുവാൻ നിവൃത്തിയില്ല.

നടുവൊടിഞ്ഞു ജീവിതം മുരടിച്ച കുറെ ഹതഭാഗ്യരും അകാലത്തിൽ തല്ലിക്കെടുത്തിയ ഒരു കുരുന്നു ജീവനും ആയിരുന്നു കക്കയം ക്യാമ്പിന്റെ ബാക്കിപത്രം.

രാജന്റെ അച്ഛൻ പറയുന്നു, "ഹിറ്റ്ലറുടെ കോൺസെൻട്രേഷൻ ക്യാമ്പിനെ അനുസ്മരിപ്പിക്കുന്ന രീതിയിലുള്ള പീഡനമുറകളാണ് അവിടെ അരങ്ങേറിയത്. കക്കയം ക്യാമ്പ് എന്നു പറയുമ്പോൾ തലമുറകൾ ലജ്ജിച്ചു തല താഴ്ത്തുന്നതു ഞാൻ കാണുന്നു."

നാല്
1975: അടിയന്തരാവസ്ഥ

കസ്റ്റഡിയിൽ ആയവർ ബന്ധുക്കളുടെയും കോടതിയുടെയും സഹായ ഹസ്തങ്ങൾ എത്താത്ത ദൂരത്തിലായിരുന്നു. മാത്രമല്ല, അവരുടെ ജീവൻ പോലും അപകടത്തിൽ ആയിരുന്നു. അടിയന്തരാവസ്ഥ പിൻവലിച്ച് നാല്പതോളം വർഷം കഴിഞ്ഞതിനാൽ അതു മനസ്സിലാക്കുവാൻ എളുപ്പ മല്ല.

ഒരു സാധാരണ പൗരന് ഇന്നു കിട്ടുന്ന പരിരക്ഷകൾ ലഭ്യമല്ലാത്ത ഒരു സാഹചര്യമാണ് ആ കാലത്തു നിലവിൽ ഉണ്ടായിരുന്നത്. അതു ഗ്രഹിക്കുവാനായി അന്നത്തെ രാഷ്ട്രീയ അന്തരീക്ഷത്തെപ്പറ്റി അറിയേ ണ്ടതുണ്ട്.

1975 ജൂൺ 12ന് അന്നത്തെ ഇന്ത്യൻ പ്രധാനമന്ത്രി ഇന്ദിരാഗാന്ധിയുടെ തിരഞ്ഞെടുപ്പ് അലഹബാദ് ഹൈക്കോടതി അസാധുവാക്കി. ആറു കൊല്ലത്തേക്ക് തിരഞ്ഞെടുപ്പിൽ മത്സരിക്കുന്നതിന് കോടതി അവർക്കു വിലക്കു കല്പിച്ചു. ഈ കോടതിവിധി സ്റ്റേ ചെയ്യുവാനായി ഇന്ദിരാ ഗാന്ധി സുപ്രീംകോടതിയിൽ അപ്പീൽ സമർപ്പിച്ചു.

ജസ്റ്റിസ് വി.ആർ. കൃഷ്ണയ്യരുടെ മുൻപിൽ ആണ് സ്റ്റേ അപ്പീൽ പരി ഗണനയ്ക്കു വന്നത്. 1975ൽ ഇന്ദിരാഗാന്ധിയുടെ ഗവൺമെന്റാണ് കൃഷ്ണ യ്യരെ സുപ്രീം കോടതിയിൽ ജഡ്ജിയായി നിയമിച്ചത്. അതിനാൽ കൃഷ്ണയ്യർ തനിക്കനുകൂലമായി വിധി എഴുതും എന്നായിരുന്നു ഇന്ദിരാ ഗാന്ധിയുടെ പ്രതീക്ഷ. കൃഷ്ണയ്യരുടെ അടുത്തേക്ക് നിയമമന്ത്രി ഗോഖലെയെ തന്റെ ദൂതനായി അവർ അയച്ചു. എന്നാൽ കൃഷ്ണയ്യർ വഴങ്ങിയില്ല.

1975 ജൂൺ 24ന് സുപ്രീംകോടതിയുടെ ഇടക്കാല ഉത്തരവ് വന്നു. തിരഞ്ഞെടുപ്പ് അസാധുവാക്കിയ വിധി നിരുപാധികമായി സ്റ്റേ ചെയ്തില്ല. "അന്തിമവിധി വരും വരെ ഇന്ദിരയ്ക്കു പാർലമെന്റിൽ തുടരാം, എന്നാൽ വോട്ടു ചെയ്യുവാനോ ശമ്പളം വാങ്ങുവാനോ അവർക്ക് അവകാശമില്ല."

രാജൻ കേസ്: അണിയറരഹസ്യങ്ങൾ അവസാനിക്കുന്നില്ല

പാർലമെന്റിൽ വോട്ടവകാശമില്ലാത്ത ആൾ പ്രധാനമന്ത്രിയായി തുടരുന്നത് ശരിയല്ല എന്ന് പ്രഖ്യാപിച്ചുകൊണ്ട് ജയപ്രകാശ് നാരായണൻ ഇന്ദിരയ്ക്കെതിരെ സമരം തുടങ്ങി. നിയമലംഘനം നടത്തുവാൻ അദ്ദേഹം ജനങ്ങളോട് ആഹ്വാനം ചെയ്തു. ജയപ്രകാശ് നാരായണന്റെസമരം ഒരു കൊടുങ്കാറ്റായി രാജ്യമെങ്ങും അലയടിച്ചു. തന്റെ രാഷ്ട്രീയഭാവി അപകടത്തിലാണ് എന്ന് ഇന്ദിര ഭയപ്പെട്ടു.

1975 ജൂൺ 26ന് ഇന്ദിരാഗാന്ധി രാജ്യത്ത് അടിയന്തരാവസ്ഥ പ്രഖ്യാപിച്ചു. സ്വതന്ത്ര ഇന്ത്യയുടെ അന്ധകാരപൂരിതമായ ഏടുകൾ എന്നാണ് ചരിത്രം ഈ കാലഘട്ടത്തെ വിശേഷിപ്പിക്കുന്നത്. പ്രതിപക്ഷ നേതാക്കളെയും തന്റെ പ്രവർത്തികളെ എതിർത്ത സാംസ്കാരിക നേതാക്കളെയും ഇന്ദിര ജയിലിലടച്ചു. പല സംഘടനകളെയും നിരോധിച്ചു. പത്രങ്ങൾക്കു സെൻസർഷിപ്പ് ഏർപ്പെടുത്തി. രാഷ്ട്രപതി, ഉപരാഷ്ട്രപതി, പ്രധാനമന്ത്രി, ലോക്സഭാ സ്പീക്കർ എന്നിവരുടെ തിരഞ്ഞെടുപ്പുകൾ കോടതിയിൽ ചോദ്യം ചെയ്യുവാൻ പാടില്ല എന്ന വ്യവസ്ഥയോടെ ജനപ്രാധിനിത്യ നിയമം, മുൻകാല പ്രാബല്യത്തോടെ ഭേദഗതി ചെയ്തു.

1975 ജൂൺ 27ന്, പൗരന്റെ ജീവന് ഉറപ്പുനൽകുന്ന മൗലിക അവകാശങ്ങൾ മരവിപ്പിച്ചു കൊണ്ട്, ഭരണഘടനയുടെ 359 (1) അനുഛേദപ്രകാരം രാഷ്ട്രപതി വിളംബരം പുറപ്പെടുവിച്ചു. “ഇതിൻപ്രകാരം, ഹേബിയസ് കോർപ്പസ് റിട്ടുകൾ നിലനിൽക്കില്ല”, എന്ന് സുപ്രീംകോടതി വിധി കല്പിച്ചു.

അറസ്റ്റു ചെയ്തവരെ കോടതിയിൽ ഹാജരാക്കണമെന്ന നിബന്ധന ഇല്ലാതെയായി. കോടതിയുടെ പരിരക്ഷ നഷ്ടമായി. പൗരന് തന്റെ ജീവന്റെ മേൽ അവകാശം ഇല്ലാതെയായി.

കക്കയം ക്യാമ്പിൽ പൊലീസ് കസ്റ്റഡിയിൽ എടുത്തവരെ ഈ കരിനിയമങ്ങൾ സാരമായി ബാധിച്ചു. രാജന്റെ മരണത്തിനു ഹേതുവായത് ഈ നിയമഭേദഗതിയാണ് എന്നു പറഞ്ഞാൽ അത് അതിശയോക്തി ആവുകയില്ല.

അഞ്ച്

പ്രിൻസിപ്പൽ

അന്നും ഇന്നും കേരളത്തിലെ ഏറ്റവും മികച്ച എൻജിനീയറിങ് കോളേജാണ് കോഴിക്കോട് ആർ.ഇ.സി. കോളേജിന്റെ ഇപ്പോഴത്തെ പേര് നാഷണൽ ഇൻസ്റ്റിറ്റ്യൂട്ട് ഓഫ് ടെക്നോളജി (എൻ.ഐ.ടി.) എന്നാണ്. കേരളത്തിൽ എൻജിനീയറിങ്ങിനു പോകുവാൻ താത്പര്യപ്പെടുന്ന വിദ്യാർത്ഥികൾ ആദ്യം തിരഞ്ഞെടുക്കുന്ന കോളേജ്. അഖിലേന്ത്യാ തലത്തിലുള്ള പ്രവേശനം. അമ്പതു ശതമാനം സീറ്റുകൾ മറ്റു സംസ്ഥാനങ്ങളിൽ നിന്നുള്ള കുട്ടികൾക്കായി മാറ്റി വെച്ചിരിക്കുന്നു. ഉന്നത നിലവാരം പുലർത്തുന്ന, ബഹുമാന്യരായ അദ്ധ്യാപകർ. കേന്ദ്രഗവൺമെന്റിന്റെ കീഴിലുള്ള സ്വയംഭരണ സ്ഥാപനം.

കോഴിക്കോട്ടു നിന്നും ഏകദേശം ഇരുപത്തിരണ്ടു കിലോമീറ്റർ അകലെ, മുക്കം റൂട്ടിൽ സ്ഥിതി ചെയ്യുന്ന ആർ.ഇ.സി. ഒരു റെസിഡെൻഷ്യൽ കോളേജാണ്. മിക്കവാറും കുട്ടികളും ഹോസ്റ്റലിൽ താമസിക്കുന്നു. മുന്നൂറോളം ഏക്കറിൽ, സ്വച്ഛസുന്ദരമായ ക്യാമ്പസ്. ആൺകുട്ടികൾക്കായി 'എ', 'ബി', 'സി', 'ഡി', 'ഇ' എന്നിങ്ങനെ അഞ്ചു ഹോസ്റ്റലുകളാണ് അന്നുണ്ടായിരുന്നത്. ഹോസ്റ്റൽ വാർഡന്മാർ ആയി പ്രവർത്തിക്കുന്നത് അദ്ധ്യാപകർ തന്നെ ആയിരുന്നതിനാൽ, അവർ അല്പം അകലെയുള്ള സ്റ്റാഫ് ക്വാർട്ടേഴ്സിൽ ആണ് താമസം.

ഹോസ്റ്റലിൽ അധികൃതരുടെ നിയന്ത്രണങ്ങൾ കാര്യമായി ഇല്ല എന്നു തന്നെ പറയാം. കുട്ടികൾ സ്വയം നിയന്ത്രിച്ചു കൊള്ളണം എന്നതായിരുന്നു പ്രതീക്ഷയും എഴുതാത്ത നിയമവും.

1976ൽ, പൊലീസ് വിദ്യാർത്ഥികളെ കസ്റ്റഡിയിൽ എടുക്കുന്ന സമയത്ത്, ഹോസ്റ്റൽ വാർഡൻ ആയിരുന്ന ഡോക്ടർ ശ്രീനിവാസൻ അവധിയിൽ ആയിരുന്നു. ഡോക്ടർ രാമകൃഷ്ണനായിരുന്നു ഹോസ്റ്റലിന്റെ ആക്റ്റിങ് ചീഫ് വാർഡൻ. രാവിലെ തന്നെ കുട്ടികൾ അദ്ദേഹത്തെ വിവരം ധരിപ്പിച്ചു, "ഫൈനൽ ഇയർ വിദ്യാർത്ഥി രാജനെയും പ്രീഫൈനൽ ഇയർ വിദ്യാർത്ഥി ചാലിയെയും പൊലീസ് അറസ്റ്റു ചെയ്തു."

ക്യാമ്പസിനു പുറത്ത് അല്പം അകലെയായി താമസിക്കുന്ന പ്രിൻസിപ്പൽ കെ.എം. ബഹാവുദ്ദീനെ ഈ വിവരം അറിയിക്കുവാൻ വാർഡൻ പുറപ്പെട്ടു. അപ്പോൾ സമയം രാവിലെ ഏഴു മണി.

കാര്യത്തിന്റെ ഗൗരവം പ്രൊഫസ്സർ ബഹാവുദ്ദീൻ എളുപ്പത്തിൽ ഗ്രഹിച്ചു. ഒമ്പതു മണിയോടെ കോളേജിൽ എത്തിയ പ്രിൻസിപ്പൽ അദ്ധ്യാപകരെ വിളിച്ചു വരുത്തി പ്രശ്നം ചർച്ച ചെയ്തു.

"കുട്ടികളെ പൊലീസ് അറസ്റ്റു ചെയ്തിരിക്കുന്നു. എന്നാൽ എവിടെ കൊണ്ടുപോയി എന്നറിഞ്ഞു കൂടാ."

പ്രിൻസിപ്പലിന്റെ അനുവാദം കൂടാതെ കോളേജ് ക്യാമ്പസിൽ പൊലീസ് കയറുവാൻ പാടില്ല എന്നാണ് നിയമം അനുശാസിക്കുന്നത്. എന്നാൽ അടിയന്തരാവസ്ഥ നിലനിൽക്കുന്നതിനാൽ പൊലീസ് ഈ നിയമം പാലിച്ചില്ല.

കോളജിന്റെ ഏറ്റവും സമീപത്തുള്ള പൊലീസ് സ്റ്റേഷൻ കുന്ദമംഗലത്താണ്. വിദ്യാർത്ഥികളുടെ അറസ്റ്റിനെപ്പറ്റി പ്രിൻസിപ്പൽ അവിടെ അന്വേഷിച്ചു.

"ഞങ്ങൾ ആരെയും അറസ്റ്റു ചെയ്തിട്ടില്ല", എന്നായിരുന്നു അവരുടെ മറുപടി.

"മുക്കം സ്റ്റേഷനിലും വിവരമൊന്നും ഇല്ല."

കോഴിക്കോടു ജില്ലാ പൊലീസ് അധികാരികളുമായി ഫോണിൽ ബന്ധപ്പെടുവാൻ പ്രിൻസിപ്പൽ ശ്രമിച്ചു. ഫോണിൽ ആരെയും കിട്ടിയില്ല.

തന്റെ വലംകൈയായ പ്രൊഫസ്സർ അബ്ദുൾ ഗഫൂറിനെ അദ്ദേഹം ജില്ലാ പൊലീസ് കേന്ദ്രത്തിലേക്ക് അയച്ചു.

എന്നാൽ പ്രൊഫസ്സർ ഗഫൂർ വിവരം ഒന്നും കിട്ടാതെ മടങ്ങി,

"അവരൊന്നും പറയുവാൻ തയ്യാറല്ല സർ. എന്തോ ഒളിച്ചു വെക്കുന്നുണ്ട്."

അറസ്റ്റിലായ കുട്ടികളുടെ വീട്ടിലേക്ക് പ്രിൻസിപ്പൽ രജിസ്റ്റർ ചെയ്ത് കത്തയച്ചു.

പ്രൊഫസ്സർ ബഹാവുദ്ദീൻ തടസ്സങ്ങൾ കാര്യമാക്കിയില്ല. അറസ്റ്റിലായ കുട്ടികളുടെ വിവരം കണ്ടുപിടിക്കുവാൻ അദ്ദേഹം ശ്രമം തുടർന്നു. ഡി.ഐ.ജി. മധുസൂദനന്റെ ബന്ധുവായ പ്രൊഫസ്സർ എം.പി. ചന്ദ്രശേഖരനെ അദ്ദേഹം വിളിപ്പിച്ചു,

"ഡി.ഐ.ജി.യുടെ ഓഫീസിൽ പോയി എന്തെങ്കിലും വിവരം കിട്ടുമോ എന്നു നോക്കൂ."

പ്രിൻസിപ്പൽ തന്നെ ഏല്പിച്ച ദൗത്യത്തെ പറ്റി പ്രൊഫസ്സർ എം.പി. ചന്ദ്രശേഖരൻ പറയുന്നു:

“ഞാൻ ഡി.ഐ.ജി. മധുസൂദനന്റെ നടക്കാവിലുള്ള ഓഫീസിൽ ചെന്നപ്പോൾ അദ്ദേഹം അവിടെയില്ല. ഡി.ഐ.ജി. കക്കയം ക്യാംപിലാണ്, കാണുവാനോ ഫോണിൽ ബന്ധപ്പെടുവാനോ അനുവാദമില്ല.”

എന്നാൽ ഡി.ഐ.ജി.യുടെ പി.എ. വിവരം പറഞ്ഞു,

“ആർ.ഇ.സി. വിദ്യാർത്ഥികളെ പിടിച്ചിരിക്കുന്നത് കായണ്ണ പൊലീസ് സ്റ്റേഷൻ ആക്രമിച്ച കേസിലാണ്. അന്വേഷണം കഴിഞ്ഞാലേ വിടുകയുള്ളൂ. ആരുടെ പേരും ഇവിടെ അറിയുകയില്ല. ക്യാമ്പ് നടത്തുന്നത് മധുസാറല്ല, ജയറാം പടിക്കലാണ്. പോകുന്ന വഴി മുഴുവൻ സി.ആർ.പി.എഫ്. ചെക്കിങ് ഉണ്ട്. ആരെയും പോകുവാൻ അനുവദിക്കുകയില്ല.”

ഉച്ചയോടു കൂടി ഞാൻ വിവരം പ്രൊഫസ്സർ ബഹാവുദ്ദീനെ അറിയിച്ചു. പ്രിൻസിപ്പൽ പറഞ്ഞു,

“രാജന്റെ അച്ഛൻ ഈച്ചരവാര്യർ ഗവ. ആർട്സ് കോളേജിലെ പ്രൊഫസ്സർ ആണ്. ഇപ്പോൾ കോഴിക്കോട്ടുണ്ട്. അദ്ദേഹത്തോടു പോയി വിവരം പറയൂ. മുഖ്യമന്ത്രി അച്യുതമേനോനുമായി അദ്ദേഹത്തിനു നേരിട്ടു പരിചയമുണ്ട്. തിരുവനന്തപുരത്തു ചെന്ന് മുഖ്യമന്ത്രിയെ നേരിട്ടു കാണുവാൻ പറയൂ.”

ഞാനും പ്രൊഫസ്സർ ജോർജ്ജു വർഗീസ്സും കൂടി കോഴിക്കോട്ടുള്ള കേരള ഭവൻ ഹോട്ടലിന്റെ നാലാം നമ്പർ മുറിയിൽ ചെന്ന് ഈച്ചരവാര്യരെ കണ്ട് കാര്യങ്ങൾ പറഞ്ഞു.

“സാർ ഇന്ന് ഏഴര മണിയുടെ ഡീലക്സ് ബസ്സിൽ തിരുവനന്തപുരത്തു പോകണം. മസ്കറ്റ് ഹോട്ടലിന്റെ മുന്നിൽ ഇറങ്ങി കന്റോൺമെന്റ് ഹൗസിൽ കയറി മുഖ്യമന്ത്രിയെ കാണണം.”

പക്ഷേ ഈച്ചരവാര്യർക്ക് അതു സമ്മതമായിരുന്നില്ല.

“അച്യുതമേനോൻ എന്റെ സുഹൃത്തു തന്നെ. എന്നാൽ ഇതുവരെ ഒരു കാര്യത്തിനു വേണ്ടിയും ഞാൻ അദ്ദേഹത്തെ സമീപിച്ചിട്ടില്ല. ഇതിനായി പോകാനൊട്ട് ഉദ്ദേശ്യവുമില്ല.”

ഞാൻ വീണ്ടും നിർബന്ധിച്ചു,

“സാർ ഇത് അങ്ങനത്തെ ശുപാർശ ഒന്നും അല്ലല്ലോ. സാറൊന്നു മുഖ്യമന്ത്രിയെ കണ്ടാൽ രാജനെ വിടുവിക്കാം.”

“അവൻ കുറ്റമൊന്നും ചെയ്തില്ലെങ്കിൽ പൊലീസ് അവനെ വെറുതെ വിടില്ലേ? കുറ്റം ചെയ്യാത്തവരെ എന്തിനാ ശിക്ഷിക്കുന്നത്” എന്നായിരുന്നു വാര്യരുടെ പ്രതികരണം. അദ്ദേഹം തിരുവനന്തപുരത്തേക്കു പോകുവാൻ കൂട്ടാക്കിയില്ല.

പ്രൊഫസ്സർ എം.പി. ചന്ദ്രശേഖരൻ തുടരുന്നു:

“ഞങ്ങൾ നിരാശരായി മടങ്ങി. വർഷങ്ങൾക്കു ശേഷം ഇന്നും ഒരു മനഃസാക്ഷിക്കുത്തുപോലെ രണ്ടു ചോദ്യങ്ങൾ മനസ്സിൽ നുരഞ്ഞു

പൊന്തുന്നു. ഈച്ചരവാര്യർ തിരുവനന്തപുരത്തു പോയിരുന്നെങ്കിൽ രാജനെ മരണത്തിൽനിന്നും രക്ഷിക്കുവാൻ കഴിയുമായിരുന്നോ? ധാർമ്മികതയുടെ ലോകത്തിൽ നിന്ന് അദ്ദേഹത്തെ ഇറക്കികൊണ്ടുവരുന്നതിൽ ഞങ്ങൾ പരാജയപ്പെട്ടില്ലേ?"

എന്നാൽ, ഇത്തരത്തിൽ ശ്രമിച്ചിരുന്നെങ്കിൽ തന്നെ, പ്രൊഫസ്സർ ഈച്ചരവാര്യർക്കു രാജനെ രക്ഷിക്കുവാൻ കഴിയുമായിരുന്നില്ല. മാർച്ച് രണ്ടാം തീയതി ഉച്ചയ്ക്കു ശേഷം, രണ്ടു മണിക്കും ആറു മണിക്കും ഇടയിൽ, രാജൻ കൊല്ലപ്പെട്ടു. (പ്രൊഫസ്സർ ചന്ദ്രശേഖരൻ ഈച്ചര വാര്യരെ കണ്ടത് ഇതേ സമയത്തു തന്നെ ആയിരിക്കണം). യാതൊരുവിധ ഇടപെടലിനും രക്ഷിക്കുവാൻ കഴിയാത്ത ദൂരത്തേക്ക് ആ ഗായകൻ മറഞ്ഞു പോയി.

പ്രിൻസിപ്പൽ ബഹാവുദ്ദീൻ തന്റെ ശ്രമങ്ങൾ തുടർന്നുകൊണ്ടിരുന്നു. നാലാം തീയതിയോടെ കക്കയം ക്യാമ്പ് സന്ദർശിക്കുന്നതിനായി അദ്ദേഹത്തിന് അനുവാദം ലഭിച്ചു.

പ്രൊഫസ്സർ ബഹാവുദ്ദീൻ ഈ യാത്രയെ പറ്റി കോഴിക്കോടു ഫസ്റ്റ് ക്ലാസ്സ് മജിസ്ട്രേറ്റ് കോടതിയിലും പിന്നീട് ആർ.ഇ.സി. പൂർവ വിദ്യാർഥി സംഗമങ്ങളിലും വിവരിച്ചിട്ടുണ്ട്:

"മാർച്ച് നാലാം തീയതി കാലത്ത് ഞാനും പ്രൊഫസ്സർ ഗഫൂറും ഡ്രൈവറും കൂടി കോളേജു വക കാറിൽ കക്കയത്തേക്കു പുറപ്പെട്ടു. പത്തു മണിക്ക് കക്കയത്തെത്തി.

റോഡിൽനിന്നും മുന്നൂറു മീറ്ററോളം ഉള്ളിലായിരുന്നു പൊലീസ് ക്യാമ്പ്. കാവൽക്കാരോട് ആഗമനോദ്ദേശ്യം അറിയിച്ചു. അവർ അകത്തു പോയി അധികാരികളോടു സംസാരിച്ചിട്ടു തിരിച്ചു വന്നു. ഞങ്ങളോടു കാത്തിരിക്കുവാൻ പറഞ്ഞു."

കോളേജു പ്രിൻസിപ്പലിനെയും പ്രൊഫസ്സറെയും അവർ നാലര മണിക്കൂർ കാറിൽ പുറത്തിരുത്തി. രണ്ടര മണിയോടെ മാത്രമേ അകത്തേക്കു കടക്കുവാൻ അനുവദിച്ചുള്ളൂ.

കോളേജ് ക്യാമ്പസിൽ നിന്നും തന്റെ അനുവാദം കൂടാതെ പൊലീസ് കസ്റ്റഡിയിൽ എടുത്ത വിദ്യാർത്ഥികളെ അന്വേഷിച്ചു ചെന്ന പ്രിൻസിപ്പലിനെ അധിക്ഷേപിച്ചാണ് ജയറാം പടിക്കൽ വിട്ടത്.

പ്രിൻസിപ്പൽ ബഹാവുദ്ദീൻ തുടരുന്നു:

"ജയറാം പടിക്കലിന്റെ മുറിയിൽ കടന്നു ചെല്ലുമ്പോൾ മറ്റൊരു മുറിയിലെ ജാലകത്തിനടുത്ത് ജോസഫ് ചാലി നിൽക്കുന്നതു കണ്ടു. ഗഫൂറാണ് എനിക്കു ചാലിയെ കാണിച്ചു തന്നത്.

പടിക്കലുമായി ഞങ്ങൾ ഒരു മണിക്കൂർ നേരം സംസാരിച്ചു. അടുത്ത കസേരയിൽ ഇരുന്ന ഡി.ഐ.ജി. മധുസൂധനൻ കാര്യമായി ഒന്നും സംസാരിച്ചില്ല, അദ്ദേഹം ലോകവിപ്ലവങ്ങളെ കുറിച്ചുള്ള പുസ്തക വായനയിൽ മുഴുകി ഇരുന്നു."

പൊലീസ് കസ്റ്റഡിയിൽ രാജൻ കൊല്ലപ്പെട്ടു എന്ന വിവരം ജയറാം പടിക്കൽ തന്ത്രപൂർവം മറച്ചു വെച്ചു. രാജൻ കസ്റ്റഡിയിൽ നിന്നും ഓടിപ്പോയതായി പ്രിൻസിപ്പലിനോടു ഡി.ഐ.ജി. ജയറാം പടിക്കൽ കള്ളം പറഞ്ഞു.

"കസ്റ്റഡിയിൽ എടുത്ത മറ്റു വിദ്യാർത്ഥികളെ കായണ്ണ നക്സലൈറ്റ് ആക്രമണവുമായി ബന്ധപ്പെട്ടു ചോദ്യം ചെയ്തുകൊണ്ടിരിക്കയാണ്. നിന്റെ ആർ.ഇ.സി. ഒരു നക്സലൈറ്റ് കേന്ദ്രമാണ്", ഡി.ഐ.ജി. ജയറാം പടിക്കൽ പറഞ്ഞു.

ഹോസ്റ്റലിൽ സാമൂഹികവിരുദ്ധശക്തികൾ കടന്നു ചെല്ലുന്നുണ്ടെന്നും സുരക്ഷാനടപടികൾ ശക്തിപ്പെടുത്തേണ്ടതുണ്ടെന്നും ഡി.ഐ.ജി. പ്രിൻസിപ്പലിനെ താക്കീതു ചെയ്തു.

തുടർന്ന് രോഷവും പുച്ഛവും കലർന്ന സ്വരത്തിൽ അസഭ്യമായ ഭാഷ ഉപയോഗിക്കുകയും, "നിന്റെ കോളേജു ഞാൻ പൂട്ടിക്കുമെടാ", എന്നു പറയുകയും ചെയ്തു.

കേന്ദ്രഗവൺമെന്റിന്റെ കീഴിലുള്ള ഒരു ഉന്നത പാഠശാല പൂട്ടിക്കുവാനുള്ള അധികാരം തനിക്കുണ്ടെന്നാണ് പടിക്കൽ വീമ്പിളക്കുന്നത്. അടിയന്തരാവസ്ഥയിലെ നിയന്ത്രണാതീതമായ അധികാരം അയാളെ അന്ധനാക്കി.

പ്രിൻസിപ്പൽ ബഹാവുദ്ദീൻ നിരാശനായി മടങ്ങി. കസ്റ്റഡിയിൽ എടുത്ത തന്റെ വിദ്യാർത്ഥികൾക്കായി അദ്ദേഹത്തിന് ഒന്നും തന്നെ ചെയ്യുവാൻ സാധിച്ചില്ല. വാതിലുകൾ എല്ലാം തന്റെ മുൻപിൽ അടഞ്ഞിരിക്കുന്നു എന്ന് പ്രിൻസിപ്പൽ മനസ്സിലാക്കി.

വിദ്യാർത്ഥികളെ പൊലീസ് കസ്റ്റഡിയിൽ എടുത്ത വിവരം അജണ്ടയിൽ ഉൾപ്പെടുത്തി കോളേജ് ഗവേർണിങ് കൗൺസിൽ ചർച്ച ചെയ്യുകയും കേന്ദ്രവിദ്യാഭ്യാസ വകുപ്പിന് പ്രിൻസിപ്പൽ കത്തയയ്ക്കുകയും ചെയ്തു.

കോളേജു ക്യാമ്പസിലെ കുട്ടികളുടെ സംരക്ഷണം പ്രിൻസിപ്പലിൽ നിക്ഷിപ്തമാണ്. അതിനാലാണ് പ്രിൻസിപ്പലിന്റെ അനുവാദം കൂടാതെ കോളേജു ക്യാമ്പസിൽ പൊലീസ് കയറുവാൻ പാടില്ല എന്നു നിയമം അനുശാസിക്കുന്നത്. വീട്ടിൽ മാതാപിതാക്കൾ വഹിക്കുന്ന കടമയാണ് കോളേജിൽ പ്രിൻസിപ്പലിനുള്ളത്. പ്രിൻസിപ്പൽ ബഹാവുദ്ദീൻ തന്റെ കുട്ടികളെ രക്ഷിക്കുവാനായി നടത്തിയ ശ്രമങ്ങൾ പ്രത്യേക പ്രശംസ അർഹിക്കുന്നു. ഈ കാര്യത്തിൽ പ്രൊഫസ്സർ ബഹാവുദ്ദീനെ കേരള ഹൈക്കോടതി ശ്ലാഘിക്കുക ഉണ്ടായി.

വിധിയുടെ വിളയാട്ടം അതീവ വിചിത്രമാണ്. ഒരു കൊല്ലത്തിനു ശേഷം ജയറാം പടിക്കൽ തന്റെ മൗഢ്യസ്വർഗ്ഗത്തിൽ നിന്നും നിലം പതിച്ചു. പ്രിൻസിപ്പൽ ബഹാവുദ്ദീന് അതിൽ ഒരു വലിയ പങ്കുണ്ടായിരുന്നു.

ആറ്
രാജന്റെ കൊലപാതകം

രാജൻ എങ്ങനെ കൊല്ലപ്പെട്ടു എന്നത് രാജന്റെ കൂടെ കസ്റ്റഡിയിൽ ഉണ്ടായിരുന്ന വ്യക്തികളുടെ മൊഴികളിലും കോടതി രേഖകളിലും വ്യക്തമായി പറയുന്നുണ്ട്. രാജന്റെ മരണത്തെപ്പറ്റി അന്വേഷിച്ച പൊലീസ് ഉദ്യോഗസ്ഥരുടെ റിപ്പോർട്ടിലും ഇതേ വസ്തുതകൾ തന്നെ ഊന്നി പറയുന്നുണ്ട്.

ജോസഫ് ചാലി

തന്നെയും രാജനെയും പൊലീസ് കസ്റ്റഡിയിൽ എടുത്തതു ജോസഫ് ചാലി എന്ന സഹവിദ്യാർത്ഥി വിവരിക്കുന്നു. 1977ൽ ജയിൽ മോചിതനായ ശേഷം ചാലി പറഞ്ഞു:

"എന്നെ അറസ്റ്റു ചെയ്തു വാനിൽ കയറ്റുമ്പോൾ രാജൻ വാനിലുണ്ടായിരുന്നു. സാഹിത്യകാരനായ കുമാരൻ നായർ താമസിക്കുന്ന ലോഡ്ജിലേക്കാണ് ഞങ്ങളെ കൊണ്ടുപോയത്. അവിടെയുള്ള എല്ലാ മുറികളും പൊലീസ് പരിശോധിച്ചു എങ്കിലും കുമാരൻ നായരെ കണ്ടു കിട്ടിയില്ല.

"തോക്കെവിടെടാ" എന്നു പൊലീസ് ഓഫീസർ ചോദിച്ചു.

"ഞങ്ങൾക്കറിഞ്ഞു കൂടാ" എന്നു പറഞ്ഞു.

കോഴിക്കോട്ടെ ഒരു ഹോട്ടലിൽ ഞങ്ങളെ കൊണ്ടുപോയി. പൊലീസുകാർ ഭക്ഷണം കഴിച്ചു. ഞങ്ങൾക്കൊന്നും തന്നില്ല.

അന്നു രാത്രി 10.30നു ഞങ്ങളെ കക്കയം ക്യാംപിൽ എത്തിച്ചു. എന്നെ ഒരു ബഞ്ചിൽ കിടത്തിയിട്ട് ഉലക്കകൊണ്ടു തുടയിൽ ഉരുട്ടി. വായിൽ തുണി തിരുകിയിരുന്നു. എന്നെ ഉരുട്ടുമ്പോൾ രാജനെ താഴെ ഇരുത്തി മർദ്ദിക്കുന്നുണ്ടായിരുന്നു. രാത്രിയിൽ രാജനെ എന്റെ അടുക്കൽ നിന്നും മാറ്റി.

എന്നെ കിടത്തിയിരുന്ന മുറിയിൽ ഇരുപത്തിയഞ്ചോളം പേരുണ്ടായിരുന്നു. രാത്രി മൂത്രം ഒഴിക്കുവാൻ പോകാൻ പോലും ഭയമായിരുന്നു,

കാരണം പുറത്തേക്കു പോയാൽ പാറാവുകാർ മർദ്ദിക്കുമായിരുന്നു. കക്കയം ക്യാമ്പിൽ ഭക്ഷണം ഒന്നും കിട്ടിയിരുന്നില്ല. എനിക്കാണെങ്കിൽ ചായ കുടിക്കുവാൻ പോലും വയ്യായിരുന്നു.

നാലാം തീയതി ഒരു പൊലീസുകാരൻ പറയുമ്പോഴാണ് രാജൻ മരിച്ചു എന്നറിയുന്നത്.

ഇപ്പോൾ എനിക്കു തീരെ വയ്യ, ശരീരം മുഴുവൻ വേദനയാണ്. കക്കയം ക്യാമ്പിൽ വെച്ച് അവിടെയുള്ള ഒരു ഡിസ്പെൻസറിയിൽ എന്നെ കൊണ്ടു പോയി. കണ്ണൂരിൽ പന്ത്രണ്ടു ദിവസം ആശുപത്രിയിൽ കിടന്നു.

കെ.രാജൻ

ചാത്തമംഗലത്തു ടൈപ്പ്റൈറ്റിങ് ഇൻസ്റ്റിറ്റ്യൂട്ട് നടത്തിയിരുന്ന കാന ങ്ങോട്ടു രാജൻ എന്ന സഹതടവുകാരൻ, രാജൻ കൊല്ലപ്പെടുന്ന സമയത്ത്, അതേ മുറിയിൽ ഉണ്ടായിരുന്നു. ഈ കൊലപാതകത്തിന്റെ ഏറ്റവും വ്യക്ത മായ തെളിവാണ് കെ.രാജന്റെ മൊഴികൾ.

കെ.രാജൻ പറയുന്നു:

"എന്നെ പൊലീസ് വണ്ടിയിൽ കൊണ്ടുവന്ന് കക്കയത്തെ ഇലക്ട്രി സിറ്റി ബോർഡിന്റെ പവർസ്റ്റേഷനടുത്തുള്ള ഷെഡ്ഡിലെ ഒരു മുറിയിലേക്കു മാറ്റി. അവിടെ ജയറാം പടിക്കലും ലക്ഷ്മണയും മധുസൂദനനും മുരളി കൃഷ്ണദാസും ഇരിപ്പുണ്ടായിരുന്നു. ഇരുമ്പുകമ്പിയിൽ പ്ലാസ്റ്റിക് മെടഞ്ഞ വട്ടക്കസേരയിൽ ഇരുന്ന അവർക്കു മുൻപിൽ, വെറും നിലത്ത് ഉടുപ്പഴിച്ച് എന്നെ ഇരുത്തി. പലവട്ടം ചോദ്യങ്ങൾ വന്നു.

"എനിക്കൊന്നും അറിയില്ല", എന്നു ഞാൻ പറഞ്ഞുകൊണ്ടിരുന്നു.

കൈയിൽ അറ്റം കൂർപ്പിച്ച പെൻസിലുമായാണ് ജയറാം പടിക്കൽ ഇരു ന്നത്.

"എവിടെയാണ് കെ.വേണു?" മൂർച്ചയോടെ ചോദ്യം വന്നു.

"എനിക്കറിയില്ല" എന്നു പറഞ്ഞു മുഴുമിക്കുന്നതിനു മുൻപ് അറ്റം കൂർത്ത പെൻസിൽ ഒരു ശീൽക്കാരത്തോടെ പാഞ്ഞു വന്നു. കണ്ണായി രുന്നു ലക്ഷ്യം. പേടിച്ചു തല വെട്ടിച്ചപ്പോൾ ചെവിയിലാണ് കുത്തേറ്റത്, ചോര പൊടിഞ്ഞു.

അടുത്ത ചോദ്യം, "ആക്ഷൻ ആസൂത്രണം ചെയ്തത് നിന്റെ വീട്ടിൽ നിന്നല്ലേ?"

"അല്ല."

"നീ ഇയാളെ അറിയും." രാമചന്ദ്രന്റെ താടിയുള്ള ഫോട്ടോ കാണി ച്ചാണ് ചോദ്യം.

"അറിയില്ല."

ഇത്തവണ കൂർത്ത പെൻസിൽമുന എന്റെ നെറ്റിയിൽ തറച്ചു കയറി.

“കൊണ്ടു പോ” എന്നു ജയറാം പടിക്കൽ അലറി.

പൊലീസ് സ്റ്റേഷൻ ആക്രമണത്തെക്കുറിച്ച് എനിക്കൊന്നും അറിയില്ലായിരുന്നു.

പൊലീസുകാരൻ ജയദേവൻ എന്നെ പിടിച്ച് അടുത്ത മുറിയിലേക്കു കൊണ്ടുപോയി. എന്റെ പിന്നാലെ അഞ്ചാറു പൊലീസുകാർ മുറിയിലേക്കു കയറി വന്നു. അവിടെ വേലായുധനും പുലിക്കോടനും ബീരാനും ജയരാജനും ലോറൻസും കൂടി രാജനെ ഒരു ബെഞ്ചിൽ കിടത്തി ഉരുട്ടിക്കൊണ്ടിരുന്നു. ശബ്ദം പുറത്തു വരാതെയിരിക്കാൻ അവന്റെ വായ തുണികൊണ്ട് ബീരാൻ അമർത്തി പിടിച്ചിരുന്നു.

അപ്പോഴേക്കും ബെഞ്ചും വേറൊരു ഇരുമ്പുലക്കയും റെഡിയാക്കിയിരുന്നു. അവർ എന്നെ മലർത്തിക്കിടത്തി കൈയും കാലും ബെഞ്ചിൽ ചേർത്ത് മുറുക്കിക്കെട്ടി.

“എന്നെ ഒന്നും ചെയ്യല്ലേ, എനിക്കൊന്നും അറിഞ്ഞുകൂടാ” എന്നു ഞാൻ കെഞ്ചി നോക്കി.

എന്റെ അടുത്ത ബെഞ്ചിൽ നിന്ന് അമർത്തിയ ഞരക്കം കേട്ടാണ് നോക്കിയത്. അപ്പോൾ അന്നത്തെ നാദാപുരം എസ്.ഐ. ആയ അബൂബക്കർ രാജനെ ഉരുട്ടുന്ന ബെഞ്ചിനടുത്തേക്കുചെന്ന് ബീരാന്റെ കൈയിൽ നിന്നും തുണി വാങ്ങി രാജന്റെ നിലവിളിക്കുന്ന വായ ശക്തിയായി അമർത്തിപ്പിടിക്കുകയായിരുന്നു. സഹിക്കാനാവാത്ത വേദനയുടെ ശബ്ദം ആ മുറിയിൽ തിങ്ങിനിറഞ്ഞിരുന്നു. ഷഡ്ഡി മാത്രം ഉടുത്ത രാജൻ മലർന്നു കിടന്നു വേദന തിന്നുകയായിരുന്നു. കൈകൾ താഴെ കൂച്ചിക്കെട്ടിയിരുന്നു. കാല് ബെഞ്ചിനോടു ചേർത്ത് വലിച്ചമർത്തിക്കെട്ടിയിരുന്നു.

മലർത്തിക്കിടത്തിയിരുന്ന എന്റെ നാഭി ഞെരിച്ചുകൊണ്ട് മുരളികൃഷ്ണദാസ് പറഞ്ഞു, “നിനക്കിനി അതൊന്നും വേണ്ടെടാ.”

പിന്നെ ഉരുട്ടൽ തുടങ്ങി. കാൽമുട്ടിനു മുകളിലോട്ടും അരയ്ക്കു താഴോട്ടുമാണ് ഉരുട്ടൽ. രണ്ടു പൊലീസുകാർ അപ്പുറത്തുമിപ്പുറത്തും നിന്ന് പിടിച്ച് സർവ്വശക്തിയും എടുത്ത് ഞെരിച്ച് ഉരുട്ടും. പ്രാണൻ പോകുന്ന വേദനയാണ്. ഉരുട്ടപ്പെട്ടവർ തുട നീരു വെച്ച്, മസിൽ വേർപെട്ട് മൃതപ്രായരായി കിടക്കും. ഈച്ച വന്നിരുന്നാൽ പോലും വേദനിക്കുന്ന തുടയിൽ, കുറെ കഴിയുമ്പോൾ ഇരുമ്പുലക്ക കൊണ്ട് വീണ്ടും ഉരുട്ടും.

ശരീരത്തിലെ വെള്ളം ബെഞ്ചിലൂടെ ഇറ്റിറ്റ് നിലത്തേക്കു വീണു. കാലിന്റെ തൊലി ഇരുമ്പുലക്കയിൽ കുടുങ്ങി തൊലി പൊളിഞ്ഞു തുടങ്ങി. എസ്.ഐ. ആയ വി.ടി.തോമസ് നടുവിൽനിന്നും മേലോട്ടും താഴോട്ടും തുടർച്ചയായി ഉരുട്ടി. തുണി അമർത്തി പിടിച്ചിരിക്കുന്നതുകൊണ്ട് “ഉം...” എന്ന ശബ്ദമേ പുറത്തു വരുന്നുള്ളൂ. പ്രാണവേദനകൊണ്ട് ഒന്നു ബോധം നഷ്ടപ്പെട്ടിരുന്നെങ്കിൽ എന്നു ഞാൻ പ്രാർത്ഥിച്ചു.

തൊട്ടപ്പുറത്തെ ഞരക്കം നിലച്ചു. എസ്.ഐ. അബൂബക്കർ രാജന്റെ വായ പൊത്തിപ്പിടിക്കുന്നത് ഒഴിവാക്കിയപ്പോൾ രാജന് എന്തോ സംഭവിച്ചതായി ഉരുട്ടുന്ന പൊലീസുകാർക്ക് മനസ്സിലായി. അവർ രാജനെ ഉരുട്ടുന്നതു നിർത്തി മാറി നിന്നു. എന്റെ വായിൽ തുണി അമർത്തിപ്പിടിച്ച പൊലീസുകാരനും നിവർന്നു നിന്നു. എല്ലാവരും അങ്ങോട്ടു നോക്കി. രാജന്റെ കൈകൾ അഴിച്ച് സോമൻ താങ്ങിയിരുത്തി. അവന്റെ തല ഒരു വശത്തേക്കു ചരിഞ്ഞു.

ബീരാൻ പുറത്തേക്കു പോയി വെള്ളവുമായി വന്ന് രാജന്റെ മുഖത്തു തളിച്ചു. അപ്പോഴും അവന്റെ തട്ടിപ്പാണെന്ന് സോമൻ പറയുന്നുണ്ടായിരുന്നു. ബോധം കെട്ടതായിരിക്കാമെന്ന് വേലായുധനും പറഞ്ഞു. ബീരാൻ വീണ്ടും പുറത്തേക്കു പോയി ജയറാം പടിക്കലുമായി വന്നു. അയാൾ രാജനെ തൊട്ടു നോക്കി. എന്നിട്ട് ഡോക്ടറെ വിളിക്കുവാൻ ബീരാനെ പറഞ്ഞയച്ചു.

അപ്പോഴേക്കും ലക്ഷ്മണയും മുരളികൃഷ്ണദാസും വന്നു. പൊലീസുകാരെയെല്ലാം മുരളികൃഷ്ണദാസ് പുറത്താക്കി. ലക്ഷ്മണയ്ക്കു പിന്നിലായി മധുസൂദനൻ പുറത്തെ മുറിയിലേക്കു കടന്നു.

ഏകദേശം പത്തിരുപതു മിനിട്ടു കഴിഞ്ഞു കാണും. ലോറൻസും ബീരാനും വേലായുധനും സോമനും ജയദേവനും കൂടി വന്ന് രാജന്റെ ശവം ബെഞ്ചിൽനിന്നും പൊക്കിയെടുത്ത് ആസ്ബറ്റോസ് ഷീറ്റിന്റെ വാതിലിലൂടെ പുറത്ത് ഓഫീസർമാർ ഇരുന്ന മുറിയിലേക്കു കൊണ്ടുപോയി. പുറത്ത് ജീപ്പ് സ്റ്റാർട്ടാക്കുന്ന ശബ്ദം കേട്ടു.

ഹൈക്കോടതിയിലും രാജന്റെ മരണത്തെപ്പറ്റി അന്വേഷിച്ച പൊലീസ് ഉദ്യോഗസ്ഥന്മാരുടെ മുൻപിലും കേസ് വിസ്തരിച്ച കോയമ്പത്തൂർ കോടതിയിലും കെ. രാജൻ മൊഴി നൽകിയിട്ടുണ്ട്. ആർ.ഇ.സി. വിദ്യാർത്ഥിയായ രാജന്റെ കൊലപാതകം നേരിട്ടു കണ്ട, പൊലീസുകാരൻ അല്ലാത്ത ഏക സാക്ഷിയുടെ മൊഴി. എന്നാൽ രാജൻ കൊല്ലപ്പെട്ടതായി നീതിപീഠത്തിന്റെ മുൻപിൽ തെളിയിക്കുവാൻ അതു മതിയായില്ല.

അന്വേഷണ റിപ്പോർട്ട്

ഇനി രാജൻ കേസ് അന്വേഷിച്ച പൊലീസ് ഉദ്യോഗസ്ഥന്മാർ എന്തു പറയുന്നു എന്നു നോക്കാം.

രാജൻ പൊലീസ് കസ്റ്റഡിയിൽ മരിച്ചു എന്ന് കേരള ഹൈക്കോടതി കണ്ടെത്തിയതോടെ രാജന്റെ കസ്റ്റഡി മരണം അന്വേഷിക്കുവാൻ കേരള ഗവൺമെന്റ് നിർബന്ധിതമായി. ഡി.ഐ.ജി. രാജഗോപാൽ നാരായണന്റെ നേതൃത്വത്തിൽ അന്വേഷണം ആരംഭിച്ചു. 1977 മാർച്ച് 17നു പേരാമ്പ്ര ഫസ്റ്റ് ക്ലാസ്സ് മജിസ്ട്രേറ്റ് കോടതിയിൽ രാജന്റെ കൊലപാതകം അന്വേഷിച്ച ഡി.എസ്.പി. നൽകിയ റിപ്പോർട്ടിൽ അടങ്ങിയിട്ടുള്ള വിവരങ്ങൾ:

രാജൻ കേസ്: അണിയറരഹസ്യങ്ങൾ അവസാനിക്കുന്നില്ല

1976 മാർച്ച് ഒന്നിന് വൈകിട്ട് പി.രാജനെ ജോസഫ് ചാലി അബോധാവസ്ഥയിൽ കാണുകയുണ്ടായി എന്ന് അന്വേഷണത്തിൽ തെളിഞ്ഞിട്ടുണ്ട്. രണ്ടാം തീയതി കക്കയം ക്യാമ്പിലെ മറ്റൊരു മുറിയിൽ കെ. രാജനും പി. രാജനെ അതേ അവസ്ഥയിൽ കണ്ടു.

ക്യാമ്പിൽ ഡ്യൂട്ടിയിൽ ഉണ്ടായിരുന്ന സബ് ഇൻസ്പെക്ടർമാരായ കെ.എസ്. ജയപ്രകാശ്, ടി. രാമരാജ് എന്നിവരും മാർച്ച് രണ്ടാം തീയതി വൈകുന്നേരം ക്യാമ്പിൽ വെച്ച് രാജനെ കാണുകയുണ്ടായി.

രണ്ടാം തീയതി വൈകിട്ട് ഉദ്ദേശ്യം ആറു മണിക്കോ ആറര മണിക്കോ കക്കയം ഗവണ്മെന്റ് ഡിസ്പെൻസറിയിലെ അസി. സർജൻ ഡോ. വിശാലാക്ഷമേനോനെ അടിയന്തരമായി ക്യാമ്പിൽ വരുത്തി. ക്യാമ്പിൽ അസാധാരണമായ മൂകത തളംകെട്ടി നിന്നിരുന്നതായി ഡോക്ടർ പറയുന്നു. അഞ്ചു മിനിട്ടിനകം ആരെയങ്കിലും പരിശോധിക്കുന്നതിനോ ആർക്കെങ്കിലും വൈദ്യസഹായം നൽകുന്നതിനോ ആവശ്യപ്പെടാതെ അദ്ദേഹത്തോട് മടങ്ങിപ്പൊയ്ക്കൊള്ളുവാൻ പറഞ്ഞു.

കക്കയം ക്യാമ്പിനു സമീപം താമസിക്കുന്ന തോമസ്, തന്റെ വീട്ടിലെ മുറിയിൽ കിടക്കുമ്പോൾ ക്യാമ്പിൽ നിന്ന് ഒരു മൃതശരീരം പൊലീസ് വാനിലേക്കു കയറ്റുന്നതായി കണ്ടു.

കക്കയം ഇൻസ്പെക്ഷൻ ബംഗ്ലാവിലെ വാച്ച്മാനോട് ചില പൊലീസുകാർ മാർച്ച് രണ്ടാം തീയതി രാത്രി കാലിച്ചാക്ക് ആവശ്യപ്പെട്ടതായി അന്വേഷണത്തിൽ വെളിപ്പെട്ടിട്ടുണ്ട്. പിന്നീട് പൊലീസുകാർ അവിടെ കാന്റീൻ നടത്തുന്ന ദാമോദരന്റെ പക്കൽ നിന്നും ചാക്ക് വാങ്ങി.

അന്വേഷണം നടത്തുന്ന പൊലീസ് ഉദ്യോഗസ്ഥന്മാരും മറ്റു പൊലീസുകാരും കസ്റ്റഡിയിൽ എടുത്തിരുന്നവരും മാത്രമാണ് ക്യാമ്പിൽ ഉണ്ടായിരുന്നത്. രാത്രിയും പകലും ക്യാമ്പിനു ചുറ്റും പൊലീസ് കാവൽ ഏർപ്പെടുത്തിയിരുന്നു.

മേൽ വിവരിച്ച വസ്തുതകളിൽ നിന്നും, രാജൻ മാർച്ച് രണ്ടാം തീയതി പൊലീസ് പീഡനങ്ങൾക്കു വിധേയനായി മരിച്ചു എന്ന അപ്രതിരോധ്യമായ അനുമാനത്തിൽ മാത്രമാണ് എത്തിച്ചേരുവാൻ കഴിയുക. തെളിവുകൾ നശിപ്പിക്കുവാനായി മൃതശരീരം നശിപ്പിച്ചു എന്നുവേണം കരുതേണ്ടത്.

കുറ്റപത്രം

അടുത്തതായി, 1977 ജൂൺ 21നു കോഴിക്കോട് ചീഫ് ജുഡീഷ്യൽ മജിസ്ട്രേറ്റ് കോടതിയിൽ അന്വേഷണ ഉദ്യോഗസ്ഥന്മാർ സമർപ്പിച്ച അറുപത്തിമൂന്നു പേജുള്ള കുറ്റപത്രത്തിൽ നിന്ന്:

കായണ്ണ പൊലീസ് സ്റ്റേഷനു നേരെ 1976 ഫെബ്രുവരി 27നും 28നും ഇടയ്ക്കുള്ള രാത്രിയിൽ നക്സലൈറ്റ് ആക്രമണം ഉണ്ടായതായി റിപ്പോർട്ട്

കിട്ടി. കോഴിക്കോടു ക്രൈംബ്രാഞ്ച് ഡി.വൈ.എസ്.പി. കുഞ്ഞിരാമൻ നമ്പ്യാർ മറ്റു പൊലീസുകാരുമൊന്നിച്ച് 28നു രാവിലെ സംഭവ സ്ഥലത്തെത്തി.

ഡി.ഐ.ജിമാരായ ജയറാം പടിക്കൽ, ടി.വി. മധുസൂദനൻ, പൊലീസ് സൂപ്രണ്ടായിരുന്ന മുരളികൃഷ്ണദാസ് എന്നീ ഉദ്യോഗസ്ഥരും താമസിയാതെ വന്നു ചേർന്നു. അവരെല്ലാം ചേർന്ന് കേസന്വേഷണത്തിനു രൂപം നൽകി. ഇതിനായി വിജനമായ കക്കയം തിരഞ്ഞെടുത്തു. കായണ്ണ സ്റ്റേഷനിൽ നിന്ന് പത്തു മൈലോളം അകലെയാണു കക്കയം. അവിടെ ഒഴിഞ്ഞു കിടന്ന ഇലക്ട്രിസിറ്റി ബോർഡിന്റെ കെട്ടിടവും ഇൻസ്പെക്ഷൻ ബംഗ്ലാവും മറ്റും കേസ് അന്വേഷണത്തിനു വിട്ടുകിട്ടാനായി പേരാമ്പ്ര സർക്കിൾ ഇൻസ്പെക്ടർ മോഹനനെ ചുമതലപ്പെടുത്തി. കക്കയം ഇൻസ്പെക്ഷൻ ബംഗ്ലാവ് ജയറാം പടിക്കൽ, മധുസൂദനൻ, പൊലീസ് സൂപ്രണ്ട് ലക്ഷ്മണ എന്നിവരുടെ താമസത്തിനാണ് ഉപയോഗപ്പെടുത്തിയത്.

കേസ് അന്വേഷണത്തിനും പ്രതികളെ തിരയുന്നതിനും കാവൽ നിൽക്കുന്നതിനുമായി പൊലീസ് കോൺസ്റ്റബിൾമാരേയും റിസർവ് പൊലീസിനേയും കൊണ്ടുവന്നു.

ഇലക്ട്രിസിറ്റി ബോർഡിന്റെ ഒഴിഞ്ഞ കെട്ടിടത്തിൽ പ്ലൈവുഡ്, മരക്കഷണങ്ങൾ എന്നിവ കൊണ്ട് മുറികൾ വേർതിരിച്ചു. പല ഭാഗത്തു നിന്നും കിട്ടിയ പ്രതികളെ ഇവിടേക്കാണ് കൊണ്ടുവന്നത്. പൊലീസ് ഉദ്യോഗസ്ഥർ അവിടെ പ്രതികളെ ചോദ്യം ചെയ്യുകയും മർദ്ദിക്കുകയും ചെയ്തു.

ഫെബ്രുവരി 29 രാത്രിയിൽ തന്നെ പ്രതികൾക്കായി തിരച്ചിൽ തുടങ്ങി. സർക്കിൾ ഇൻസ്പെക്ടർ മോഹനനും മറ്റും കോഴിക്കോട് റീജണൽ എൻജിനീയറിങ് കോളേജ് വിദ്യാർത്ഥിയും പ്രൊഫ. ഈച്ചരവാര്യരുടെ മകനുമായ രാജനേയും മറ്റൊരു എൻജിനീയറിങ് വിദ്യാർത്ഥിയായ ചാലിയേയും പിടികൂടുവാൻ ഇറങ്ങിത്തിരിച്ചു. മാർച്ച് ഒന്നിന് അഞ്ചരമണി സമയത്ത് ഫറൂക്കിൽ നാടകപരിപാടി കഴിഞ്ഞ് ഹോസ്റ്റലിലേക്കു തിരിക്കുകയായിരുന്ന രാജൻ പൊലീസ് കസ്റ്റഡിയിലായി. സർക്കിൾ ഇൻസ്പെക്ടർ ശ്രീധരൻ ചാലിയെ പിടിച്ച് ക്രൈംബ്രാഞ്ച് ഡി.വൈ.എസ്.പിയെ ഏല്പിച്ചു. ഇരുവരേയും കക്കയത്തെ കെട്ടിടത്തിൽ പൊലീസ് ഉദ്യോഗസ്ഥന്മാരുടെ മുൻപാകെ ഹാജരാക്കി. ഡി.ഐ.ജി. ജയറാം പടിക്കൽ ഉരുട്ടുവാൻ ഉത്തരവിട്ടു.

കായണ്ണ കേസ് അന്വേഷണത്തെ സഹായിക്കാൻ ഡി.ഐ.ജി. മധുസൂദനൻ, പൊലീസ് ഇൻസ്പെക്ടർ പുലിക്കോടൻ നാരായണനെ പ്രത്യേക ഉത്തരവിൽ കക്കയത്തേക്കു വിളിപ്പിച്ചു. പ്രതികളെ ഉരുട്ടുന്നതിൽ പുലിക്കോടനായിരുന്നു നേതൃത്വം. മറ്റു പൊലീസ് കോൺസ്റ്റബിൾമാരും ഉരുട്ടുവാൻ സഹായിച്ചിരുന്നു.

ചാലിയെ ആണ് ആദ്യം ഉരുട്ടിയത്. ആ സമയത്ത് രാജനെ ചുമരിനോടു ചേർത്തു നിർത്തി അടിച്ചു. രാജനും ഉരുട്ടലിനു വിധേയനായി. ഒരു ബെഞ്ചിൽ മലർത്തിക്കിടത്തി, കരങ്ങൾ ബെഞ്ചിനടിയിൽ വലിച്ചു കെട്ടിയിരുന്നു. തല ബെഞ്ചിനു താഴോട്ടു തൂങ്ങി കിടന്നു. വായിൽ തുണി കുത്തി നിറച്ചു. കുറച്ചു നേരം ഉരുട്ടൽ കഴിഞ്ഞപ്പോൾ രാജൻ ബോധരഹിതനായി.

മറ്റു പ്രതികളേയും ഉരുട്ടി. മാർച്ച് രണ്ടിന് ഉരുട്ടൽ തുടർന്നു. ചങ്ങല കൊണ്ടുള്ള മർദ്ദനങ്ങൾ നടന്നു. അന്നു രാജൻ പൂർണ്ണമായും നിശ്ചലനായി കിടക്കുന്നത് സാക്ഷികളായ ചാലിയും ചാത്തമംഗലത്ത് ഇൻസ്റ്റിറ്റ്യൂട്ട് നടത്തുന്ന രാജനും കണ്ടിട്ടുണ്ട്. രാജന്റെ വായിലെ തുണി നീക്കി, വെള്ളം കുടഞ്ഞപ്പോഴും അവനു ഭാവഭേദം ഉണ്ടായില്ല. സാക്ഷികളെ രാജൻ കിടന്നിരുന്ന മുറിയിൽ നിന്നു മാറ്റിയതിനാൽ പിന്നീട് എന്തു നടന്നുവെന്ന് അവർക്കറിയില്ല. ഇതെല്ലാം നടക്കുമ്പോൾ ഉച്ചയ്ക്ക് രണ്ടുമണി ആയിക്കാണും.

അന്നു വൈകിട്ട് ആറര മണിക്കും ഏഴുമണിക്കും മദ്ധ്യേ ഒരു മൃതദേഹം ചാക്കിൽ കെട്ടി കൊണ്ടുപോകുന്നത് ഇലക്ട്രിസിറ്റി ബോർഡിലെ ജീവനക്കാരനായ കേസിലെ സാക്ഷി തോമസ് കണ്ടു. കേസിലെ മറ്റൊരു സാക്ഷി മറിയം ലോനപ്പനും ഇതു സംബന്ധിച്ച് മൊഴി നൽകി.

രാജന്റെ മൃതദേഹം ഊരക്കുഴിയിൽ കൊണ്ടുപോയി ഇട്ടു എന്ന നിഗമനത്തിലാണ് പ്രോസിക്യൂഷൻ പിന്നീട് എത്തിച്ചേർന്നത്.

കക്കയം വനത്തിനുള്ളിലെ പാറക്കൂട്ടങ്ങൾ നിറഞ്ഞ അഗാധമായ ഒരു ഗർത്തമാണ് ഊരക്കുഴി. വഴുക്കലുള്ള പാറകളും അപ്പുറം കാണാനാവാത്ത ഗർത്തത്തിലേക്കു പതിക്കുന്ന കാട്ടുചോലയും.

കുറ്റപത്രം തുടരുന്നു:

ഊരക്കുഴി ഭാഗത്ത് നിന്നും വരികയായിരുന്ന ഒരു പൊലീസ് വാൻ അവിടെ 'സ്റ്റക്ക്' ആയി നിന്നതിനു തെളിവുകളുണ്ട്.

എസ്.ഐ. പുലിക്കോടൻ നാരായണൻ, എസ്.പി. ലക്ഷ്മണ, ഡി.ഐ.ജി. ജയറാം പടിക്കൽ, ഡി.ഐ.ജി. മധുസൂദനൻ, എസ്.പി. മുരളികൃഷ്ണദാസ്, ഡി.വൈ.എസ്.പി. കുഞ്ഞിരാമൻ നമ്പ്യാർ, സി.ഐ. മോഹനൻ എന്നിവരായിരുന്നു ഈ കേസിലെ പ്രതികൾ. രാജന്റെ മരണത്തിന് ഈ ഏഴു പ്രതികളും ഉത്തരവാദികൾ ആണെന്ന് പ്രോസിക്യൂഷൻ സമർത്ഥിക്കുന്നു.

പിൻകാല വാർത്തകൾ

രാജന്റെ മൃതശരീരം എങ്ങനെ നശിപ്പിച്ചു എന്നത് ഇന്നും വ്യക്തമല്ല. കക്കയത്തുണ്ടായുന്ന പല പൊലീസുകാർക്കും ഈ വിവരം അറിയാം.

എന്നിട്ടും സത്യം പുറത്തു കൊണ്ടുവരുന്നതിൽ അന്വേഷണ ഉദ്യോഗസ്ഥന്മാർ പരാജയപ്പെട്ടു. മൃതശരീരം എങ്ങനെ നശിപ്പിച്ചു എന്നതിനെപ്പറ്റി പല കഥകളും പ്രചരിച്ചിട്ടുണ്ട്.

"രാജന്റെ മൃതശരീരം എവിടെ, എങ്ങനെ നശിപ്പിച്ചു എന്ന് എനിക്കറിയാം", ഇന്റലിജൻസ് ഓഫീസർ കെ.ജി.കെ.കുറുപ്പ് മീഡിയ വൺ ടി.വി. ചാനലിൽ പറയുന്നു. രാജന്റെ മരണം നടക്കുമ്പോൾ കോഴിക്കോട്ടു ജോലി ചെയ്തിരുന്ന കുറുപ്പ് സംഭവശേഷം കക്കയം ക്യാമ്പിൽ പോയിരുന്നതായും അവിടെ എന്തോ അനിഷ്ട സംഭവം നടന്നതായി തനിക്കു വ്യക്തമായതായും പറയുന്നു.

"അവിടെ ഉണ്ടായിരുന്ന ഉദ്യോഗസ്ഥരിൽ നിന്നു തന്നെയാണ് പിന്നീടു ഞാൻ വിവരം ശേഖരിച്ചത്. ഞങ്ങൾക്ക് അതൊക്കെ കണ്ടുപിടിക്കുവാൻ മാർഗ്ഗങ്ങളുണ്ട്."

രാജന്റെ മരണവാർത്ത അറിയിച്ചുകൊണ്ട് താൻ തിരുവനന്തപുരത്തേക്ക് ഔദ്യോഗിക കത്ത് അയച്ചിരുന്നു എന്നും കുറുപ്പ് അവകാശപ്പെടുന്നു. എങ്കിൽ ആർക്കാണ് കത്ത് അയച്ചത്? കത്ത് ഇപ്പോൾ എവിടെയുണ്ട്? (കുറുപ്പ് അറിയാതെയാണ് ചാനലുകാർ അയാളുടെ സംഭാഷണം വീഡിയോയിൽ പകർത്തിയത്).

ഇതേ രീതിയിൽ തന്നെ ഹസ്സൻ കോയ എന്ന ക്രൈംബ്രാഞ്ച് ഉദ്യോഗസ്ഥനുമായുള്ള കൂടിക്കാഴ്ച മീഡിയ വൺ ചാനൽ പുറത്തുവിട്ടു. രാസപ്രയോഗത്തിലൂടെ രാജന്റെ മൃതദേഹം നശിപ്പിച്ചു എന്നാണ് ഹസ്സൻ കോയ പറയുന്നത്.

"അവശിഷ്ടങ്ങൾ നശിപ്പിക്കുവാനായി ലൊക്കേഷൻ അറിയാവുന്ന ലോക്കൽ എസ്.ഐയെയാണ് ഏല്പിച്ചത്. എവിടെയാണിടുന്നത് എന്ന് എന്നോടുപോലും പറയരുത്", എന്നാണ് ജയറാം സാർ അയാളോടു പറഞ്ഞത്."

രാജന്റെ മൃതശരീരം പഞ്ചസാരയിട്ടു കത്തിച്ചു എന്നാണ് വേറൊരു കഥ. അനേകം ദൃക്സാക്ഷികളുള്ള ഈ കൊലപാതകം തെളിയിക്കുവാനോ, കുറ്റക്കാരെ ശിക്ഷിക്കുവാനോ അന്വേഷണ ഉദ്യോഗസ്ഥന്മാർക്കും പ്രോസിക്യൂഷനും കഴിഞ്ഞില്ല. കൊലപാതകം തെളിയാതെ ഇരിക്കുവാനും കുറ്റക്കാരെ ശിക്ഷിക്കാതെ ഇരിക്കുവാനും കേരള പൊലീസും കേരള സർക്കാരും കിണഞ്ഞു പരിശ്രമിച്ചു എന്ന് ഈച്ചരവാരിയർ വിശ്വസിച്ചു. സർക്കാർ നടപടികളും വീഴ്ചകളും ഈ വിശ്വാസത്തിനു ബലം നൽകുന്നു.

ഒരു ദുരൂഹ സംഭവം

രാജൻ കൊല്ലപ്പെട്ടതിന്റെ അടുത്ത ദിവസം, അതായത് ജൂൺ മൂന്നാം തീയതി, ദുരൂഹമായ ഒരു സംഭവം ഉണ്ടായി. ആർ.ഇ.സിയിലെ മോഹൻ കുമാർ എന്ന അദ്ധ്യാപകൻ രാജന്റെ ബന്ധു ആയിരുന്നു. രാജൻ അദ്ദേഹത്തിന്റെ ക്വാർട്ടേഴ്സിൽ പോകാറുണ്ടായിരുന്നു. മൂന്നാം തീയതി

വൈകുന്നേരം, രാജനെ കസ്റ്റഡിയിൽ എടുത്ത സർക്കിൾ ഇൻസ്പെക്ടർ ശ്രീധരനും മറ്റൊരു പൊലീസ് ഉദ്യോഗസ്ഥനും കൂടി പ്രൊഫസ്സർ മോഹൻ കുമാറിന്റെ താമസസ്ഥലത്തെത്തി. അവർ രാജനെ കുറിച്ച് ഒന്നും പറഞ്ഞില്ല. വെറുതെ കുശലം പറഞ്ഞ്, ചായ കുടിച്ച്, അവിടെയിരുന്നു.

"അന്വേഷണം നടക്കുകയാണ്, വിവരം അറിയുവാൻ ഫോൺ ചെയ്തോളൂ", എന്നു പറഞ്ഞ് സ്റ്റേഷനിലെ നമ്പർ എഴുതിക്കൊടുത്തു.

തത്സമയം അവിടെയുണ്ടായിരുന്ന പ്രൊഫസ്സർ ജോർജ്ജ് വർഗീസ് പിറ്റേന്നു പറഞ്ഞു, "അവരുടെ വരവിലും പെരുമാറ്റത്തിലും എന്തോ പന്തി കേടുണ്ട്."

എന്തായിരുന്നു അവരുടെ സന്ദർശനത്തിന്റെ ഉദ്ദേശ്യം? താൻ കസ്റ്റഡിയിൽ എടുത്ത രാജന്റെ മരണവാർത്ത അറിയിക്കുവാൻ വന്നതായിരുന്നുവോ ശ്രീധരൻ? ഏതായാലും അയാൾ ഒന്നും പറയാതെ മടങ്ങി.

ശ്രീധരന്റെ സന്ദർശനങ്ങൾ ഇതുകൊണ്ടുതീരുന്നില്ല. അതിലേക്ക് പിന്നീടു തിരിച്ചുവരാം.

ഏഴ്
ക്യാമ്പസിലെ പൊലീസ് അന്വേഷണങ്ങൾ

വിദ്യാർത്ഥികളുടെ കസ്റ്റഡിയെ തുടർന്നുള്ള ദിവസങ്ങളിൽ ആർ.ഇ.സി. ക്യാമ്പസിനകത്തും പുറത്തും പൊലീസ് അന്വേഷണങ്ങൾ പതിവായി. പൊലീസ് നായ്ക്കളുമായി അവർ ക്യാമ്പസ് അരിച്ചു പെറുക്കി. ഈ സംഘ ത്തിന്റെ പിറകെ, അവർ എന്തു കണ്ടുപിടിക്കുന്നു എന്നറിയുവാനായി വിദ്യാർത്ഥികളും കൂടി.

നായ്ക്കൾ ഓടിയ വഴിയെ പൊലീസും പൊലീസിന്റെ പിറകെ കുട്ടി കളും പിന്തുടർന്നു. 'സി' ഹോസ്റ്റലിന്റെ താഴത്തെ നിലയിൽ ചുരുട്ടി വെച്ചിരുന്ന വലിയ കയർചവുട്ടിയുടെ ഉള്ളിൽ നിന്നും അവർക്ക് കുറെ ലഘുലേഖകൾ കിട്ടി. എന്താണതിൽ എഴുതിയിരുന്നത് എന്നു കാണു വാൻ കഴിഞ്ഞില്ല.

മുന്നൂറേക്കറുള്ള അതിവിശാലമായ ക്യാമ്പസാണ് ആർ.ഇ.സിയുടേത്. ക്യാമ്പസിനുള്ളിൽ കുറെ ഏറെ മണിക്കൂറുകൾ നായ്ക്കളും പൊലീസും കറങ്ങി നടന്നു, പക്ഷേ അവർക്കു മറ്റൊന്നും കണ്ടുകിട്ടിയില്ല.

അടുത്ത ദിവസം ക്യാമ്പസിനു പുറത്തുള്ള ഒരു മരത്തിൽ രണ്ടു ശരീര ങ്ങൾ തൂങ്ങിക്കിടന്നു. തൂപ്പുകാരി ദേവകിയും ഭർത്താവ് റ്റാപ്പർ രാജനും. മുരളി കണ്ണമ്പിള്ളി താമസിച്ചിരുന്ന പീടിക മുറിയുടെ താഴത്തെ നില യിലാണ് അവർ താമസിച്ചിരുന്നത്. അവരുടെ വീട്ടിൽ വെച്ചായിരുന്നുവത്രെ ലഘുലേഖകൾ അടിച്ചിരുന്നത്.

കായണ്ണ പൊലീസ് സ്റ്റേഷൻ ആക്രമണവുമായി ബന്ധപ്പെട്ട് ഇവരെ ചോദ്യം ചെയ്തുവരികയായിരുന്നു. 'ചോദ്യം ചെയ്യൽ' എന്നത് പൊലീ സിന്റെ ഒരു ഭംഗിവാക്കു മാത്രമാണ്, നടത്തുന്നത് ഭീകരമായ മർദ്ദനമാണ്. എന്നാൽ മർദ്ദനം സഹിക്കാനാവാതെ വന്നതുകൊണ്ടാണോ ദേവകിയും ഭർത്താവും ആത്മഹത്യ ചെയ്തത്?

കാനങ്ങോട്ടു രാജൻ വിവരിക്കുന്നു,

"ഈ ആത്മഹത്യയുടെ തലേ ദിവസം വൈകിട്ട് കക്കയം ക്യാമ്പിൽ നിന്നും എന്നെ പൊലീസ് വാനിൽ മുക്കത്തേക്കു കൊണ്ടുപോയി. അവിടെ വെച്ചു പൊലീസുകാർ മദ്യപിച്ചു. തിരികെ വരുമ്പോൾ വാൻ ദേവകിയുടെ വീടിന്റെ മുൻപിൽ നിർത്തി. അപ്പോൾ രാത്രി ഏകദേശം രണ്ടു മണി ആയിക്കാണും. എന്നെ വാനിൽ കൈവിലങ്ങിട്ട് ഇരുത്തിയിട്ട് പൊലീസുകാർ വീടിന്റെ ഉള്ളിലേക്കു കയറി. അവർ ദേവകിയെ ബലാത്സംഗം ചെയ്തു. അതാണ് ദേവകിയും രാജനും ആത്മഹത്യ ചെയ്യുവാൻ കാരണം."

കുറച്ചു ദിവസങ്ങൾക്കുള്ളിൽ പൊലീസിന്റെ തിരച്ചിൽ നിലച്ചു. മറ്റു വിദ്യാർത്ഥികളെ ഒന്നും കസ്റ്റഡിയിൽ എടുത്തില്ല.

അഭിപ്രായ സ്വാതന്ത്ര്യമോ മാധ്യമ സ്വതന്ത്ര്യമോ ഇല്ലാതിരുന്ന അടിയന്തരാവസ്ഥയുടെ അന്ധകാരത്തിൽ ഈ സംഭവങ്ങൾ എല്ലാം കുഴിച്ചു മൂടപ്പെട്ടു.

എട്ട്
ആർ.ഇ.സിയിലെ വിദ്യാർത്ഥി രാഷ്ട്രീയം

ആർട്സ് & സയൻസ് കോളേജുകളിൽ ആ കാലത്ത് സമരങ്ങളും പഠിപ്പു മുടക്കും സാധാരണമായിരുന്നു. വിദ്യാർത്ഥി രാഷ്ട്രീയം പലപ്പോഴും അടി പിടിയും കയ്യാങ്കളിയും വരെ എത്തിയിരുന്നു.

എന്നാൽ ഇതിൽ നിന്നും തികച്ചും വ്യത്യസ്തമായിരുന്നു ആർ.ഇ.സി. ക്യാമ്പസ്. പഠനത്തിൽ ഉയർന്ന നിലവാരം പുലർത്തുന്നവർക്കേ അവിടെ പ്രവേശനം ലഭിച്ചിരുന്നുള്ളൂ. അതിന്റെ പ്രതിഫലനം എന്നവണ്ണം, ക്യാമ്പ സിന്റെ ദൈനംദിന പ്രവർത്തനങ്ങളിൽ ഒരു പക്വത പ്രകടമായിരുന്നു. പ്രവൃത്തി ദിവസങ്ങൾ നഷ്ടമാകുന്നത് വളരെ അപൂർവമായിരുന്നു. പഠന ത്തിൽ മാത്രമല്ല, കലാമേളകളിലും കളികളിലും ആർ.ഇ.സി. ഉന്നത നില വാരം പുലർത്തിയിരുന്നു.

1973ൽ ഞാൻ ആർ.ഇ.സിയിൽ ചേരുമ്പോൾ, അവിടെയും ഒരു രാഷ്ട്രീയപ്പാർട്ടി കാലുറപ്പിച്ചിരുന്നു, മാർക്സിസ്റ്റു പാർട്ടിയുടെ വിദ്യാർത്ഥി സംഘടനയായ എസ്.എഫ്.ഐ.

മൂന്നാം വർഷ ബാച്ചിലെ മുരളി കണ്ണമ്പിള്ളി ആയിരുന്നു അവരുടെ നേതാവ്. മുരളിയുടെ അച്ഛൻ കരുണാകരമേനോൻ കണ്ണമ്പിള്ളി ഇന്തോ നേഷ്യയിലെ ഇൻഡ്യൻ അംബാസിഡർ ആയിരുന്നു. വെളുത്തു മെലിഞ്ഞ ശരീരവും തീക്ഷ്ണതയുള്ള കണ്ണുകളുമുള്ള മുരളി ഒരു നല്ല പ്രാസംഗി കൻ ആയിരുന്നു.

മുരളിയുടെ ക്ലാസ്മേറ്റും സുഹൃത്തും ആയിരുന്ന വർഗീസ് പി. വർ ഗീസ് പറയുന്നു, "ആർ.ഇ.സി.യിൽ എസ്.എഫ്.ഐ. പ്രസ്ഥാനം തുടങ്ങി യത് മുരളിയല്ല, കണ്ണൂർക്കാരൻ നിർമൽ കുമാറാണ്. നിർമൽ ഞങ്ങളേ ക്കാൾ രണ്ടു വർഷം സീനിയർ ആയിരുന്നു. അയാളാണ് മുരളിയെ രാഷ്ട്രീ യത്തിലേക്കു കൊണ്ടുവന്നത്."

"ആദ്യവർഷത്തിൽ ഒരു കുത്തഴിഞ്ഞ ജീവിതം ആയിരുന്നു മുരളി യുടേത്. എന്നാൽ പാർട്ടിയിൽ ചേർന്നതോടെ അവന്റെ ജീവിതത്തിൽ

ഒരു അച്ചടക്കവും ഗൗരവവും വന്നു. മാർക്സ്, എംഗൽസ് മുതലായവരുടെ പുസ്തകങ്ങൾ അവൻ ഗാഢമായി പഠിക്കുവാൻ തുടങ്ങി."

"കട്ടാങ്ങൽ മുക്കിൽ, മാവൂർ റോഡിലേക്കു തിരിയുന്നിടത്ത്, ഒരു മാർക്സിസ്റ്റ്പാർട്ടി ഓഫീസ് ഉണ്ടായിരുന്നു. ഞങ്ങൾ രണ്ടാം വർഷം ആയപ്പോഴേക്കും മുരളി അവിടെവെച്ചു നാട്ടുകാർക്കു ക്ലാസ്സുകൾ എടുക്കുവാൻ തുടങ്ങി."

അടുത്ത കൊല്ലം, അതായത് 1973ൽ (ഞാൻ ആർ.ഇ.സി.യിൽ ചേർന്ന വർഷം), മുരളിയുടെ നേതൃത്വത്തിൽ എസ്.എഫ്.ഐ. കോളേജു യൂണിയൻ തിരഞ്ഞെടുപ്പിൽ വിജയിച്ചു. മുരളി കോളേജ് യൂണിയൻ സെക്രട്ടറി ആയി. രണ്ടാം വർഷ ബാച്ചിലെ പി. രാജൻ ആർട്സ് ക്ലബ് സെക്രട്ടറിയും ആയി. ഹോസ്റ്റലിന്റെ നടുത്തളങ്ങളിൽ പാട്ടു പാടിക്കൊണ്ടായിരുന്നു രാജന്റെ തിരഞ്ഞെടുപ്പു പ്രചാരണം.

വർഗീസ് തുടർന്നു, "ഈ കാലഘട്ടത്തിൽ മുരളി അവന്റെ പ്രവർത്തനം വിപുലീകരിച്ചു. അടുത്തുള്ള ഗ്രാമങ്ങളിലേക്ക് ഇറങ്ങിച്ചെന്ന് അവൻ കമ്മ്യൂണിസ്റ്റ് പാർട്ടിയെ വളർത്തി. കൈയിലുള്ള തുച്ഛമായ കാശെല്ലാം ഇതിനായി ചിലവാക്കി. കാശില്ലെങ്കിൽ അവൻ കട്ടാങ്ങലിൽ നിന്നു മുക്കത്തേക്കും തിരിച്ചു കട്ടാങ്ങലിലേക്കും നടക്കും."

എന്നാൽ അധികം താമസിയാതെ മുരളിയുടെ രാഷ്ട്രീയം മാർക്സിസ്റ്റ് പാർട്ടിയിൽനിന്നും സി.പി.ഐ.എം.എൽ. എന്ന തീവ്രവാദ പ്രസ്ഥാനത്തിലേക്കു തിരിഞ്ഞു. രഹസ്യസ്വഭാവമുള്ള ഇത്തരം പ്രവർത്തനങ്ങൾക്ക് ആയിരത്തിനുമേൽ കുട്ടികൾ പാർക്കുന്ന ആർ.ഇ.സി. ഹോസ്റ്റൽ അനുയോജ്യമായിരുന്നില്ല. തന്റെ പ്രവർത്തനങ്ങൾക്കു സ്വകാര്യത ലഭിക്കുവാനായി, അയാൾ കോളേജ് ഹോസ്റ്റൽ വിട്ടു ക്യാമ്പസിന്റെ പുറത്ത് മുറിയെടുത്തു താമസം തുടങ്ങി. പില്ക്കാലത്ത് മുരളിയെ ആർ.ഇ.സി. ക്യാംപസിൽ കാണാതെയായി. 1975-76 അദ്ധ്യായന വർഷത്തിൽ അയാൾ കോളേജിൽ വന്നിട്ടേയില്ല, പഠനം പൂർത്തിയാക്കാതെ മുരളി അപ്രത്യക്ഷനായി. എന്നാൽ ആർ.ഇ.സിയിൽ നക്സലിസത്തിന്റെ വിത്തു പാകിയിട്ടാണ് മുരളി പോയത്.

മുരളിയുടെ അനുയായികൾ ആയിരുന്ന വിദ്യാർത്ഥികളിൽ ചിലർക്ക് സി.പി.ഐ.എം.എൽ. പ്രസ്ഥാനത്തോട് അനുഭാവം ഉണ്ടായിരുന്നതായി കരുതാം. പക്ഷേ അവരുടെ പ്രവൃത്തികൾ ലഘുലേഖകൾക്കും യോഗങ്ങൾക്കും അപ്പുറത്തേക്കു കടന്നതായി പൊലീസ് അവകാശപ്പെടുന്നില്ല. ലഘുലേഖകൾ അടിക്കുവാനായി സൈക്ലോസ്റ്റൈലിങ് മെഷീൻ കൊടുത്തു എന്നതായിരുന്നു ജോൺ പോളിന്റെ മേലുള്ള ആരോപണം.

കായണ്ണ പൊലീസ് സ്റ്റേഷൻ ആക്രമണ കേസിലെ പ്രതികളെയെല്ലാം കക്കയം ക്യാമ്പിലെ ചോദ്യം ചെയ്യലിലൂടെ പൊലീസ് തിരിച്ചറിയുകയും

അവർക്കെതിരെ കേസെടുക്കുകയും ചെയ്തു. ആർ.ഇ.സി. വിദ്യാർത്ഥി കൾ ആരുംതന്നെ നക്സലൈറ്റ് ആക്രമണങ്ങളിൽ പങ്കെടുത്തതായി പൊലീസ് ആരോപിക്കുന്നില്ല.

ചുരുക്കി പറഞ്ഞാൽ വിദ്യാർത്ഥി കളെ ക്രൂരമായി മർദ്ദിച്ചത് സംശയ ത്തിന്റെ പുറത്താണ്. സമർത്ഥരായ വിദ്യാർത്ഥികളെ കോളേജ് അധികൃ തരുടെയോ മാതാപിതാക്കളുടെയോ അറിവില്ലാതെ പൊലീസ് കസ്റ്റഡി യിൽ വെച്ചു. സംശയത്തിന്റെ പേരിൽ അവരെ നികൃഷ്ടമായി മർദ്ദിച്ചു. ഒരാളെ ഒരു വർഷത്തിനു മേൽ കുറ്റമൊന്നും ചുമത്താതെ ജയിലിൽ അടച്ചു. മറ്റൊരാളെ ദാരുണമായി കൊലപ്പെടുത്തി. നിയമവ്യവസ്ഥിതിക്ക് പൊലീസും സർക്കാരും വിലകല്പിച്ചില്ല എന്നത് ഗൗരവമായി കാണേ ണ്ടതാണ്.

ഭീകരമായ മർദ്ദനത്താൽ ഒരു വിദ്യാർത്ഥി പൊലീസ് കസ്റ്റഡിയിൽ മരിച്ചു എന്നത് പൊറുക്കാനാവാത്ത അപരാധം തന്നെ. പൗരന്റെ ജീവനു സംരക്ഷണം നൽകാൻ കടപ്പെട്ടവരാണ് കൊലയാളികൾ എന്നത് കുറ്റ ത്തിന്റെ ഗൗരവം വർദ്ധിപ്പിക്കുന്നു. ഈ കൊലപാതകത്തിന്റെ ഉത്തരവാദി കളെ തക്കതായി ശിക്ഷിച്ചില്ല എന്നത് നമ്മുടെ അന്വേഷണ സംവിധാന ത്തിന്റെയും നീതിന്യായ വ്യവസ്ഥയുടെയും പരാജയമാണ്.

കായണ്ണ പൊലീസ് സ്റ്റേഷൻ ആക്രമണത്തിൽ മുരളി പങ്കെടുത്തിട്ടില്ല, ആ സംഭവം നടക്കുമ്പോൾ മുരളി പൊലീസ് കസ്റ്റഡിയിൽ ഉണ്ടായിരുന്നു. ഈ വസ്തുത ഡി.ഐ.ജി. ടി.വി. മധുസൂദനൻ തന്റെ ബന്ധുവായ പ്രൊഫ സ്സർ എം.പി. ചന്ദ്രശേഖരനോടു പറഞ്ഞിട്ടുണ്ട്:

"കായണ്ണ സംഭവം നടക്കുമ്പോൾ മുരളി ഞങ്ങളുടെ കൈയിൽ ഉണ്ടായിരുന്നു. വടകരയിലെ അടയ്ക്കാത്തെരുവിൽ പ്ലാൻ ചെയ്തിരുന്ന ഒരു മണിആക്ഷൻ പോളിഞ്ഞപ്പോഴാണ് ജോൺ എന്ന പേരിൽ അവിടെ പ്രവർത്തിച്ചിരുന്ന മുരളി അറസ്റ്റിലായത്. കായണ്ണ പൊലീസ് സ്റ്റേഷൻ ആക്രമണത്തിൽ അവൻ പങ്കെടുത്തിട്ടില്ല."

പൊലീസിന്റെ ഭാഷയിൽ മൂന്ന് തരം നക്സലൈറ്റ് ആക്രമണങ്ങൾ ഉണ്ട്:

ആംസ് ആക്ഷൻ : ആയുധപ്പുരകൾ ആക്രമിച്ചു ആയുധങ്ങൾ കൈക്ക ലാക്കുക.

മണിആക്ഷൻ : പണക്കാരായ ബൂർഷ്വാകളെ ആക്രമിച്ചു പണം കൈ ക്കലാക്കുക.

അനിഹിലിയേഷൻ : വർഗ്ഗശത്രുക്കളെ ഉന്മൂലനാശം വരുത്തുക.

കായണ്ണ ആക്രമണം ഒരു ആംസ് ആക്ഷൻ ആയിരുന്നു.

മുരളിയെ കക്കയം ക്യാമ്പിൽ ചോദ്യം ചെയ്യുകയും കായണ്ണ പൊലീസ് സ്റ്റേഷൻ ആക്രമണത്തിലെ പ്രതികളോടൊപ്പം തടവിൽ പാർപ്പിക്കുകയും ചെയ്തു.

മുരളി പോയതോടെ ആർ.ഇ.സി. ക്യാമ്പസിലെ രാഷ്ട്രീയം നിലച്ചു. പിന്നീടു നടന്ന കോളേജ് യൂണിയൻ തിരഞ്ഞെടുപ്പുകൾ രാഷ്ട്രീയ വിമുക്തമായിരുന്നു.

വാദിഭാഗത്തേക്കു കൂറുമാറിയ ഒരാളെ ഒഴിവാക്കി, പത്തൊമ്പതു പേരെ യാണ് കായണ്ണ പൊലീസ് സ്റ്റേഷൻ ആക്രമണത്തിൽ പൊലീസ് പ്രതി കളാക്കിയത്. ആക്രമണത്തിൽ പങ്കെടുത്തില്ല എങ്കിലും ആക്രമണത്തിന്റെ സൂത്രധാരൻ എന്നു പറഞ്ഞ് മുരളിയേയും പ്രതിയാക്കിയിരുന്നു. എന്നാൽ മുരളിക്ക് ഈ ആക്രമണത്തിൽ എന്തെങ്കിലും പങ്കുള്ളതായി പൊലീസിനു തെളിവുകൾ ഒന്നും ലഭിച്ചില്ല.

കായണ്ണ കേസ് കോടതിയിൽ എത്തിയപ്പോൾ മൂന്നുപേർ കുറ്റം നിഷേധിച്ചു. മുരളി ഉൾപ്പെടെയുള്ള ബാക്കി പതിനാറു പേർ 'കോടതിയിൽ വിശ്വാസം ഇല്ല' എന്നു പറഞ്ഞു. എന്നാൽ, പ്രതികൾക്കെതിരെ സംശയാതീതമായി കേസു തെളിയിക്കുവാൻ പ്രോസിക്യൂഷനു കഴിഞ്ഞില്ല എന്ന കാരണത്താൽ കോഴിക്കോടു സെഷൻസ് കോടതി പ്രതികളെ എല്ലാം വെറുതെ വിട്ടു.

പില്ക്കാലത്ത് കേരളത്തിലെ നക്സലൈറ്റുകളുടെ ത്വാത്വിക ആചാര്യനായി മുരളി അറിയപ്പെട്ടു. പിന്നീട്, സി.പി.ഐ.എം.എൽ. നക്സൽബാരിയുടെ ദേശീയ സെക്രട്ടറി ആയി. അജിത് എന്ന തൂലികാനാമത്തിൽ അയാൾ പുസ്തകങ്ങൾ രചിച്ചു. രാജ്യാന്തര മാവോയിസ്റ്റ് സംഘടനകളുമായി സമ്പർക്കം പുലർത്തി. പാരീസ് അടക്കമുള്ള വിദേശ രാജ്യങ്ങളിൽ പര്യടനം നടത്തി. നേപ്പാൾ മാവോയിസ്റ്റുകളുടെ പ്രശ്നങ്ങളിൽ അയാൾ ഇടനിലക്കാരനായി.

എന്നാൽ ഒരു തീപ്പൊരി വിപ്ലവകാരിയായല്ല മുരളി അറിയപ്പെടുന്നത്. മുരളിയുടെ ഒരു സുഹൃത്ത് പറയുന്നു, "പുസ്തകജ്ഞാനമുള്ള ഒരു ബുദ്ധി ജീവിയാണയാൾ, ആയുധങ്ങളുമായി അയാൾക്കു ബന്ധമില്ല."

നക്സലൈറ്റ് ആക്രമണങ്ങളിൽ ഒന്നും തന്നെ മുരളി നേരിട്ടു പങ്കെടുത്തതായി പൊലീസ് ആരോപിക്കുന്നില്ല.

നാല്പതു വർഷത്തോളം ഒളിവിലായിരുന്ന മുരളിയെ 2015 മെയ് മാസത്തിൽ മഹാരാഷ്ട്ര പൊലീസ് പൂണെയിൽ നിന്ന് അറസ്റ്റു ചെയ്തു. ഇതെഴുതുന്ന സമയത്ത് മുരളി തടവിലാണ്.

ഒമ്പത്

ക്യാമ്പസിനുള്ളിലെ പ്രത്യാഘാതങ്ങൾ

ആർ.ഇ.സി. ക്യാമ്പസ് ഒരു നക്സലൈറ്റ് കേന്ദ്രമാണെന്നാണ് പ്രിൻസിപ്പൽ ബഹാവുദ്ദീനോട് ഡി.ഐ.ജി. ജയറാം പടിക്കൽ പറഞ്ഞത്. ഹോസ്റ്റലിൽ സാമൂഹിക വിരുദ്ധശക്തികൾ കടന്നു ചെല്ലുന്നുണ്ടെന്നും സുരക്ഷാ നടപടികൾ ശക്തിപ്പെടുത്തേണ്ടതുണ്ടെന്നും ഡി.ഐ.ജി. പ്രിൻസിപ്പലിനെ താക്കീതു ചെയ്തു.

ഈ താക്കീത് പ്രകാരം രണ്ടു നിയന്ത്രണങ്ങൾ നടപ്പിലാക്കുവാൻ കോളേജ് അധികാരികൾ തീരുമാനിച്ചു:

1. ഹോസ്റ്റലുകളിലേക്കുള്ള പ്രവേശനം നിയന്ത്രിക്കുവാനായി, രണ്ടു വശങ്ങളിലുമുള്ള കവാടങ്ങൾ അടയ്ക്കുക. ഹോസ്റ്റലിലേക്കുള്ള പ്രവേശനം മദ്ധ്യഭാഗത്തുള്ള പ്രധാന കവാടത്തിൽ കൂടി മാത്രമാക്കുക.
2. ഹോസ്റ്റലുകളിൽ എല്ലാ രാത്രിയും 'റോൾകോൾ' നടപ്പിലാക്കുക.

ഇക്കാര്യങ്ങൾ കാണിച്ച് ഹോസ്റ്റൽ നോട്ടീസ് ബോർഡിൽ ഉത്തരവു പതിച്ചു. ഉത്തരവിന്റെ അവസാനം ഒരു കുറിപ്പുണ്ടായിരുന്നു:

"പൊലീസ് അധികാരികളുടെ നിർദ്ദേശം അനുസരിച്ചു നടപ്പാക്കുന്ന നിയന്ത്രണങ്ങൾ ആണ്. വിദ്യാർത്ഥികൾ ദയവായി ഇതിനോടു സഹകരിക്കണം."

ആദ്യത്തെ നിയന്ത്രണം അക്ഷരാർത്ഥത്തിൽ തന്നെ നടപ്പിലാക്കി. ഹോസ്റ്റലുകളുടെ രണ്ടു വശങ്ങളിലുമുള്ള കവാടങ്ങൾ തുറക്കുവാൻ കഴിയാത്ത രീതിയിൽ ഇരുമ്പു ഗ്രിൽ ഉപയോഗിച്ച് അടച്ചു.

അടിയന്തരാവസ്ഥയുടെ ഒരു പ്രതീകമായാണ് വിദ്യാർത്ഥികൾ ഈ കൊട്ടിയടച്ച കവാടങ്ങളെ കണ്ടത്. അമർഷം ഉണ്ടായിരുന്നു, എങ്കിലും വിദ്യാർത്ഥികളുടെ വശത്തു നിന്നും ഇതിനെതിരായി പ്രതികരണം ഒന്നും ഉണ്ടായില്ല. നാല്പതു വർഷങ്ങൾക്കു ശേഷം, ഇന്നും ഈ കവാടങ്ങൾ അടഞ്ഞു കിടക്കുന്നു.

രണ്ടാമത്തെ നിയന്ത്രണം നടപ്പിലാക്കുവനായി പ്രിൻസിപ്പൽ ബഹാവുദ്ദീനും സീനിയർ പ്രൊഫസ്സർമാരും വാർഡന്മാരും കൂടി ഒരു ദിവസം ഹോസ്റ്റലിൽ വന്നു. ഞങ്ങൾ താമസിച്ചിരുന്ന 'ഇ' ഹോസ്റ്റലിലേക്കാണ് അവർ ആദ്യം വന്നത്. സീനിയർ വിദ്യാർത്ഥികളുടെ ഹോസ്റ്റലിൽ അവർ വിജയിച്ചാൽ മറ്റു ഹോസ്റ്റലുകളിൽ അവർക്ക് എതിർപ്പുണ്ടാവുകയില്ല.

ഹോസ്റ്റലിന്റെ പ്രധാന കവാടത്തിൽ കൂടി കടന്നുവരുന്നത് ഒരു നടുത്തളത്തിലേക്കാണ്. അവിടെ നിന്നുകൊണ്ട് പ്രിൻസിപ്പൽ ഞങ്ങളെ അഭിസംബോധന ചെയ്തു, "എന്റെ പ്രിയപ്പെട്ട കുട്ടികളേ..."

ആ നിമിഷത്തിൽ ആരോ ഹോസ്റ്റലിലെ വെളിച്ചമെല്ലാം അണച്ചു. കൂക്കുവിളികൾ ഉയർന്നു. ഇരുണ്ട വെളിച്ചത്തിൽ ആരോ നടുത്തളത്തിലേക്കു ചരൽ വാരി എറിഞ്ഞു. അതോടെ റോൾകോൾ അവസാനിച്ചു.

കുട്ടികളുടെ വിജയമായി ആണ് അന്നു ഞങ്ങൾ അതിനെ കണ്ടത്. എന്നാൽ, ഇന്നു പുറകോട്ടു നോക്കുമ്പോൾ, ഒരു കാര്യം വ്യക്തമാണ്. വിദ്യാർത്ഥികളുടെ പ്രതിഷേധം അവഗണിച്ചുകൊണ്ട് പ്രിൻസിപ്പലിനു റോൾകോൾ നടപ്പാക്കാമായിരുന്നു. തങ്ങളുടെ പ്രതിഷധം അറിയിച്ചു എങ്കിലും ആർ.ഇ.സി. വിദ്യാർത്ഥികൾ അധ്യാപകരോടു ബലം പിടിക്കുവാൻ സാദ്ധ്യത ഇല്ലായിരുന്നു. തന്നെയല്ല, ഇക്കാര്യത്തിൽ പ്രിൻസിപ്പലിനു പൊലീസ് സഹായവും ലഭിക്കുമായിരുന്നു.

എന്നാൽ, തന്റെ കുട്ടികൾക്കു വേണ്ടാത്ത നിയന്ത്രണം അടിച്ചേല്പിക്കേണ്ടതില്ല എന്നായിരുന്നു ബഹുമാന്യനായ ബഹാവുദ്ദീനിന്റെ തീരുമാനം. ആർ.ഇ.സി. വിദ്യാർത്ഥികളും അധ്യാപകരും തമ്മിൽ ഉണ്ടായിരുന്ന ആത്മബന്ധത്തിന്റെ ഒരു പ്രതിഫലനം ആയിരുന്നു അദ്ദേഹത്തിന്റെ പ്രതികരണം.

കേരളത്തിലെ ഏറ്റവും മികച്ച എൻജിനീയറിങ് കോളേജ് അധ്യാപകന്/അധ്യാപികയ്ക്ക് രണ്ടു കൊല്ലത്തിൽ ഒരിക്കൽ ആർ.ഇ.സി. പൂർവവിദ്യാർത്ഥികളുടെ അസോസിയേഷൻ ഒരു അവാർഡ് കൊടുക്കുന്നുണ്ട്, ഒരു ലക്ഷം രൂപയാണ് അവാർഡു തുക. പ്രൊഫസ്സർ കെ.എം. ബഹാവുദ്ദീൻ മെമ്മോറിയൽ അവാർഡ് എന്നാണതിന്റെ പേർ. ഏറ്റവും മികച്ച അധ്യാപകന്/അധ്യാപികയ്ക്ക് നൽകുന്ന മഹത്തായ അവാർഡിന് അതിനേക്കാൾ ഉത്തമമായ ഒരു പേരില്ല.

പത്ത്

സർവാധികാരിയായ സർക്കാരും ഒരു ചെറിയ മനുഷ്യനും

പ്രതിധ്വന്ദികൾ തമ്മിൽ യാതൊരു സാമ്യവുമില്ലാത്ത ഒരു യുദ്ധമായിരുന്നു അത്, സർവ്വാധികാരിയായ സർക്കാരിനെതിരായി ഒരു സാധാരണക്കാരൻ വൃദ്ധൻ. പോരാട്ടം തുടങ്ങും മുൻപേ തന്നെ പരിണിതഫലം തീരുമാനിക്കപ്പെട്ട പോര്. ആ പ്രായം ചെന്ന മനുഷ്യൻ തോറ്റു തരിപ്പണമാകും, ഛിന്നഭിന്നമായി തകർന്നടിയും.

എന്നാൽ സ്വതന്ത്ര കേരളത്തിന്റെ ചരിത്രത്തിലെ മറക്കുവാൻ സാധിക്കാത്ത സുപ്രധാനമായ ഒരു പോരാട്ടമാണിത്.

രാജന്റെ അച്ഛൻ ടി.വി.ഈച്ചരവാര്യർ കോഴിക്കോട് ഗവ. ആർട്സ് കോളേജിൽ നിന്നും റിട്ടയർ ചെയ്ത ഒരു ഹിന്ദി പ്രൊഫസ്സർ ആയിരുന്നു. മൂല്യാധിഷ്ഠിത ജീവിതത്തെ മുറുകെപ്പിടിച്ചിരുന്ന, ഭാവങ്ങളില്ലാത്ത ഒരു ഇടത്തരക്കാരൻ വാദ്ധ്യാർ. കേരള മുഖ്യമന്ത്രി അച്യുതമേനോനെ നേരിട്ടു പരിചയമുണ്ടായിട്ടും തന്റെ കാര്യസാദ്ധ്യത്തിനായി ആ പരിചയം ദുരുപയോഗം ചെയ്യരുതെന്നു ചിന്തിച്ച ശുദ്ധഹൃദയൻ.

തിരുവനന്തപുരത്തു പോയി മുഖ്യമന്ത്രിയെ കാണുവാൻ പ്രൊഫസ്സർ ചന്ദ്രശേഖരൻ പറഞ്ഞപ്പോൾ കൂട്ടാക്കിയില്ല. എങ്കിലും ഈച്ചരവാര്യർക്കു പ്രശ്നത്തിന്റെ ഗൗരവം മനസ്സിലായിരുന്നു.

ആറാം ക്ലാസ്സു മുതൽ രാജന്റെ സഹപാഠിയായിരുന്ന കർമ്മചന്ദ്രൻ എന്ന വിദ്യാർത്ഥി ആർ.ഇ.സിയിൽ രാജന്റെ കൂടെ പഠിക്കുന്നുണ്ടായിരുന്നു. രാജനെ പൊലീസ് കസ്റ്റഡിയിൽ എടുത്ത ദിവസം രാവിലെ പത്തുമണിക്ക് ഈച്ചരവാര്യരെ കർമ്മചന്ദ്രൻ ഫോൺ ചെയ്തു വിവരം ധരിപ്പിച്ചു. വാര്യർ ഉടൻതന്നെ ആർ.ഇ.സിയിൽ എത്തി വിവരങ്ങൾ മനസ്സിലാക്കി.

കക്കയം

രാജനെ കക്കയത്തേക്കാണ് കൊണ്ടുപോയിരിക്കുന്നത് എന്ന് അദ്ദേഹം കണ്ടുപിടിച്ചു. കുന്നമംഗലം മുതൽ കക്കയം വരെയുള്ള വഴി മലബാർ

റിസർവ് പൊലീസിന്റെ കാവലിൽ ആയിരുന്നു. വാഹനങ്ങൾക്കു നിയന്ത്രണം ഏർപ്പെടുത്തിയിരുന്നു. ഇത്തരം തടസ്സങ്ങളെല്ലാം തരണം ചെയ്ത് ഈച്ചരവാര്യർ തന്റെ മകനെ അന്വേഷിച്ചു കക്കയം ക്യാമ്പിൽ എത്തി. എന്നാൽ അദ്ദേഹം താമസിച്ചു പോയി, അപ്പോഴേക്കും രാജൻ കൊല്ലപ്പെട്ടിരുന്നു. ആ അച്ഛൻ അതറിഞ്ഞില്ല.

അവിടെ നടന്നത് ഈച്ചരവാര്യർ വിവരിക്കുന്നു:

കക്കയം ക്യാമ്പിൽ പോയിട്ട് കാര്യമില്ലെന്നാണ് വിവരമെങ്കിലും ഞാൻ കക്കയത്തേക്കു പോയി.

മലയടിവാരത്തിൽ റ്റിൻഷീറ്റു മേഞ്ഞ പഴയ കെട്ടിടത്തിലായിരുന്നു കക്കയം ക്യാംപ് പ്രവർത്തിച്ചിരുന്നത്. ക്യാമ്പിനു മുൻപിൽ തടാകം പോലെയുള്ള ഒരു ജലാശയം ഉണ്ടായിരുന്നു. ഈ ജലാശയത്തിനു മുകളിലൂടെ ഒരു മരപ്പാലമിട്ട് ക്യാമ്പ് കരയുമായി ബന്ധിപ്പിച്ചിരുന്നു. തോക്ക് മുകളിലേക്ക് ഉയർത്തിപ്പിടിച്ച ഒരു പൊലീസുകാരൻ അവിടെ കാവൽ ഉണ്ടായിരുന്നു.

കാവൽക്കാരനോട് ഞാൻ വന്ന കാര്യം പറഞ്ഞു. അയാൾ വലിയ ഗൗരവത്തിൽ ആയിരുന്നു. പക്ഷേ എന്നോട് മോശമായി ഒന്നും പറഞ്ഞില്ല. നേരെ അയാൾ ക്യാമ്പിലേക്ക് പോയി. ക്യാമ്പിന്റെ സർവാധിപതി ജയറാം പടിക്കൽ ആയിരുന്നു.

തിരിച്ചുവന്ന പൊലീസുകാരൻ, ക്യാമ്പിലേക്ക് പോകാൻ എനിക്ക് അനുവാദമില്ലെന്നും എന്റെ മകൻ രാജൻ ക്യാമ്പിൽ സുഖമായി ഇരിക്കുന്നുവെന്നും എന്നെ അറിയിച്ചു. പെട്ടെന്നു മനസ്സിൽ കുളിർമ്മ പകർന്നു.

അടുത്ത നിമിഷം ഞാൻ പറഞ്ഞു, "എനിക്ക് എന്റെ മോനെ കാണണം."

അയാൾ മല പോലെ മുൻപിൽ നിൽക്കുകയാണ്. തീർത്തും ഏകനായി നിന്ന് ഞാൻ ഒച്ചവെച്ചു. എന്റെ ശബ്ദം വല്ലാത്ത ഉച്ചത്തിൽ ആയിരുന്നു.

"എനിക്ക് ഒന്നും ചെയ്യാൻ കഴിയില്ല", ഗാർഡ് പറഞ്ഞു. അയാളുടെ മുഖം എന്തുകൊണ്ടോ വിവർണ്ണമായിരുന്നു എന്ന് എനിക്കു തോന്നി...

"എങ്കിൽ ജയറാം പടിക്കലിനെയെങ്കിലും കാണാൻ എന്നെ അനുവദിക്കുക", ഞാൻ വാശി പിടിച്ചു.

ഒരു കുട്ടിയുടേതുപോലുള്ള എന്റെ ശാഠ്യംപിടിക്കൽ ജലാശയത്തിന്റെ പ്രതലങ്ങളിൽ തട്ടി നേർത്ത ഒരിരമ്പലോടെ പ്രതിധ്വനിച്ചു.

എറെനേരം ഞാൻ ഗാർഡിനു മുൻപിൽ നിശ്ചേഷ്ടനായി നിന്നു. അയാളുടെ മുകളിലേക്കുയർത്തിപ്പിടിച്ച തോക്കു മാത്രം ഇടയ്ക്ക് വശങ്ങളിലേക്കായി. ഞാൻ പറയുന്നതു ശ്രദ്ധിക്കാതിരിക്കാൻ അയാൾ ശ്രമിച്ചുകൊണ്ടിരുന്നു. ഏകാന്തമായ കാത്തിരിപ്പിനിടയിൽ ഒരു കരച്ചിൽ എന്റെ തൊണ്ടയിൽ കുരുങ്ങി. കക്കയം ക്യാമ്പിന്റെ അകത്തളങ്ങളിലെ തടവു

മുറിയുടെ സുഷിരങ്ങളിൽ നിന്ന് മകന്റെ 'അച്ഛാ' എന്നുള്ള വിളി ഉയരുന്നുണ്ടെന്ന് ഞാൻ സംശയിച്ചു.

കുറെ കഴിഞ്ഞ് തളർന്നു ഞാൻ തിരിച്ചു നടക്കാൻ തുടങ്ങി. ഒരിക്കൽ കൂടി ക്യാമ്പിലേക്ക് തിരിഞ്ഞു നോക്കി. ആ പൊലീസുകാരൻ എന്നെ തന്നെ നോക്കി നിൽക്കുകയാണ്... പെട്ടെന്നയാൾ കുന്നിന്റെ പച്ചപ്പിലേക്ക് കണ്ണു തിരിച്ചു.

മരണമഞ്ഞ മകൻ ക്യാമ്പിൽ സുഖമായി ഇരിക്കുന്നു എന്നാണ് പൊലീസുകാരൻ വാര്യരോടു പറഞ്ഞത്.

ഈച്ചരവാര്യരുടെ ഏക മകനായിരുന്നു രാജൻ. പൊലീസ് കസ്റ്റഡിയിൽ എടുത്ത തന്റെ പുത്രന്റെ വിവരം തിരക്കി ആ വൃദ്ധൻ വീണ്ടും ഇറങ്ങിത്തിരിച്ചു. നിരന്തരമായ അന്വേഷണങ്ങളുടെയും ദീർഘമായ യാത്രകളുടെയും തുടക്കമായിരുന്നു അത്.

കരുണാകരൻ

മകനെ വിട്ടു കിട്ടുവാനുള്ള അഭ്യർത്ഥനയുമായി ആ അച്ഛൻ അധികാരത്തിന്റെ ഇടനാഴികളിൽ ദിനംപ്രതി കയറിയിറങ്ങി.

രാജ്യത്ത് അടിയന്തരാവസ്ഥ നിലനിൽക്കുന്നു, പൗരനു ജീവന്റെ മേലുള്ള മൗലികമായ അവകാശം നിഷേധിക്കപ്പെട്ടിരുന്നു. കോടതികളുടെ പരിരക്ഷയും ലഭ്യമല്ല.

1976 മാർച്ച് പത്താം തീയതി ഈച്ചരവാര്യർ തിരിവനന്തപുരത്തു ചെന്നു, ആഭ്യന്തരമന്ത്രി കെ. കരുണാകരനെ നേരിട്ടു കണ്ട് പരാതി കൊടുത്തു. ഈ സന്ദർശനം അദ്ദേഹം വിവരിക്കുന്നു:

ആഭ്യന്തരമന്ത്രി കരുണാകരന്റെ മുറിയിലേക്കു പ്രവേശിക്കുവാൻ അധികനേരം കാത്തുനിൽക്കേണ്ടി വന്നില്ല. പൊലീസ് പിടിച്ചു കൊണ്ട് പോയ മകനെ അന്വേഷിച്ച് ഞാൻ മുട്ടുന്ന അവസാന വാതിലുകളിൽ ഒന്നായിരുന്നു കരുണാകരന്റെ വീട്.

എന്റെ കൂടെ രണ്ടുപേർ ഉണ്ടായിരുന്നു. കോഴിക്കോടുനിന്ന് ആർ. സുരേന്ദ്രൻ എന്ന എന്റെ ഒരു പഴയ വിദ്യാർത്ഥിയും എറണാകുളം വെണ്ണലയിലെ എന്റെ സുഹൃത്തായ ഒരു പ്രൊഫസ്സറും. കരുണാകരന്റെ ഒരു അടുത്ത സുഹൃത്തായിരുന്നു പ്രൊഫസ്സർ. കോഴിക്കോടു നിന്നും നേരത്തെ പുറപ്പെട്ട ഞാനും സുരേന്ദ്രനും പുലർച്ചെയോടെ എറണാകുളം നോർത്ത് റെയിൽവേ സ്റ്റേഷനിൽ എത്തി. വെളുക്കുന്നതുവരെ കൊതുകിന്റെ ആക്രമണം സഹിച്ചും പുലർമഞ്ഞേറ്റും സിമന്റുബെഞ്ചിൽ കിടന്നു.

വെള്ള കീറുമ്പോൾ വെണ്ണലയിലെത്തി. പ്രൊഫസ്സറെ കണ്ടു വിവരം പറഞ്ഞു. ഉടനെ അദ്ദേഹം ഞങ്ങളുടെ കൂടെ ഇറങ്ങി. കരുണാകരന്റെ വീടിന്റെ അകത്തളങ്ങളിലേക്കുവരെ പ്രവേശനമുള്ള ആളായിരുന്നു

പ്രൊഫസ്സർ. കരുണാകരന്റെ സഹധർമ്മിണി കല്യാണിക്കുട്ടിയമ്മയ്ക്കും പ്രൊഫസ്സറെ പ്രിയമായിരുന്നു.

തിരുവനന്തപുരത്തെത്തിയ ഉടനെ പ്രൊഫസ്സർ മൻമോഹൻ പാലസിൽ പോയി കരുണാകരനുമായുള്ള കൂടിക്കാഴ്ച ശരിയാക്കി, പിറ്റേദിവസം രാവിലെ പത്തിന്.

മൻമോഹൻ പാലസിന്റെ അകത്തളങ്ങളിൽ നിന്ന് നിറഞ്ഞ ചിരിയോടെയാണ് കരുണാകരൻ കടന്നുവന്നത്. എന്നെ കണ്ട ഉടനെ അദ്ദേഹത്തിന്റെ മുഖത്ത് ഒരു നിമിഷം വിഷാദം പരന്നോ? തോന്നലാകാം. ഞാൻ മനസ്സിനെ സമാധാനിപ്പിക്കാൻ ശ്രമിച്ചു. അദ്ദേഹം എന്നെ ആശ്ലേഷിച്ചു.

"മാഷ് ഈ വിവരം എന്തേ നേരത്തേ പറഞ്ഞില്ല? ഞാനറിഞ്ഞു എങ്കിൽ എല്ലാം നേരത്തെ ശരിയാക്കാമായിരുന്നു." കരുണാകരൻ ഒരു നിമിഷം നിർത്തി. എന്റെ നെഞ്ചിൽ ഒരു മിന്നൽ...

"പിന്നെ രാജൻ എന്ന പേരു കേൾക്കുമ്പോൾ എന്തോ നന്നേ പരിചയം തോന്നുന്നു... സീരിയസ് ആയ ഏതോ കേസിൽ അയാൾ പെട്ടിട്ടുള്ളതു പോലെ."

ഞാൻ കരുണാകാരനു നേരെ കൈകൂപ്പി. എന്റെ ശബ്ദം തിരിച്ചറിയാൻ വയ്യാത്ത ഒരു വികാരം കൊണ്ടിടറി.

ഞാൻ പറഞ്ഞു, "ഇല്ല അവനതിനൊന്നും കഴിയില്ല. കായണ്ണ പൊലീസ് സ്റ്റേഷൻ ആക്രമണം നടക്കുമ്പോൾ അവൻ ഫറൂഖ് കോളേജിൽ യൂത്ത് ഫെസ്റ്റിവലിൽ പങ്കെടുക്കുകയായിരുന്നു. രാജൻ എൻജിനീയറിങ് കോളേജിലെ ആർട്സ് അസോസിയേഷൻ സെക്രട്ടറി ആയിരുന്നു."

കരുണാകരൻ എന്റെ തോളിൽ സ്പർശിച്ചു. അദ്ദേഹത്തിന്റെ ശബ്ദം മൃദുവായിരുന്നു. "ഞാൻ അന്വേഷിച്ച് ഉടനെ വിവരം അറിയിക്കാം. എന്നെക്കൊണ്ട് ആവുന്നത് ഞാൻ ചെയ്യാം. മാഷും ഞാനും തമ്മിലുള്ള ബന്ധം അങ്ങനെയല്ലേ?"

ഞാൻ ഒരിക്കൽ കൂടി കരുണാകരനെ തൊഴുതു. മൻമോഹൻ പാലസിന്റെ മുറ്റത്തെ വെയിലിൽ എന്റെ കണ്ണുകൾ മഞ്ഞളിച്ചു. പ്രതീക്ഷയുടെ അവസാന തുരുത്തും മറയുകയാണോ?

കരുണാകരൻ ഈച്ചരവാര്യരെ ഒരു വിവരവും അറിയിച്ചില്ല.

കക്കയം ക്യാമ്പിൽ നിന്നും ജയറാം പടിക്കൽ, പൊലീസ് ഇൻസ്പെക്ടർ ജനറലിനെ മറികടന്ന്, ആഭ്യന്തരവകുപ്പിനു നേരിട്ടു റിപ്പോർട്ട് കൊടുക്കുകയായിരുന്നു എന്നാണ് ഹൈക്കോടതി കണ്ടെത്തിയത്. റിപ്പോർട്ടിലെ കാര്യങ്ങൾ ആഭ്യന്തര സെക്രട്ടറിക്കല്ല, പിന്നെയോ കരുണാകരനാണ് അറിവുണ്ടായിരുന്നത് എന്ന നിഗമനത്തിലാണ് ഹൈക്കോടതി എത്തുന്നത്. ജയറാം പടിക്കലും കരുണാകരനുമായി നേരിട്ടു സമ്പർക്കപ്പെട്ടിരുന്നതിനാൽ, ഈച്ചരവാര്യർ തന്നെ കാണുന്നതിനു മുൻപു തന്നെ

രാജൻ കൊല്ലപ്പെട്ടു എന്ന വിവരം കരുണാകരൻ അറിഞ്ഞിരിക്കണം. അദ്ദേഹത്തിന് അത് അറിയാമായിരുന്നു എങ്കിൽ, കരുണാകരൻ എന്ന വ്യക്തിയെ പറ്റി കൂടുതൽ ഒന്നും പറയേണ്ട കാര്യമില്ല.

കരുണാകരനെ കണ്ടതിനു ശേഷം ഈച്ചരവാര്യർ മാതൃഭൂമിയുടെ കോഴിക്കോടു റിപ്പോർട്ടറായ സാദിരിക്കോയയോട് പല തവണ രാജനെ ക്കുറിച്ചുള്ള വിവരങ്ങൾക്കായി സമീപിച്ചിരുന്നു. കരുണാകരന്റെ വലംകൈ ആയിരുന്നു സാദിരിക്കോയ. അടിയന്തരാവസ്ഥക്കാലത്ത് 'വടക്കൻ കേരളത്തിന്റെ ആഭ്യന്തരമന്ത്രി' എന്നായിരുന്നു അയാൾ അറിയപ്പെട്ടിരു ന്നത്. "ഞാൻ ശ്രമിക്കുന്നുണ്ട്", എന്നായിരുന്നു സാദിരിക്കോയയുടെ മറുപടി.

ഒരു ദിവസം സാദിരിക്കോയ ഈച്ചരവാര്യരെ വിളിച്ചു പറഞ്ഞു, "ഒരു നക്സൽ താവളം കാണിക്കുവാൻ കൊണ്ടുപോകുമ്പോൾ പൊലീസ് ജീപ്പിൽ നിന്നും രാജൻ ഓടി രക്ഷപ്പെട്ടു. വിശ്വസനീയമായ കേന്ദ്രത്തിൽ നിന്നും കിട്ടിയ അറിവാണ്." സാദിരിക്കോയയുടെ കേന്ദ്രം ഏതാണെന്ന് ഈച്ചരവാര്യർക്ക് അറിയാമായിരുന്നു.

രാജന്റെ മരണത്തിന്റെ അടുത്ത ദിവസം താൻ കക്കയം ക്യാമ്പിൽ പോയിരുന്നതായതും രാജൻ കൊല്ലപ്പെട്ടതായി പൊലീസ് ഉദ്യോഗസ്ഥർ തന്നെ അറിയിച്ചിരുന്നതായും സാദിരിക്കോയ പിൻകാലത്ത് ടി.വി. ചാന ലിൽ പറയുന്നുണ്ട്. കാണാതായ മകന്റെ വിവരം അന്വേഷിച്ച് അലയുന്ന ആ അച്ഛനോട് നുണ പറയുന്നതിൽ അയാൾക്ക് തരിമ്പും ലജ്ജ തോന്നി യില്ല.

രാജന്റെ മരണവാർത്ത മറച്ചുവെച്ചുകൊണ്ട്, തെറ്റായ വിവരങ്ങൾ മനപ്പൂർവം കൊടുക്കുന്ന പ്രവണത പിന്നീടും കാണാം.

പരാതിയും അന്വേഷണവും

കേരള ആഭ്യന്തരസെക്രട്ടറിക്ക് 15-06-1976, 01-07-1976, 06-08-1976 എന്നീ തീയതികളിൽ ഈച്ചരവാര്യർ രജിസ്റ്റർ ചെയ്ത പരാതികൾ അയച്ചു.

രാഷ്ട്രപതി, ഉപരാഷ്ട്രപതി, കേന്ദ്രആഭ്യന്തരമന്ത്രി എന്നിവർക്കും ഈച്ചരവാര്യർ പരാതി അയച്ചു. അവർ ഈ പരാതികൾ അന്വേഷിക്കു വാൻ കേരളത്തിലേക്ക് അയച്ചുകൊടുത്തു. പരാതി കേരള ചീഫ് സെക്രട്ടറിക്ക് അയച്ചതായി രാഷ്ട്രപതിയുടെ ഓഫീസിൽ നിന്നും വാര്യർക്കു മറുപടി കിട്ടി.

ചുരുക്കിപ്പറഞ്ഞാൽ, കേരളത്തിലെ ആഭ്യന്തര സെക്രട്ടറിക്ക് ഈച്ചര വാര്യരുടെ കൈയിൽനിന്നു നേരിട്ടും കേന്ദ്രഗവൺമെന്റിൽ കൂടിയും നിരവധി പരാതികൾ ലഭിച്ചു. ഒന്നിനും മറുപടി കൊടുത്തില്ല. വെറും സാധാരണക്കാരനായ ഒരാളോട് ഇത്തരം മര്യാദകൾ പാലിക്കേണ്ട ആവശ്യ മില്ല എന്നായിരുന്നു കേരള സർക്കാർ എടുത്ത നിലപാട്.

ഈച്ചരവാര്യർ താൻ കേന്ദ്രത്തിലേക്കയച്ച പരാതിയുടെ പകർപ്പുകൾ കേരളത്തിൽ നിന്നുള്ള പാർലമെന്റ് മെമ്പർമാർക്ക് അയച്ചു കൊടുത്തു. ജനപ്രതിനിധികളിൽ എ.കെ.ഗോപാലൻ, വി. വിശ്വനാഥമേനോൻ, പാട്യം രാജൻ എന്നിവർ മാത്രമേ പരാതി കിട്ടിയതായി ഈച്ചരവാര്യർക്കു മറുപടി കൊടുത്തുള്ളൂ. തനിക്കു നേരിട്ടു പരിചയമുള്ള സി. ജനാർദ്ദനൻ, വയലാർ രവി മുതലായവർ തന്റെ പരാതി ലഭിച്ചതായി പോലും അറിയിച്ചില്ല എന്നത് വാര്യരെ വേദനിപ്പിച്ചു. 'ജനപ്രതിനിധികൾ' എന്ന വാക്കിന് ഇവർ അർഹരാണോ എന്ന് ഈച്ചരവാര്യർ ചോദിക്കുന്നു.

പാർലമെന്റ് മെമ്പർമാരായ എ.കെ.ഗോപാലനും വി. വിശ്വനാഥ മേനോനും ഈച്ചരവാര്യരുടെ പരാതി ഇന്ത്യൻ പ്രധാനമന്ത്രിയുടെയും കേന്ദ്ര ആഭ്യന്തരമന്ത്രിയുടെയും ശ്രദ്ധയിൽ പെടുത്തി. വിശ്വനാഥമേനോൻ രാജ്യസഭയിലും സമർമുക്കർജി ലോകസഭയിലും രാജന്റെ കസ്റ്റഡിക്കാര്യം ഉന്നയിച്ചു.

ഈച്ചരവാര്യരുടെ പരാതിയുടെ കോപ്പി അടക്കം ചെയ്തുകൊണ്ട് വിശ്വനാഥമേനോൻ കെ.കരുണാകരനു കത്തയച്ചു. മറുപടി കിട്ടാഞ്ഞതി നാൽ കരുണാകരനെ നേരിൽ കണ്ടപ്പോൾ വിശ്വനാഥമേനോൻ പരാതി പ്പെട്ടു. അതിനുശേഷം കരുണാകരൻ വി. വിശ്വനാഥമേനോന് അയച്ച മറു പടിയിൽ 'പ്രസ്തുത കാര്യം പരിഗണനയിലുണ്ട്' എന്ന് പറയുന്നു. കരു ണാകരന്റെ കത്തിന്റെ പകർപ്പ് വിശ്വനാഥമേനോൻ ഈച്ചരവാര്യർക്ക് അയച്ചുകൊടുത്തു. ഈ കത്തിലെ വിവരപ്രകാരം, തന്റെ മകൻ പൊലീസ് കസ്റ്റഡിയിൽ ജീവനോടെ ഇരിപ്പുണ്ടെന്ന് ആ സാധുമനുഷ്യൻ വിശ്വ സിച്ചു.

ജയറാം പടിക്കൽ ഈച്ചരവാര്യരെ കാണുവാൻ പോലും തയ്യാറായില്ല. ശ്രീധരനുൾപ്പെടെ വലുതും ചെറുതുമായ അനേകം പൊലീസ് അധികാ രികളെ ഈച്ചരവാര്യർ നേരിൽ പോയിക്കണ്ടു. ഇവരിൽ നിന്നും അദ്ദേഹ ത്തിനു യാതൊരു വിവരവും ലഭിച്ചില്ല. അധികാരികൾ ആ മനുഷ്യന് യാതൊരു വിലയും കല്പിച്ചില്ല.

ഇന്ത്യൻ പ്രസിഡന്റ് ഉൾപ്പെടെയുള്ള രാജ്യത്തെ ഏറ്റവും ഉന്നതരായ അധികാരികൾ അന്വേഷിക്കുവാൻ ആവശ്യപ്പെട്ട കേസ് കേരള ആഭ്യന്തര വകുപ്പ് എങ്ങിനെ അന്വേഷിച്ചു എന്നു നോക്കാം:

ഈച്ചരവാര്യരുടെ പരാതിയോടൊപ്പം ശ്രീ എ.കെ.ഗോപാലൻ എഴു തിയ കത്ത് 10.09.1976ൽ ആഭ്യന്തരസെക്രട്ടറിക്കു ലഭിക്കുകയും അദ്ദേഹം അത് 17.09.1976ൽ ഇൻസ്പെക്ടർ ജനറൽ ഓഫ് പൊലീസിന് കൈമാറു കയും ചെയ്തു. എം.കെ. കൃഷ്ണൻ എം.പിയുടെ ഇതേപോലെയുള്ള ഒരു കത്ത് കേന്ദ്രആഭ്യന്തര മന്ത്രാലയം 13.09.1976ൽ ആഭ്യന്തരസെക്രട്ട റിക്ക് അയച്ചു കൊടുത്തു. ഈ കത്തും വിശ്വനാഥമേനോൻ കരുണാകര നയച്ച കത്തും ആഭ്യന്തരസെക്രട്ടറി അന്വേഷണത്തിനായി ഇൻസ്പെക്ടർ ജനറലിനു കൈമാറി.

ഇതിനൊന്നും മറുപടി കാണാഞ്ഞപ്പോൾ 11.10.1976ൽ ആഭ്യന്തര സെക്രട്ടറി ഇൻസ്പെക്ടർ ജനറലിനെ കത്തിലൂടെ ഓർമ്മിപ്പിച്ചു. 11.12.1976ൽ വീണ്ടും ഓർമ്മിപ്പിച്ചു. ഇതുപ്രകാരം ഐ.ജി. രാജൻ ഡി.ഐ.ജി. ജയറാം പടിക്കലിനോട് അന്വേഷിക്കുവാൻ ആവശ്യപ്പെട്ടു. ജയറാം പടിക്കൽ കോഴിക്കോട് പൊലീസ് സൂപ്രണ്ട് ലക്ഷ്മണയോട് റിപ്പോർട്ട് ചോദിച്ചു. ലക്ഷ്മണ 28.12.1976ൽ ജയറാം പടിക്കലിനു സമർപ്പിച്ച റിപ്പോർട്ടിൽ പറയുന്നു:

ആർ.ഇ.സി. വിദ്യാർത്ഥി രാജന്റെ തിരോധാനത്തെ പറ്റി വിശദമായി അന്വേഷിച്ചു. ആർ.ഇ.സി. പ്രിൻസിപ്പലിനെയും മറ്റും ചോദ്യം ചെയ്തു. ആർ.ഇ.സിയിലെ ചില വിദ്യാർത്ഥികൾ കായണ്ണ പൊലീസ് സ്റ്റേഷൻ ആക്രമണത്തിലേക്ക് നയിച്ച നക്സലൈറ്റ് പ്രവർത്തനങ്ങളിൽ ഉൾപ്പെട്ടിരുന്നതായി ചില കേന്ദ്രങ്ങളിൽ നിന്നും പൊലീസിന് അറിവു ലഭിച്ചിരുന്നു. 01.03.1976ൽ ഇതേപ്പറ്റി അന്വേഷണം നടത്തി. ജോസഫ് ചാലി എന്ന വിദ്യാർത്ഥിയെ കസ്റ്റഡിയിൽ എടുത്ത് വിശദമായി ചോദ്യം ചെയ്തു. 03.03.1976ൽ മിസ നിയമപ്രകാരം അയാളെ തടവിലാക്കി. ഈ വിദ്യാർത്ഥിയിൽ നിന്നും ആർ.ഇ.സിയിലെ മുരളി കണ്ണമ്പിള്ളി എന്ന വിദ്യാർത്ഥിയുടെ പങ്കിനെക്കുറിച്ചും വിവരം ലഭിച്ചു. മുരളിയെ 18.04.1976ന് അറസ്റ്റു ചെയ്തു. മുരളിയെ ചോദ്യം ചെയ്തപ്പോൾ ഈച്ചരവാര്യരുടെ മകൻ രാജൻ തീവ്രവാദികൾക്ക് ഒത്താശയും തണലും നൽകിയതായി അറിവു കിട്ടി. കേസിലെ ചില പ്രതികൾക്ക് രഹസ്യസമ്മേളനങ്ങൾ നടത്തുന്നതിനും സംഭവത്തിനു ശേഷം ഒളിവിൽ പോയ പ്രതികൾക്കു താമസിക്കുവാനും ഇയാൾ സൗകര്യം ചെയ്തു കൊടുത്തതായി തെളിഞ്ഞു. തനിക്കെതിരെ പൊലീസ് അന്വേഷണം ഉണ്ടാകുമെന്നു ഭയന്ന് മാർച്ചിന്റെ തുടക്കത്തിൽ ഇയാൾ ഒളിവിൽ പോയതായി വ്യക്തമായി. അതിനാൽ രാജനെ അറസ്റ്റു ചെയ്യുവാൻ കഴിഞ്ഞില്ല.

"രാജനെ പൊലീസ് പിടിച്ചതായി ഹോസ്റ്റൽ വാർഡൻ വന്നു പറഞ്ഞു" എന്നാണ് പ്രിൻസിപ്പൽ അറിയിച്ചത്. അതിനാൽ കേട്ടുകേൾവിയുടെ അടിസ്ഥാനത്തിലാണ് പ്രിൻസിപ്പൽ രാജന്റെ അച്ഛനു കത്തയച്ചത് എന്നു തെളിഞ്ഞു. അവധിയിൽ ആയിരുന്നതിനാൽ വാർഡനെ ചോദ്യം ചെയ്യുവാൻ കഴിഞ്ഞില്ല. ആരെന്നു തിരിച്ചറിഞ്ഞിട്ടില്ലാത്ത വിദ്യാർത്ഥികളാണ് വാർഡനോടു പറഞ്ഞതത്രേ.

കോളേജിൽ സൂക്ഷിച്ചിരിക്കുന്ന ഫയലുകളിൽനിന്നും ഈച്ചരവാര്യർക്കു കത്തയച്ചതായി കാണുന്നില്ല എന്നാണ് പ്രിൻസിപ്പൽ പറയുന്നത്.

ആരോപണങ്ങളെക്കുറിച്ച് അന്വേഷിച്ചതിൽനിന്നും രാജനെ എപ്പോഴെങ്കിലും പൊലീസ് അറസ്റ്റു ചെയ്തതിന് യാതൊരു തെളിവും കിട്ടിയിട്ടില്ല.

ജയറാം പടിക്കൽ ഈ റിപ്പോർട്ട് 07.01.1977ൽ ഐ.ജി.പിക്കയച്ചു കൊടുത്തു. ഈ റിപ്പോർട്ടിനെ അടിസ്ഥാനമാക്കിയാണ് കേരളസർക്കാർ കേന്ദ്രസർക്കാരിനു മറുപടി അയച്ചത്. ഈച്ചരവാര്യർക്ക് മറുപടി ഒന്നും കൊടുത്തതുമില്ല.

ലക്ഷ്മണയുടെ ഈ റിപ്പോർട്ടിനു ദൂരവ്യാപകമായ പ്രത്യാഘാതങ്ങളുണ്ടാവും. 'രാജനെ അറസ്റ്റു ചെയ്തില്ല' എന്നു ഹൈക്കോടതിയിൽ ബോധിപ്പിക്കുവാൻ അധികാരികളെ നിർബന്ധിതരാക്കിയത് ഈ റിപ്പോർട്ടാണ്.

പൊലീസ് സൂപ്രണ്ട് ലക്ഷ്മണ തന്റെ ഓഫീസിലെ ഫയലുകൾ ആവശ്യപ്പെട്ടിട്ടില്ല എന്ന് ആർ.ഇ.സി. പ്രിൻസിപ്പൽ ഹൈക്കോടതി വിസ്താര സമയത്തു ബോധിപ്പിച്ചു.

"രാജന്റെ അച്ഛന് പ്രിൻസിപ്പൽ കത്തയച്ചതിന്റെ രേഖകൾ കോളേജ് ഓഫീസിൽ ലഭ്യമല്ല" എന്ന ലക്ഷ്മണയുടെ റിപ്പോർട്ട് കള്ളമാണെന്ന് ഹൈക്കോടതി കണ്ടെത്തി. "രാജനെ അറസ്റ്റു ചെയ്തില്ല" എന്ന ലക്ഷ്മണയുടെ പ്രസ്താവനയും കള്ളമാണെന്ന് ഹൈക്കോടതി വിധിച്ചു.

വാസ്തവവിരുദ്ധമായ ഈ റിപ്പോർട്ടിനെ ആധാരമാക്കിയാണ് ഇന്ത്യൻ രാഷ്ട്രപതിക്കു കേരള സർക്കാർ മറുപടി അയച്ചത്.

28.12.1976ൽ ലക്ഷ്മണ കൊടുത്ത റിപ്പോർട്ടിനെക്കുറിച്ച് ഒന്നുകൂടി അറിയേണ്ടതുണ്ട്. 28.02.1976 മുതൽ 12.03.1976 വരെ താൻ കായണ്ണ അന്വേഷണ ക്യാംപിൽ നേരിട്ടു ഹാജരായിരുന്നതായി ഹൈക്കോടതിയിൽ സമർപ്പിച്ച സത്യവാങ്മൂലത്തിൽ ലക്ഷ്മണ ബോധിപ്പിക്കുന്നു. അതായത് കക്കയം ക്യാമ്പിൽ രാജൻ കൊല്ലപ്പെടുമ്പോൾ ലക്ഷ്മണ അവിടെ ഉണ്ടായിരുന്നു.

ഒരു വിദ്യാർത്ഥിയെ പൊലീസ് കസ്റ്റഡിയിൽ എടുത്തശേഷം കാൺമാനില്ല എന്ന് അയാളുടെ അച്ഛൻ പരാതിപ്പെടുന്നു. ഇന്ത്യയുടെ പ്രസിഡന്റ് ഉൾപ്പെടെയുള്ള ഉന്നതരായ ഭരണാധികാരികൾ അതേപറ്റി റിപ്പോർട്ട് ആവശ്യപ്പെടുന്നു. നമ്മുടെ പൊലീസ് മേധാവികൾ അതേപറ്റി അന്വേഷിച്ചത് എങ്ങനെ എന്നതിനു ഒരു ഉദാഹരണം കൂടി നോക്കാം :

ഈച്ചരവാര്യർ ഇന്ത്യൻ രാഷ്ട്രപതിക്കയച്ച പരാതിയുടെ പകർപ്പ് അന്വേഷണത്തിനായി പല പൊലീസ് മേധാവികൾക്കും ലഭിച്ചു. ഇവരിൽ പലരും ഈച്ചരവാര്യരെ തങ്ങളുടെ ഓഫീസിലേക്കു വിളിച്ചു വരുത്തി ചോദിച്ചു,

"നിങ്ങളുടെ മകൻ എവിടെപ്പോയി?"

(അദ്ദേഹത്തിന് അതറിയാമായിരുന്നു എങ്കിൽ പരാതി അയയ്ക്കേണ്ട ആവശ്യം ഇല്ലല്ലോ).

എന്നാൽ സെൻട്രൽ ഇൻവെസ്റ്റിഗേഷൻ ബ്യൂറോയുടെ എറണാകുളം

പൊലീസ് സൂപ്രണ്ട് ബാലകൃഷ്ണപിള്ള ഒരു പടികൂടി മുൻപോട്ടു പോയി.

നക്സലൈറ്റുകളുടെ പരിപാടികൾ രാജൻ തനിക്കു ചോർത്തിത്തരുമെങ്കിൽ താൻ രാജനെ പൊലീസ് കസ്റ്റഡിയിൽ നിന്നും മോചിപ്പിക്കാം എന്നായിരുന്നു അദ്ദേഹം വാര്യരോടു പറഞ്ഞത്. ഈച്ചരവാര്യർ ഈ കച്ചവടം നിരസിച്ചു. രാജൻ ഒരു പൊലീസ് ചാരനാവുന്നതിലും നല്ലത് പൊലീസ് തടവിൽ കഴിയുന്നതാണ് എന്ന് ആ അച്ഛൻ തീരുമാനിച്ചു.

"പതിനഞ്ചു ദിവസത്തിനകം രാജനെ വിട്ടുതരാം" എന്നു വാഗ്ദാനം ചെയ്താണ് ബാലകൃഷ്ണപിള്ള ഈച്ചരവാര്യരെ മടക്കി അയച്ചത്.

കേരളത്തിലെ അത്യുന്നതരായ പൊലീസ് ഉദ്യോഗസ്ഥർ പ്രമാദമായ കേസുകൾ അന്വേഷിക്കുവാൻ അവലംബിക്കുന്ന മാർഗ്ഗങ്ങൾ അറിഞ്ഞിരിക്കേണ്ടുന്നതിലേക്കാണ് ലക്ഷ്മണയുടെയും ബാലകൃഷ്ണപിള്ളയുടെയും ഉദാഹരണങ്ങൾ ഇവിടെ കൊടുത്തത്.

പൊലീസിന്റെ ക്രൂരവും വികൃതവുമായ കഥകൾ ഇതുകൊണ്ടു തീരുന്നില്ല.

തന്റെ മകനെ തിരക്കിയുള്ള യാത്രയ്ക്കിടയിൽ ഈച്ചരവാര്യർ തന്റെ ബന്ധുവായ ആർ.ഇ.സി. പ്രൊഫസ്സർ മോഹൻകുമാറിന്റെ വീട്ടിൽ മൂന്നു ദിവസം താമസിച്ചു. രാജനെ കസ്റ്റഡിയിൽ എടുത്ത സർക്കിൾ ഇൻസ്പെക്ടർ ശ്രീധരനും രണ്ടു പൊലീസുകാരും കൂടി ഇതറിഞ്ഞ് അവിടെയെത്തി. രാജന്റെ തിരോധാനത്തിൽ അവർ ഖേദം പ്രകടിപ്പിച്ചു.

എന്നിട്ട് ശ്രീധരൻ ഈച്ചരവാര്യരെ ഉപദേശിച്ചു, "നക്സൽ നേതാവ് കെ.വേണുവിന്റെ പുസ്തകം വായിച്ചിട്ടുണ്ടോ?"

"ഇല്ല."

"വളരെ അറിവുള്ള ആളാണ്. താങ്കൾ ആ പുസ്തകം വായിക്കണം."

രാത്രി പത്തുമണി വരെ ശ്രീധരനും കൂട്ടരും അവിടെ സംസാരിച്ചുകൊണ്ടിരുന്നു. അപ്പോഴേക്കും വീട്ടുകാർ പേടിച്ചു വിവശരായി. പിറ്റേദിവസം ഈച്ചരവാര്യർ അവിടെ നിന്നും ഒരു ലോഡ്ജിലേക്കു താമസം മാറ്റി.

ഇതിനു ശേഷം ഒരിക്കൽ ഈച്ചരവാര്യർ തന്റെ കൂടെ കോഴിക്കോട് ഗവ. ആർട്സ് & സയൻസ് കോളേജിൽ പഠിപ്പിച്ച വിശ്വംഭരൻ സാറിന്റെ അതിഥിയായി കഴിയുമ്പോൾ ശ്രീധരൻ അവിടേയും കയറിച്ചെന്നു.

"എവിടെടാ നിന്റെ പ്രൊഫസ്സർ", എന്നു ചോദിച്ച് വിശ്വംഭരൻ സാറിനെ അയാൾ ഭീഷണിപ്പെടുത്തി.

ഈച്ചരവാര്യർ പറയുന്നു, "ഇരയെ വേട്ടയാടുന്ന പൊലീസുകാരനു മാനുഷികത എന്ന വികാരം അപരിചിതമാണ്."

അച്യുതമേനോൻ

മുഖ്യമന്ത്രി സി. അച്യുതമേനോനെ പറ്റി പറയാതെ ഈച്ചരവാര്യരുടെ അന്വേഷണ കഥ പൂർണ്ണമാവുകയില്ല. അച്യുതമേനോൻ വളരെ ശ്രേഷ്ഠനായ ഒരു മനുഷ്യൻ ആയതുകൊണ്ടാണ് ഈ കഥ നമ്മിൽ നടുക്കം ഉണ്ടാക്കുന്നത്.

1949ൽ, കമ്മ്യൂണിസ്റ്റുകളെ പൊലീസ് വേട്ടയാടിക്കൊണ്ടിരുന്ന കാലത്ത്, ഒരു പാതിരാത്രിയിൽ അച്യുതമേനോൻ ഈച്ചരവാര്യരുടെ വീട്ടിൽ അഭയം തേടിച്ചെന്നു. ഉറങ്ങിക്കിടന്ന വാര്യരെ ഉണർത്തിയിട്ട്, പുറകെ പൊലീസ് വരുന്നുണ്ടെന്നും രക്ഷപ്പെടുത്തണമെന്നും അപേക്ഷിച്ചു. വാര്യർ തന്റെ സഹോദരങ്ങളെ കൂടെ അയച്ച് അച്യുതമേനോനെ ഒരു സുരക്ഷിത സ്ഥാനത്ത് എത്തിച്ചു. ഈച്ചരവാര്യരുടെ മൂത്ത സഹോദരന്റെ വീട്ടിലും അച്യുതമേനോൻ ഈ കാലത്ത് ഒളിവിൽ പാർത്തിട്ടുണ്ട്.

അതായത് മുഖ്യമന്ത്രി അച്യുതമേനോൻ സ്വന്തം ജീവന് ഈച്ചര വാര്യരോടു കടപ്പെട്ടിരിരുന്നു. അച്യുതമേനോന്റെ ഈ അടുത്തേക്ക് തന്റെ മകൻ രാജന്റെ വിവരം കണ്ടുപിടിച്ചു തരണമെന്ന അപേക്ഷയുമായി ഈച്ചരവാര്യർ പലതവണ പോയി. എന്നാൽ കരുണാകരനെയോ ജയറാം പടിക്കലിനെയോ വിളിച്ചു ചോദിക്കുവാൻ മുഖ്യമന്ത്രി തയ്യാറായില്ല. കരുണാകരനെ വിളിക്കുവാൻ ഈച്ചരവാര്യർ അഭ്യർത്ഥിച്ചപ്പോൾ മുഖ്യമന്ത്രി അച്യുതമേനോൻ പറഞ്ഞത്, "ഞാൻ അയാളെ വിളിക്കില്ല. അയാൾ (കരുണാകരൻ) കള്ളമേ പറയൂ", എന്നാണ്.

അടിയന്തരാവസ്ഥക്കാലത്ത് ഭരണത്തിന്റെ നിയന്ത്രണം സി.പി.ഐ. ക്കാരനായ മുഖ്യമന്ത്രിയുടെ കൈയിൽ ആയിരുന്നില്ല. അധികാരത്തിന്റെ താക്കോൽ കരുണാകരന്റെ കൈയിൽ ആയിരുന്നു. ഒരു ഡി.ഐ.ജി യോടു വിളിച്ചു ചോദിക്കുവാനുള്ള തന്റേടം പോലും അച്യുതമേനോൻ കാട്ടിയില്ല.

ഈച്ചര വാര്യരുടെ സ്വന്തം വാക്കുകൾ ഇതിന്റെ ആഴവും ദുഃഖവും വെളിവാക്കുന്നു:

ഞാൻ കരുണാകരനെയോ ജയറാം പടിക്കലിനെയോ വിളിച്ചു ചോദിക്കണമെന്ന് ആവശ്യപ്പെട്ടു.

(അച്യുതമേനോൻ) "ഞാനിനി തന്റെ മകനെ അന്വേഷിച്ച് ഒരു തോർത്തും തോളത്തിട്ട് കേരളത്തിലങ്ങോളമിങ്ങോളമുള്ള പൊലീസ് സ്റ്റേഷനുകൾ കയറി ഇറങ്ങണോ?"

എനിക്കു ക്ഷോഭവും കരച്ചിലും വന്നു. പരിഭ്രമം കൂടാതെ ഞാൻ പറഞ്ഞു, "ഒരു മുഖ്യമന്ത്രിക്ക് തന്റെ കീഴുദ്യോഗസ്ഥനോടു ചോദിച്ച് ഒരു കാര്യമറിയാൻ ഇത്രയേ കഴിവുള്ള എന്ന് എനിക്കു മനസ്സിലായിരുന്നില്ല. ഇത് മനസ്സിലായിരുന്നുവെങ്കിൽ ഞാൻ താങ്കളെ സമീപിക്കുകയില്ലായിരുന്നു."

വേദനയോടെയാണ് ഞാനും എം.എസ്.മാഷും തിരുവനന്തപുരത്തു നിന്നും മടങ്ങിയത്. അധികാരം ഒരു കമ്യൂണിസ്റ്റു നേതാവിനുണ്ടാക്കിയ മാറ്റം എന്നെ സംബന്ധിച്ചിടത്തോളം വിചിത്രവും അജ്ഞാതവും ആയിരുന്നു. മേനോൻ എന്നെ സംബന്ധിച്ചിടത്തോളം എറെ പ്രിയങ്കരനായിരുന്നു.

അച്യുതമേനോനെ പോലുള്ള ഒരു ധീരപുരുഷൻ കരുണാകരന്റെ ഏറാൻമൂളിയായി അധഃപതിച്ചതിൽ ഞങ്ങളൊക്കെ വളരെ വ്യസനിച്ചിട്ടുണ്ട്.

രാജൻ സംഭവുമായി ബന്ധപ്പെട്ട് അച്യുതമേനോനിൽ നിന്നുണ്ടായ അനുഭവമാണ് കരുണാകരനിൽ നിന്നുണ്ടായ അനുഭവത്തേക്കാൾ എന്നെ വേദനിപ്പിച്ചത്. കാരണം കരുണാകരനിൽ നിന്ന് ഞാൻ ഇത്രയേ പ്രതീക്ഷിച്ചിരുന്നുള്ളൂ. മേനോനിൽ നിന്ന് ഈ അനുഭവം ഞാൻ സ്വപ്നത്തിൽ കൂടി പ്രതീക്ഷിച്ചിരുന്നില്ല.

മനുഷ്യമനസ്സിന്റെ ആഴങ്ങളിലേക്ക് ഇറങ്ങിച്ചെല്ലുമ്പോൾ, നാം ശ്രേഷ്ഠരായി കരുതുന്ന മനുഷ്യരുടെ ഉള്ളിൽ ഇത്രയും വികൃതമായ ഒരു മുഖമുണ്ടോ?

ഏതു ധീരനേയും തളർത്തുവാൻ പോന്ന ഇത്തരം പ്രതിബന്ധങ്ങളെ അതിജീവിച്ച് ഈച്ചരവാര്യർ തന്റെ അന്വേഷണം തുടർന്നു.

1977 മാർച്ച് മാസത്തിൽ ഇന്ദിരാഗാന്ധി അടിയന്തരാവസ്ഥ ഭാഗികമായി പിൻവലിച്ചു. പല മിസ തടവുകാരെയും വിട്ടയച്ചു. ഇവരെയെല്ലാം അന്വേഷിച്ചു കണ്ടുപിടിച്ച് ഈച്ചരവാര്യർ തന്റെ മകനെ പറ്റി ചോദിച്ചു. രാജനെപ്പോലെ അറസ്റ്റുചെയ്യപ്പെട്ട ചില വിദ്യാർത്ഥികൾ കണ്ണൂർ സെൻട്രൽ ജയിലിൽ ഉള്ളതായി അദ്ദേഹത്തിനു വിവരം ലഭിച്ചു. കേരളത്തിലെ മൂന്നു സെൻട്രൽ ജയിലുകളും സന്ദർശിച്ച് വാര്യർ മകനെ തിരക്കി.

ചാത്തമംഗലത്ത് ടൈപ്പ്റൈറ്റിങ് ഇൻസ്റ്റിറ്റ്യൂട്ട് നടത്തിയിരുന്ന കാനങ്ങോട്ടു രാജൻ 1977 മാർച്ച് 24ന് ജയിലിൽ നിന്നും മോചിതനായി. രണ്ടു ദിവസം കഴിഞ്ഞപ്പോൾ ഈച്ചരവാര്യർ കെ. രാജന്റെ അടുത്തെത്തി. അയാളോടും തന്റെ മകന്റെ വിവരം അന്വേഷിച്ചു.

ഈച്ചരവാര്യരെയും കൂട്ടി കെ.രാജൻ തന്റെ സുഹൃത്തായ വാസുദേവൻ നായരുടെ വീട്ടിലേക്കു പോയി. അവിടെ ഒരു മേശയ്ക്കു ചുറ്റും അവർ ഇരുന്നു. ഈച്ചരവാര്യരുടെ മകൻ രാജന്റെ കൊലപാതകം താൻ നേരിൽ കാണുവാൻ ഇടയായ കഥ കെ.രാജൻ വിസ്തരിച്ചു. ആ അച്ഛന്റെ കണ്ണുകൾ നിറഞ്ഞൊഴുകി. മകനുവേണ്ടിയുള്ള തന്റെ അന്വേഷണം അവസാനിച്ചിരിക്കുന്നു.

എന്നാൽ ഈച്ചരവാര്യർ തളരുകയല്ല ചെയ്തത്. തന്റെ മകനെ കൊന്ന സർവാധികാരിയായ സർക്കാരിനെതിരെ അദ്ദേഹം പോരിനിറങ്ങി. വർഷങ്ങളോളം നീണ്ടു നിന്ന ഒരു നിയമയുദ്ധത്തിന്റെ തുടക്കമായിരുന്നു അത്.

ഒരിക്കലും കെട്ടടങ്ങാത്ത ഒരു കനൽ ആ ഹൃദയത്തിൽ ജ്വലിച്ചുനിന്നിരുന്നു.

പുത്രന്റെ തിരോധാനം രാജന്റെ അമ്മയെ തളർത്തി. അവരുടെ സമനില തെറ്റി. രാജൻ വരുമ്പോൾ കൊടുക്കുവാനായി ഒരു തുണിസഞ്ചിയിൽ അവർ പണം സൂക്ഷിച്ചിരുന്നു. മകനു വേണ്ടി അത്താഴവും വെച്ച് എല്ലാ ദിവസവും ആ അമ്മ കാത്തിരുന്നു.

തന്റെ ജീവിത സായാഹ്നത്തിൽ ഈച്ചരവാര്യർ പറയുന്നു, "ഒരു സമരത്തിന്റെ അവസാന അറ്റത്താണ് ഞാൻ. സങ്കടവും കണ്ണീരും വിഹ്വലതയും കൊണ്ട് അലങ്കരിച്ച ജീവിതംകൊണ്ടു കളം തീർത്ത ഏകാന്തനായ ഒരു കളമെഴുത്തുകാരനായി ഞാൻ മാറിയിരിക്കുന്നു. സംഭവിച്ചതൊക്കെ അനിവാര്യമായ ഒരു വിധി എന്ന് ആശ്വസിക്കുമ്പോഴും എവിടെയോ എന്തൊക്കെയോ ബാക്കി."

ജീവിതത്തിന്റെ കൊടുംചുഴിയിൽ പെട്ടുപോയ ഹതഭാഗ്യനായ ഈച്ചരവാര്യർ. നീതിപീഠത്തിന്റെ ഗോദായിൽ തോൽക്കുവാൻ വിധിക്കപ്പെട്ട ഏകാന്തനായ പോരാളി. പ്രതികൂലമായ കൊടുങ്കാറ്റിൽ ആടിയുലഞ്ഞിട്ടും ധീരതയോടെ പൊരുതിനിന്ന ഒരു സാധു മനുഷ്യൻ.

പതിനൊന്ന്

ഹേബിയസ് കോർപസ്

1977 മാർച്ച് മാസത്തിൽ പ്രാധാന്യമുള്ള ചില രാഷ്ട്രീയ സംഭവങ്ങൾ ഉരുത്തിരിഞ്ഞു. രാജൻ കേസിനെ അവ നേരിട്ടു ബാധിച്ചു:

1. 1977 മാർച്ച് 19ന് കേരളത്തിൽ അസ്സംബ്ലി തിരഞ്ഞെടുപ്പു നടന്നു.
2. പാർലമെന്റ് തിരഞ്ഞെടുപ്പു മുന്നിൽ കണ്ടുകൊണ്ട്, പ്രധാനമന്ത്രി ഇന്ദിരാഗാന്ധി 1977 മാർച്ച് 21ന് അടിയന്തരാവസ്ഥ ഭാഗികമായി പിൻവലിച്ചു.
3. മാർച്ച് 25ന് കെ.കരുണാകരൻ കേരളത്തിന്റെ മുഖ്യമന്ത്രിയായി.

അടിയന്തരാവസ്ഥ ഭാഗികമായി പിൻവലിച്ച അവസരം ഉപയോഗപ്പെടുത്തിക്കൊണ്ട്, മാർച്ച് 25ന്, ഈച്ചരവാര്യർ കേരള ഹൈക്കോടതിയിൽ ഹേബിയസ് കോർപ്പസ് റിട്ട് ഹർജി ഫയൽ ചെയ്തു. കരുണാകരൻ മുഖ്യമന്ത്രിയായ അതേ ദിവസം തന്നെയാണ് ഹേബിയസ് കോർപസ് റിട്ട് കൊടുത്തത് എന്നത് വ്യംഗ്യാത്മകമാണ്. വാര്യരുടെ ബന്ധുവായ അഡ്വ. കെ. രാംകുമാർ ആയിരുന്നു കേസ് ഫയൽ ചെയ്യുവാൻ മുൻകൈ എടുത്തത്.

"1976 മാർച്ച് ഒന്നാം തീയതി രാവിലെ കോഴിക്കോട് റീജണൽ എൻജിനീയറിങ് കോളേജിൽ നിന്നും എന്റെ പുത്രൻ പി. രാജൻ എന്ന വിദ്യാർത്ഥിയെ പൊലീസ് കസ്റ്റഡിയിൽ എടുത്തു. അതിനു ശേഷം അയാളെ പറ്റി യാതൊരു വിവരവും ലഭിച്ചിട്ടില്ല. രാജനെ കോടതി മുൻപാകെ ഹാജരാക്കണമെന്ന് പൊലീസ് അധികാരികളോട് ആജ്ഞാപിക്കണം എന്ന് അപേക്ഷിക്കുന്നു", എന്നായിരുന്നു ഹർജി.

"പുത്രന്റെ തിരോധാനം മൂലം മാനസിക രോഗം മൂർച്ഛിച്ച് എന്റെ ഭാര്യ ആശുപത്രിയിൽ ആണ്" എന്നും ഹർജിയിൽ പറയുന്നു.

അടിയന്തരാവസ്ഥ പിൻവലിച്ചു കഴിഞ്ഞ് ഇന്ത്യയിലെ ആദ്യത്തെ ഹേബിയസ് കോർപസ് ഹർജി ആയിരുന്നു അത്. അഖിലേന്ത്യാ തലത്തിൽ തന്നെ കേസ് ജനശ്രദ്ധ ആകർഷിച്ചു.

ജസ്റ്റിസ് പി. സുബ്രഹ്മണ്യൻ പോറ്റി, ജസ്റ്റിസ് വി. ഖാലിദ് എന്നീ ബഹുമാന്യരായ ജഡ്ജിമാർ അടങ്ങുന്ന ഡിവിഷൻ ബെഞ്ചാണ് കേസ് പരിഗണിച്ചത്.

സംസ്ഥാന ആഭ്യന്തര സെക്രട്ടറി എസ്. നാരായണസ്വാമി, ഐ.ജി.പി. വി.എൻ. രാജൻ, ഡി.ഐ.ജി. ജയറാം പടിക്കൽ എന്നിവർക്കെതിരെ ആയിരുന്നു ഈച്ചരവാര്യരുടെ മൂലഹർജി.

മാർച്ച് 29ന് കേരള അസംബ്ലിയിൽ രാജന്റെ തിരോധാനം ചർച്ചയ്ക്കു വന്നു. മുഖ്യമന്ത്രി കെ.കരുണാകരൻ "രാജനെ പൊലീസ് കസ്റ്റഡിയിൽ എടുത്തിട്ടില്ല" എന്ന് അസംബ്ലിയിൽ പ്രസ്താവിച്ചു.

തന്റെ അഭിഭാഷകകരുടെ ഉപദേശപ്രകാരം ഈച്ചരവാര്യർ ഒരു പുതിയ ഹർജി ഹൈക്കോടതിയിൽ ഫയൽ ചെയ്തു. പുതുക്കിയ ഹർജിയിൽ, കെ.കരുണാകരൻ, എസ്.പി. ലക്ഷ്മണ എന്നിവരെക്കൂടി എതിർകക്ഷികളാക്കി.

"പി.രാജൻ എന്നൊരു വിദ്യാർത്ഥിയെ 1976 മാർച്ച് ഒന്നിനോ അതിനു ശേഷമോ പൊലീസ് കസ്റ്റഡിയിൽ എടുത്തിട്ടില്ല" എന്നായിരുന്നു കോടതിയിൽ എതിർകക്ഷികളുടെ സത്യവാങ്മൂലം.

കരുണാകരന്റെ വലംകൈ ആയിരുന്നു സാദിരിക്കോയ ഈച്ചരവാര്യരോടു പറഞ്ഞതു പോലെ, "രാജൻ കസ്റ്റഡിയിൽ നിന്നും ചാടിപ്പോയി" എന്ന് അവർ അവകാശപ്പെട്ടിരുന്നു എങ്കിൽ ഈ കേസ് ഒരു പക്ഷേ എങ്ങും എത്തുമായിരുന്നില്ല.

എന്നാൽ "രാജനെ കസ്റ്റഡിയിൽ എടുത്തിട്ടില്ല" എന്നു സത്യവാങ്മൂലം സമർപ്പിക്കുവാൻ ഇവരെ നിർബന്ധിതരാക്കിയത് 28.12.1976ൽ കെ. ലക്ഷ്മണ ജയറാം പടിക്കലിനു സമർപ്പിച്ച റിപ്പോർട്ടായിരുന്നു. "തനിക്കെതിരെ പൊലീസ് അന്വേഷണം ഉണ്ടാകുമെന്നു ഭയന്ന് മാർച്ചിന്റെ തുടക്കത്തിൽ ഇയാൾ (രാജൻ) ഒളിവിൽ പോയതായി വ്യക്തമായി. അതിനാൽ രാജനെ അറസ്റ്റു ചെയ്യുവാൻ കഴിഞ്ഞില്ല" എന്നാണ് അതിൽ പറയുന്നത്. ഈ റിപ്പോർട്ടിന്റെ അടിസ്ഥാനത്തിൽ ജയറാം പടിക്കൽ കേരള സർക്കാരിനും കേരള സർക്കാർ കേന്ദ്രഗവൺമെന്റിനും റിപ്പോർട്ട് സമർപ്പിച്ചിരുന്നു.

ആർ.ഇ.സി. വിദ്യാർത്ഥികളുടെ നോട്ടീസ്

രാജനെ പൊലീസ് കസ്റ്റഡിയിൽ എടുത്തിട്ടില്ല എന്ന കരുണാകരന്റെ അസംബ്ലിയിലെ പ്രസ്താവന ആർ.ഇ.സി. വിദ്യാർത്ഥികളെ അസ്വസ്ഥരാക്കി. ആർ.ഇ.സി. വിദ്യാർത്ഥി യൂണിയൻ കോളേജിൽ യോഗം ചേർന്ന് ഈ പ്രസ്താവനയ്ക്കെതിരെ ഔപചാരികമായ പ്രതിഷേധ പ്രമേയം പാസ്സാക്കുകയും പത്രക്കുറിപ്പു നൽകയും ചെയ്തു.

ഏപ്രിൽ അഞ്ചാം തീയതി ആർ.ഇ.സി. വിദ്യാർത്ഥികൾ കരുണാകരന്റെ പ്രസ്താവനയ്ക്കെതിരെ താഴെ കൊടുക്കുന്ന നോട്ടീസ് ഇറക്കി:

നമ്മുടെ രാജൻ എവിടെ?

കാറ്റുപോലും പേടിച്ചോടുന്ന കാലം. 1976 മാർച്ച് ഒന്നാം തീയതി പ്രഭാതം. ശാന്തമായ ആർ.ഇ.സി. ഹോസ്റ്റൽ അന്തരീക്ഷത്തിൽ അസ്വസ്ഥതയുടെ അലകൾ സൃഷ്ടിച്ചുകൊണ്ട് ആ സംഭവം നടന്നു. ഞങ്ങളുടെ സഹപാഠിയായ കലാഹൃദയമുള്ള രാജൻ എന്ന ആ സാത്വികയുവാവിനെ കസ്റ്റഡിയിൽ എടുത്തു. ഒന്നും ചോദിക്കാനും പറയാനും വയ്യ. അധികാരത്തിൽ ഇരിക്കുന്നവരുടെ അധാർമ്മി കളിവിളയാട്ടത്തിന് ഒരാൾകൂടി ഇരയായി.

കസ്റ്റഡിയിൽ എടുത്ത രാജന്റെ ഒരു വിവരവും അന്നുണ്ടായിരുന്നില്ല. ഒരു ഹേബിയസ് കോർപസ് ഹർജി നൽകാനുള്ള പൗരാവകാശം പോലും അന്നത്തെ അവസ്ഥയിൽ ഉണ്ടായിരുന്നില്ലല്ലോ. ആകാംക്ഷയുണ്ടാക്കുന്ന തരത്തിലുള്ള വാർത്തകൾ അന്നുതന്നെ രാജനെക്കുറിച്ച് പ്രചരിച്ചിരുന്നു. പക്ഷേ ഞങ്ങളുടെ മനസ്സാക്ഷി ആ പ്രചാരണങ്ങളെ വിശ്വസിക്കുവാൻ വിസമ്മതിച്ചു.

കൂരിരുൾ നീങ്ങി പ്രകാശമായപ്പോൾ തന്റെ മകന്റെ വിവരങ്ങൾ അന്വേഷിക്കാനിറങ്ങിത്തിരിച്ച പിതാവിനു ലഭിച്ച മറുപടി പൊതുജനങ്ങളോടൊപ്പം ഞങ്ങളും പത്രദ്വാര അറിഞ്ഞു. രാജനെ കസ്റ്റഡിയിൽ എടുത്തിട്ടേ ഇല്ല എന്ന മുഖ്യമന്ത്രിയുടെ പ്രസ്താവന അദ്ഭുതത്തേക്കാളധികം ഞെട്ടലോടുകൂടിയാണ് കോളേജ് വിദ്യാർത്ഥികളായ ഞങ്ങൾ കേട്ടത്. ഞങ്ങളുടെ സഹോദരന്റെ വിയോഗം, ഞങ്ങളോടൊപ്പം വർഷങ്ങളോളം ജീവിച്ച ആ സഹോദരന്റെ. വിവരങ്ങൾ അറിയാനുള്ള ധാർമ്മിക ബാധ്യത, ഇന്നു ഞങ്ങളെ രംഗത്തിറങ്ങാൻ പ്രേരിപ്പിച്ചിരിക്കയാണ്. കരളുള്ളവരെ കരഞ്ഞിട്ടു കാര്യമില്ല. കരളുറപ്പോടെ, സത്യമറിയാനുള്ള വ്യഗ്രതയിൽ സഹകരിക്കുക. എവിടെ നമ്മുടെ രാജൻ?

ഇതേ ദിവസം, കോഴിക്കോട് യൂണിവേഴ്സിറ്റി വിദ്യാർത്ഥികൾ സെനറ്റ് ഹാളിൽ യോഗം ചേർന്നു, കരുണാകരന്റെ പ്രസ്താവനയോടുള്ള പ്രതിഷേധം അറിയിച്ചു. കോഴിക്കോട് യൂണിവേഴ്സിറ്റി അധ്യാപകരുടെ അസ്സോസിയേഷനും പ്രധിഷേധയോഗം സംഘടിപ്പിച്ചു.

ഹൈക്കോടതിയുടെ തെളിവെടുപ്പ്

രാജനെ പൊലീസ് കസ്റ്റഡിയിൽ എടുത്തു എന്നു ഹർജിക്കാരൻ ഈച്ചരവാര്യരും ഇല്ലെന്ന് എതിർകക്ഷിയായ സർക്കാരും വാദിക്കുന്നു. ഹേബിയസ് കോർപസിന്റെ ചരിത്രത്തിൽ ആദ്യമായാണ് ഇത്തരം ഒരു സങ്കീർണത ഉണ്ടാകുന്നത്.

ഈ അസാധാരണ പരിതഃസ്ഥിതിയിൽ കോടതിയുടെ അധികാരം എന്താണ്? ഈ സാഹചര്യത്തിൽ കോടതിക്കു ഹേബിയസ് കോർപസ് റിട്ടു പുറപ്പെടുവിക്കുവാൻ സാധിക്കുമോ? രാജൻ തങ്ങളുടെ കസ്റ്റഡിയിൽ

രാജൻ കേസ്: അണിയറരഹസ്യങ്ങൾ അവസാനിക്കുന്നില്ല

ഇല്ലെന്ന സർക്കാർ വാദത്തിന്റെ പശ്ചാത്തലത്തിൽ ഇത്തരത്തിൽ ഒരു റിട്ടു പുറപ്പെടുവിച്ചാൽ തന്നെ എന്താണ് പ്രയോജനം?

"അന്യായമായ തടങ്കലിൽ നിന്നും രാജ്യത്തെ ഒരു പൗരനു സ്വാതന്ത്ര്യം വേണമെന്നുള്ള അപേക്ഷയാണ് കോടതി പരിഗണിക്കുന്നത്", എന്ന് ഡിവിഷൻ ബഞ്ച് വ്യക്തമാക്കി. ഒരു തെളിവെടുപ്പിലൂടെ ഈ പ്രശ്നം പരിഹരിക്കാം എന്ന് കോടതി പ്രസ്താവിച്ചു.

രാജനെ പൊലീസ് കസ്റ്റഡിയിൽ എടുത്തു എന്നു തെളിയിക്കേണ്ട ചുമതല ഈച്ചരവാര്യരിൽ നിക്ഷിപ്തമായി.

ഏപ്രിൽ രണ്ട് 1977 ഒരു ശനിയാഴ്ചയായിരുന്നു. വാര്യർ അന്ന് ആർ.ഇ.സി. ക്യാമ്പസിൽ സാക്ഷികളെ തിരയുവാൻ എത്തി.

ഞങ്ങൾ താമസിച്ചിരുന്ന 'ഇ' ഹോസ്റ്റലിൽ പൊലീസുകാർ രാജനെ കൊണ്ടുവന്നപ്പോൾ കുട്ടികൾ അവിടെ കൂട്ടം കൂടി നിന്നിരുന്നു. എന്നാൽ ഈച്ചരവാര്യർ ക്യാമ്പസിൽ വരുമ്പോൾ ഞങ്ങളുടെ ഏഴാം സെമസ്റ്റർ യൂണിവേഴ്സിറ്റി പരീക്ഷ അടുത്തിരുന്നു. അതിനാൽ കോടതിയിൽ സാക്ഷി പറയുവാൻ തയ്യാറായി ആരും മുൻപോട്ടു വന്നില്ല. അടിയന്തരാവസ്ഥ ഭാഗികമായി നിലനിൽക്കുന്നു. പൊലീസിനെതിരെ കേസിനു പോയാൽ അവർ കസ്റ്റഡിയിൽ എടുക്കുവാൻ സാധ്യതയുണ്ട്. തലേ വർഷം പൊലീസ് കസ്റ്റഡിയിൽ എടുത്ത സതീർത്ഥ്യരെ പറ്റി യാതൊരു വിവരവും ഇല്ല എന്നതും കുട്ടികളുടെ മനസ്സിലുണ്ട്. പൊലീസ് സ്റ്റേഷനിലോ കോടതിയിലോ കയറുവാൻ ആർക്കും താത്പര്യം ഉണ്ടായിരുന്നില്ല.

രാവിലത്തെ ഭക്ഷണം കഴിഞ്ഞ് ഹോസ്റ്റലിന്റെ മുന്നിലുള്ള വഴിയിൽ കൂടി ഞാൻ മുറിയിലേക്കു ധൃതിയിൽ പോവുകയാണ്. ഒന്നുരണ്ടു പേർ എതിർദിശയിൽ വരുന്നു. ശ്രദ്ധിക്കാതെ നടക്കുവാൻ തുനിഞ്ഞപ്പോൾ വളരെ നനുത്ത ഒരു ശബ്ദം,

"തോമസ് ജോർജ്ജ് അല്ലേ..."

ഞാൻ നിന്നു. കുറിയ ഒരു മനുഷ്യൻ മുൻപിൽ നിൽക്കുന്നു. അദ്ദേഹം പറഞ്ഞു,

"എന്റെ പേര് ഈച്ചരവാര്യർ, പൊലീസ് അറസ്റ്റു ചെയ്ത രാജന്റെ അച്ഛനാണ്... രാജനെ അറസ്റ്റു ചെയ്യുന്നതു തോമസ് കണ്ടിരുന്നോ?"

ഞാൻ ഉവ്വെന്നു പറഞ്ഞു.

അദ്ദേഹം ഒന്നു നിശ്ശബ്ദനായി, മെല്ലെ കണ്ണടച്ചു. ശേഷം പറഞ്ഞു,

"ഈ കേസിൽ കോടതിയിൽ വന്നു സാക്ഷി പറയുമോ?"

ഈച്ചര വാര്യർ സാക്ഷി പറയുവാൻ ആളെ കിട്ടാതെ വലയുമ്പോഴാണ് ഞാൻ മുൻപിൽ ചെന്നുപെട്ടത്. എനിക്കു രാജനെ കണ്ടു പരിചയമുണ്ട് എന്നതല്ലാതെ അയാൾ എന്റെ സുഹൃത്തായിരുന്നില്ല.

അപ്രതീക്ഷിതമായ ആ ചോദ്യം കേട്ട് ഞാൻ പതറി.

ഒരു വലിയ വിവാദത്തിന്റെ വാലിൽ തൂങ്ങാനാണ് ഇദ്ദേഹം എന്നോട് ആവശ്യപ്പെടുന്നത്. ഈച്ചരവാര്യർ ഒരു സാധാരണക്കാരനാണ്. എന്നാൽ അദ്ദേഹത്തിന്റെ എതിരാളികളോ....

കെ.കരുണാകരൻ കേരള മുഖ്യമന്ത്രിയായി അധികാരമേറ്റിട്ട് അന്ന് എട്ടു ദിവസമേ ആയിട്ടുള്ളൂ. പിന്നെയുള്ള എതിർകക്ഷികൾ പൊലീസിലെ അത്യുന്നതരാണ്. മുഖ്യമന്ത്രിക്കും കേരള പൊലീസിനും എതിരെയാണ് ഈച്ചരവാര്യരുടെ കേസ്. അടിയന്തരാവസ്ഥ ഭാഗികമായി നിലനിൽക്കുന്നതിനാൽ കാരണം ഒന്നും കൂടാതെതന്നെ പൊലീസിന് എന്നെ കസ്റ്റഡിയിൽ എടുക്കാം.

"എനിക്കു ബുദ്ധിമുട്ടാണ്", ഞാൻ കാര്യം തുറന്നു പറഞ്ഞു, "പരീക്ഷയ്ക്ക് അല്പ ദിവസങ്ങളെ ബാക്കി ഉള്ളൂ; ഈ സമയത്താണ് എന്തെങ്കിലും പഠിക്കുന്നത്."

അന്നുവരെയുള്ള എന്റെ ചെറിയ ലോകത്തിൽ കോടതികളും പൊലീസ് സ്റ്റേഷനുകളും ഇല്ലായിരുന്നു. എൻജിനീയറിങ് പാസ്സായിക്കഴിഞ്ഞ് ഒരു ജോലി എന്നതിനപ്പുറം ഞാൻ ചിന്തിച്ചിട്ടില്ല. എല്ലാവരേയും പോലെ സമാധാനപൂർണ്ണമായ ജീവിതമാണ് ഞാനും ആഗ്രഹിച്ചിരുന്നത്.

എന്റെ ഉത്തരം കേട്ടപ്പോൾ അദ്ദേഹത്തിന്റെ കണ്ണുകൾ നിറഞ്ഞു, ശബ്ദം ഇടറി,

"എന്റെ മകനെ ഒരിക്കലും തിരിച്ചു കിട്ടില്ല എന്നെനിക്കറിയാം. എന്നാൽ മറ്റൊരു പിതാവിനും എന്റെ ഗതി വരരുത്. ഈ അച്ഛനോട് ദയ തോന്നണം."

നിസ്സഹായനായ ആ മനുഷ്യൻ എന്റെ മുന്നിൽ നിന്നു കരയുകയാണ്, എന്തു ചെയ്യണമെന്നറിയാതെ ഞാൻ കുഴങ്ങി; മറുത്തു പറയുവാൻ കഴിയുന്നില്ല. സ്വയം അറിയാതെ ഞാൻ രാജൻ കേസിന്റെ ഭാഗമാകുകയായിരുന്നു...

മനസ്സില്ലാമനസ്സോടെ സമ്മതം മൂളിയപ്പോൾ അടുത്ത അഭ്യർത്ഥന വന്നു,

"സത്യവാങ്മൂലം തയ്യാറാക്കുവാനായി കോഴിക്കോട്ടേക്കു വരണം. ബുദ്ധിമുട്ടിക്കുന്നതിൽ ക്ഷമിക്കണം."

എന്റെ പരീക്ഷ വെള്ളത്തിലായല്ലോ എന്നു ഞാൻ വ്യാകുലപ്പെട്ടു. അതേസമയം, കലങ്ങിയ കണ്ണുകളോടെ കൈ കൂപ്പിനിൽക്കുന്ന ആ മനുഷ്യനോടു പറയുവാൻ എനിക്കു വാക്കുകൾ ഇല്ലായിരുന്നു.

കോഴിക്കോടു നഗരത്തിൽ, കുഞ്ഞിരാമപ്പൊതുവാൾ എന്നൊരു വക്കീലിന്റെ അടുത്തേക്കാണ് അവർ കൂട്ടിക്കൊണ്ടുപോയത്. രാജനെ കസ്റ്റഡിയിൽ എടുത്ത ദിവസം കണ്ടതെല്ലാം ഞാൻ വിവരിച്ചു. കുറച്ചു കഴിഞ്ഞ്

ദൃക്സാക്ഷി പത്രം തയ്യാറാക്കിക്കൊണ്ടു വന്നു. മുദ്രപ്പത്രത്തിൽ ഒപ്പിട്ടു കൊടുത്തു.

വക്കീൽ പറഞ്ഞു, "രണ്ടു ദിവസം കഴിഞ്ഞ് എറണാകുളത്തേക്കു പോകണം. വേറെ സാക്ഷികളും കൂടെ ഉണ്ടാവും. യാത്രയ്ക്കുള്ള സംവിധാനങ്ങൾ ഈച്ചരവാര്യർ ഒരുക്കിക്കൊള്ളും."

സാക്ഷി വിസ്താരം

രാജൻ എന്ന കോളേജ് വിദ്യാർത്ഥിയെ പൊലീസ് കസ്റ്റഡിയിൽ എടുത്ത് മർദ്ദിച്ചു കൊലപ്പെടുത്തി എന്ന് കേരളത്തിൽ അഭ്യൂഹം പരന്നിരുന്നു. ഈച്ചരവാര്യർ ഹൈക്കോടതിയിൽ ഹർജി കൊടുത്ത വാർത്ത കാട്ടുതീ പോലെ പടർന്നു. കേരളത്തിന്റെ മുഖ്യമന്ത്രിയും അത്യുന്നതരായ പൊലീസ് ഉദ്യോഗസ്ഥരുമാണ് കേസിലെ പ്രതികൾ. അഖിലേന്ത്യാതലത്തിൽ തന്നെ പത്രങ്ങൾ കേസു റിപ്പോർട്ടു ചെയ്തു.

അടിയന്തരാവസ്ഥയ്ക്കു ശേഷമുള്ള ആദ്യത്തെ ഹേബിയസ് കോർപ്പസ് റിട്ട് ആയതിനാൽ, സമാനമായ കേസുകൾക്ക് ഈ കേസ് മാർഗ്ഗദർശി ആകും. ആയതിനാൽ നിയമജ്ഞരുടെ ഇടയിലും കേസിനെക്കുറിച്ച് അതിയായ ജിജ്ഞാസ ഉണ്ടായിരുന്നു. ആളുകളുടെ തിരക്കു കാരണം മൂന്നാം നമ്പർ മുറിയിൽ നിന്നും ഹൈക്കോടതിയുടെ ഏറ്റവും വലിയ മുറിയായ എട്ടാം നമ്പർ മുറിയിലേക്ക് വിസ്താരം മാറ്റിയിരുന്നു. എന്നിട്ടും കേസ് വിചാരണ തുടങ്ങുന്നതിനു വളരെ മുൻപേ തന്നെ ഹൈക്കോടതി മുറിയും പരിസരവും നിറഞ്ഞുകവിഞ്ഞു.

1977 ഏപ്രിൽ 6: പ്രിൻസിപ്പലിന്റെ മൊഴി

അഡ്വ. എസ്. ഈശ്വരയ്യർ ആണ് ഈച്ചരവാര്യർക്കു വേണ്ടി ഹാജരാവുന്നത്. ഈശ്വരയ്യർ ആജാനുബാഹുവായ ഒരു മുതിർന്ന അഭിഭാഷകൻ ആണ്, കേരള ഹൈക്കോടതിയിലെ പേരുകേട്ട ക്രിമിനൽ വക്കീൽ. ചെറുപ്പക്കാരനായ അഡ്വ. കെ. രാംകുമാർ അദ്ദേഹത്തെ സഹായിക്കുന്നു. ഹർജിഭാഗം ഒന്നാം സാക്ഷി പ്രിൻസിപ്പൽ ബഹവുദ്ദീനാണ്.

ഈശ്വരയ്യരുടെ ചോദ്യത്തിനു മറുപടിയായി അദ്ദേഹം പറഞ്ഞു, "വിദ്യാർത്ഥികളായ രാജനെയും ജോസഫ് ചാലിയെയും 1976 മാർച്ച് ഒന്നാം തീയതി രാവിലെ പൊലീസ് കസ്റ്റഡിയിൽ എടുത്ത വിവരം ആക്ടിങ് ചീഫ് വാർഡൻ ഏഴു മണിക്ക് എന്നെ നേരിട്ടു വന്ന് അറിയിച്ചു. ഒമ്പതു മണിക്ക് കോളേജിൽ ചെന്നപ്പോൾ കുട്ടികൾ കൂട്ടം കൂട്ടമായി വന്ന് വിവരങ്ങൾ പറഞ്ഞു. കുന്ദമംഗലം പൊലീസ് സ്റ്റേഷനിൽ അന്വേഷിച്ചപ്പോൾ അവർ വിദ്യാർത്ഥികളെ അറസ്റ്റു ചെയ്തിട്ടില്ല എന്നാണു പറഞ്ഞത്. കോഴിക്കോടു പൊലീസ് സുപ്രണ്ടുമായി ഫോണിൽ സംസാരിക്കുവാൻ ശ്രമിച്ചെങ്കിലും അതു വിജയിച്ചില്ല. അന്നു തന്നെ രക്ഷിതാക്കളെ രേഖാമൂലം വിവരമറിയിച്ചു."

രാജന്റെ അച്ഛനു പ്രിൻസിപ്പൽ അയച്ച കത്തിന്റെ പകർപ്പ് കോടതി മുമ്പാകെ ഹാജരാക്കി.

"പ്രൊഫസ്സർ ഗഫൂറിനെ വിവരങ്ങൾ തിരക്കുവാൻ ചുമതലപ്പെടുത്തി എങ്കിലും, വിദ്യാർത്ഥികളെ കസ്റ്റഡിയിൽ എടുത്ത പൊലീസുമായി അദ്ദേഹത്തിനും ബന്ധം സ്ഥാപിക്കുവാൻ സാധിച്ചില്ല. തുടർന്ന് കോളേജ് ഗവേർണിങ് കൗൺസിലിനെയും കേന്ദ്രവിദ്യാഭ്യാസ മന്ത്രികാര്യാലയത്തിനെയും ഇക്കാര്യം ധരിപ്പിച്ചു."

മുഖ്യമന്ത്രി കരുണാകരൻ ഉൾപ്പെടെയുള്ള എതിർകക്ഷികൾക്കു വേണ്ടി ഹാജരായ അഡീഷണൽ അഡ്വക്കേറ്റ് ജനറൽ ടി.സി.എൻ.മേനോൻ പ്രിൻസിപ്പലിനോട് കാര്യമായി ഒന്നും ചോദിച്ചില്ല.

1977 ഏപ്രിൽ 7 : മറ്റു സാക്ഷികളുടെ മൊഴി

ആറാം തീയതി രാത്രി എട്ടുമണിക്ക് ഞങ്ങൾ കോഴിക്കോട് ആർ.ഇ.സി. ക്യാമ്പസിൽ നിന്നും എറണാകുളത്തേക്കു പുറപ്പെട്ടു. ഒരു പഴയ അമ്പാസിഡർ ടാക്സിയിലാണു യാത്ര. വിദ്യാർത്ഥിയായി ഞാൻ മാത്രമേ വണ്ടിയിൽ ഉണ്ടായിരുന്നുള്ളൂ. കൂടെയുള്ള സാക്ഷികളെല്ലാം ഞങ്ങളുടെ ഹോസ്റ്റൽ ക്യാമ്പസിലെ ജോലിക്കാർ ആണ്.

പുറപ്പെടുന്നതിനു തൊട്ടു മുൻപ് മുന്നറിയിപ്പ് കിട്ടി, "പൊലീസിന് എതിരായ കേസാണ്, അതിനാൽ അവർ വഴിയിൽ വെച്ചു കാറു തടയുവാൻ സാധ്യതയുണ്ട്."

അടിയന്തരാവസ്ഥ ഭാഗികമായി നിലനിൽക്കുന്നു. തലേ വർഷം പൊലീസ് കസ്റ്റഡിയിൽ എടുത്ത വിദ്യാർത്ഥികളെക്കുറിച്ച് വിവരമൊന്നു മില്ല. ഈ യാത്രയെപ്പറ്റി ഞാൻ വീട്ടിൽ അറിയിച്ചിട്ടില്ല. എന്നെ അറസ്റ്റു ചെയ്താൽ ആരും അറിയുകയില്ല.

കൂടെയുള്ള യാത്രികരുടെ ഉള്ളിലും ഇതേ ആശങ്കയുണ്ട്. എന്നാൽ ആരും ഇതേപ്പറ്റി മിണ്ടിയില്ല. എതായാലും തടസ്സം ഒന്നും കൂടാതെ, നേരം വെളുക്കുന്നതിനു മുൻപ് എറണാകുളത്തെത്തി.

കോടതി തുടങ്ങുന്നതിനു മുൻപ് അഡ്വക്കേറ്റ് രാംകുമാർ ഞങ്ങളുടെ അടുത്തു വന്നു. "തോമസിനെയാണ് ആദ്യം വിസ്തരിക്കുന്നത്", എന്ന് എന്നോടു പറഞ്ഞു.

കോടതി കൂടി. കേസ് വിസ്താരം ആരംഭിച്ചു. ഞാൻ ആദ്യമായാണ് ഒരു കോടതിയിൽ കയറുന്നത്; ഇത്തിരി പരിഭ്രമം തോന്നി. കോടതിമുറിയിൽ നിറഞ്ഞു നിന്ന ജനങ്ങൾക്കു നേരെ തിരിഞ്ഞ് ഞാൻ സാക്ഷിക്കൂട്ടിൽ കയറി നിന്നു.

"ജഡ്ജിയെ ആണ് അഭിസംബോധന ചെയ്യേണ്ടത്", അഡ്വക്കേറ്റ് രാംകുമാർ തിരുത്തി. ഞാൻ ജഡ്ജിയുടെ നേരെ തിരിഞ്ഞു നിന്നു. എന്റെ വിവരമില്ലായ്മ കണ്ടു കോടതിയിൽ ചിരി ഉയർന്നു.

രാജൻ കേസ്: അണിയറരഹസ്യങ്ങൾ അവസാനിക്കുന്നില്ല

അഡീഷണൽ അഡ്വക്കേറ്റ് ജനറൽ ടി.സി.എൻ.മേനോനാണ് ചോദ്യങ്ങൾ ചോദിച്ചത്.

"നിങ്ങൾ കണ്ട പൊലീസ് ഉദ്യോഗസ്ഥർ ഏതു റാങ്കിലുള്ളവർ ആയിരുന്നു?"

"അറിഞ്ഞുകൂടാ."

"യൂണിഫോം ധരിച്ച പൊലീസ് ഉദ്യോഗസ്ഥന്മാർ ഉണ്ടായിരുന്നോ."

"അതെ, യൂണിഫോം ധരിച്ച ചിലർ ഉണ്ടായിരുന്നു."

"രാജനെ കൂട്ടി ഹോസ്റ്റലിൽ വന്നു എന്ന് നിങ്ങൾ പറയുന്നവർ യൂണിഫോം ധരിക്കാത്തവർ ആയിരുന്നതിനാൽ പൊലീസ് ആയിരുന്നു എന്ന് എങ്ങനെ പറയുവാൻ കഴിയും?"

"നാലര മണിക്ക് ഹോസ്റ്റലിൽ വന്നവരുടെ കൂട്ടത്തിൽ യൂണിഫോം ധരിച്ച പൊലീസുകാരും ഉണ്ടായിരുന്നു. തന്നെയല്ല, രാജന്റെ കൂടെ അവർ കൊണ്ടുപോയ ചാലി പൊലീസ് കസ്റ്റഡിയിൽ ഇപ്പോഴും ഉണ്ട് എന്നാണ് പത്രവാർത്ത."

ചാലിയേയും രാജനേയും ഒരേ ആളുകൾ തന്നെയാണ് നീല നിറമുള്ള വാനിൽ കയറ്റിക്കൊണ്ടു പോയത് എന്നു ഞാൻ ഈശ്വരയ്യരുടെ വിസ്താരത്തിൽ പറഞ്ഞു.

"ഒരു വിദ്യാർത്ഥി മാത്രമാണ് രാജനെ കസ്റ്റഡിയിൽ എടുത്തതായി സാക്ഷി പറഞ്ഞത്", എന്ന് ടി.സി.എൻ.മേനോൻ പിന്നീടു തന്റെ പ്രതിരോധ വാദത്തിൽ ചൂണ്ടിക്കാട്ടി.

"അയാളുടെ മൊഴി തെറ്റാണെന്ന് നിങ്ങൾ തെളിയിച്ചിട്ടില്ലല്ലോ", എന്നായിരുന്നു ജസ്റ്റിസ് പോറ്റിയുടെ മറുപടി.

ഹോസ്റ്റലിലെ വാച്ച്മാൻ കെ.നാരായണൻ നായരായിരുന്നു അടുത്ത സാക്ഷി.

"രാവിലെ നാലരയ്ക്ക് ഒരു സംഘം പൊലീസുകാർ ഹോസ്റ്റലിൽ വന്നു. മൂന്നുപേർ യൂണിഫോമിലും ബാക്കിയുള്ളവർ മഫ്തിയിലും ആയിരുന്നു. മഫ്തിയിലുള്ളവരാണ് മുറികൾ പരിശോധിച്ചത്."

ഹോസ്റ്റലിലെ തൂപ്പുകാരൻ ടി. ബാലസുബ്രഹ്മണ്യനെയാണ് അടുത്തതായി ചോദ്യം ചെയ്തത്. മനസ്സാന്നിദ്ധ്യം കൈവിടാതെ, ടി.സി.എൻ. മേനോന്റെ ചോദ്യങ്ങൾക്ക് സൂക്ഷ്മമായ മറുപടികളാണ് ബാലസുബ്രഹ്മണ്യം നൽകിയത്.

"സംഭവദിവസം രാവിലെ ഹോസ്റ്റലിൽ ചെന്നപ്പോൾ രണ്ടു പൊലീസ് വാൻ കണ്ടു. യൂണിഫോമില്ലാത്ത ക്രൈംബ്രാഞ്ച് ഡിറ്റക്റ്റീവ് ഇൻസ്പെക്ടർ ശ്രീധരൻ, പൊലീസ് കോൺസ്റ്റബിൾ രാഘവൻ നായർ, വാൻ ഡ്രൈവർ വിശ്വനാഥൻ എന്നിവരെ ഞാൻ തിരിച്ചറിഞ്ഞു. അവരെ എനിക്കു നേരത്തെ പരിചയമുണ്ട്."

"ക്രൈംബ്രാഞ്ച് ഡിറ്റക്റ്റീവ് ഇൻസ്പെക്ടർ ആണെന്ന് എങ്ങനെ മനസ്സിലായി?"

കോടതിനടപടികൾക്കു നാടകീയത പകർന്നുകൊണ്ട് ബാലസുബ്രഹ്മണ്യം പറഞ്ഞു, "സത്യം പറഞ്ഞാൽ പൊലീസ് ഉപദ്രവിക്കുകയില്ലെന്ന് ഉറപ്പു തന്നാൽ എനിക്കറിയാവുന്നതെല്ലാം പറയാം."

ജഡ്ജിമാരുടെ ദൃഷ്ടികൾ അഡീഷണൽ അഡ്വക്കേറ്റ് ജനറലിന്റെ നേരെ തിരിഞ്ഞു.

അദ്ദേഹം പറഞ്ഞു, "ഈ സാക്ഷിക്കെന്നല്ല, കേസിലെ മറ്റു സാക്ഷികൾക്കും പൊലീസിൽ നിന്നും യാതൊരു ഉപദ്രവവും ഉണ്ടാവുകയില്ല എന്നു ഞാൻ ഉറപ്പു തരാം."

ഈ ഉറപ്പ് കോടതി രേഖപ്പെടുത്തിയതിനു ശേഷമാണ് ബാലസുബ്രഹ്മണ്യത്തിന്റെ വിസ്താരം തുടർന്നത്.

"എന്റെ വീടിനടുത്ത് ഒരു കൊലപാതകം നടന്നിരുന്നു. കേസ് അന്വേഷിക്കാൻ വന്നത് ഇൻസ്പെക്ടർ ശ്രീധരനാണ്. അടിച്ചുകൊല്ലുവാൻ പ്രതി ഉപയോഗിച്ച വടി കണ്ടെടുക്കുവാൻ സാക്ഷിയായി എന്നെ ഈ വാനിലാണ് കൊണ്ടുപോയത്.

രാജനെ പിടിച്ചുകൊണ്ടുപോകുമ്പോൾ, വാനിനകത്തു വടിയും പിടിച്ചു രണ്ടു പൊലീസുകാർ ഇരിപ്പുണ്ടായിരുന്നു. കൂടാതെ, രണ്ടു പൊലീസുകാർ തോക്കു പിടിച്ചും ഇരിപ്പുണ്ടായിരുന്നു. വാനിനടുത്തേക്ക് ആരെയും ചെല്ലുവാൻ അനുവദിച്ചിരുന്നില്ല. വാൻഡ്രൈവർക്ക് യൂണിഫോം ഉണ്ടായിരുന്നില്ല."

"ഇക്കാര്യത്തെക്കുറിച്ചൊന്നും എന്താണ് കോളേജ് അധികാരികളോടു പറയാഞ്ഞത്?" ടി.സി.എൻ. മേനോൻ ചോദിച്ചു.

"അന്നത്തെ അന്തരീക്ഷത്തിൽ ആരോടും പറയുവാൻ പറ്റില്ലായിരുന്നു."

ഹോസ്റ്റലിലെ പാചകക്കാരനായ കെ.എസ്. കരുണാകരനായിരുന്നു അടുത്ത സാക്ഷി, "രാവിലെ ആറുമണിക്ക് ഡ്യൂട്ടിക്കു വന്നപ്പോൾ സർക്കിൾ ഇൻസ്പെക്ടറും മറ്റു പൊലീസുകാരും കൂടി രാജനെ വാനിൽ കയറ്റുന്നതു കണ്ടു. യൂണിഫോം ഇട്ട നാലു പൊലീസുകാർ ഉണ്ടായിരുന്നു. വാൻ കോഴിക്കോടു ഭാഗത്തേക്ക് ഓടിച്ചു പോയി."

രാജനെ ക്യാമ്പസിനുള്ളിലെ ബാങ്കിന്റെ മുന്നിൽ നിർത്തിയിരുന്ന പൊലീസ് വാനിനകത്ത് കണ്ടതായി തൂപ്പുകാരൻ ചന്ദ്രൻ മൊഴി നൽകി.

സംഭവദിവസം രാവിലെ പൊലീസ് വാനിനു ചുറ്റും നാലഞ്ചുപേർ നിൽക്കുന്നതു കണ്ടതായി മെസ്സ്ബോയ് കോരു മൊഴി കൊടുത്തു. (കോരുവിനെ പിന്നീടു കസ്റ്റഡിയിൽ എടുക്കുകയും കക്കയം ക്യാമ്പിൽ മർദ്ദിക്കുകയും ചെയ്തിരുന്നു).

അടുത്ത സാക്ഷിയായ കാനങ്ങോട്ടു രാജന്റെ മൊഴി നിർണ്ണായകമായി. "മാർച്ച് രണ്ടാം തീയതി കക്കയം ക്യാമ്പിൽ ആറു പൊലീസുകാർ ചേർന്ന് രാജനെ ഒരു ബെഞ്ചിൽ കിടത്തി മർദ്ദിക്കുന്നത് ഞാൻ കണ്ടു. അതിൽ എസ്.ഐ. പുലിക്കോടൻ നാരായണനെ എനിക്കറിയാം."

"എന്തിനാണ് നിങ്ങളെ കൊണ്ടുപോയി ചോദ്യം ചെയ്തത്?" ടി.സി.എൻ. മേനോൻ ചോദിച്ചു.

"നക്സൽ ആണെന്നു തെറ്റിദ്ധരിച്ചാണ്. എന്റെ വീട്ടിൽ വെച്ച് ഒരു മീറ്റിങ് നടന്നുവെന്ന് പറഞ്ഞ് ചോദ്യം ചെയ്തു. കക്കയം ക്യാമ്പിൽ മാർച്ച് പത്തു വരെ എന്നെ തടവിൽ ഇട്ടിരുന്നു."

കോടതി, "ഈ സാക്ഷിയെ അറസ്റ്റു ചെയ്തിട്ടില്ല എന്നു നിങ്ങൾ വാദിക്കുന്നുണ്ടോ?"

"അറസ്റ്റു ചെയ്തു തടവിൽ ആക്കിയിട്ടുണ്ട്. പക്ഷേ കക്കയത്തു കൊണ്ടുപോയിട്ടില്ല."

("കക്കയത്തു കൊണ്ടുപോയിട്ടില്ല" എന്ന കാര്യത്തിൽ ഗവൺമെന്റ് അറിഞ്ഞുകൊണ്ട് കള്ളം പറയുകയാണ് എന്നു കോടതി പിന്നീടു വിലയിരുത്തി).

വളരെ പ്രസക്തമായ ഒരു കാര്യമാണ് പിന്നീട് ടി.സി.എൻ.മേനോൻ കോടതിയിൽ ബോധിപ്പിച്ചത്. "ആരോപണ വിധേയരായ എന്റെ കക്ഷികളെ എതിർവിസ്താരത്തിനു ഹാജരാക്കുവാൻ ഉദ്ദേശിക്കുന്നില്ല."

തന്റെ കക്ഷികളെ എതിർവിസ്താരത്തിനു ഹാജരാക്കുന്നത് അപകടമാണെന്ന് അദ്ദേഹം കരുതി. അവരുടെ മൊഴികൾ സത്യവാങ്മൂലവുമായി പൊരുത്തപ്പെടാതെ ഇരിക്കുവാനുള്ള സാധ്യത അദ്ദേഹം തള്ളിക്കളഞ്ഞില്ല.

ഈച്ചരവാര്യരെ താൻ ക്രോസ് ചെയ്യാൻ ഉദ്ദേശിക്കുന്നില്ല എന്നും ടി.സി.എൻ. മേനോൻ വ്യക്തമാക്കി.

സാക്ഷി വിസ്താരം അതോടെ അവസാനിച്ചു.

കോടതിയിൽ ഞാൻ കൊടുത്ത മൊഴിയിൽ എനിക്ക് മതിപ്പുണ്ടായിരുന്നില്ല. അതിനാലാവാം, അഡീഷണൽ അഡ്വക്കേറ്റ് ജനറൽ ടി.സി.എൻ. മേനോന്റെ പ്രതികരണം എന്നെ ആശ്ചര്യപ്പെടുത്തി.

"രാജനെ പൊലീസ് കസ്റ്റഡിയിൽ എടുത്തതായി ഒരു വിദ്യാർത്ഥി സാക്ഷി പറഞ്ഞിരിക്കെ ഞാൻ അതിനെ നിഷേധിക്കാൻ തയ്യാറല്ല. അതിനാൽ, എൻജിനീയറിങ് കോളേജ് വിദ്യാർത്ഥിയായ രാജനെ ഏതെങ്കിലും പൊലീസ് ഉദ്യോഗസ്ഥൻ കസ്റ്റഡിയിൽ എടുത്തിട്ടില്ല എന്ന് എനിക്കു പറയുവാൻ കഴിയുകയില്ല."

രാജനുമായി നേരിട്ടു ബന്ധമൊന്നുമില്ലാത്ത ഒരു വിദ്യാർത്ഥിയുടെ മൊഴി കോടതി അവിശ്വസിക്കുവാൻ സാധ്യതയില്ല എന്നായിരുന്നു ടി.സി.എൻ.മേനോന്റെ നിഗമനം.

"അഡീഷണൽ അഡ്വക്കേറ്റ് ജനറൽ പൊലീസിനെ കൈയൊഴിയു കയാണോ?" ജസ്റ്റിസ് പോറ്റി ചോദിച്ചു.

അദ്ദേഹം പറഞ്ഞു, "എനിക്കു പൊലീസ് ഉദ്യോഗസ്ഥരെ മാത്രം വിശ്വ സിക്കുവാൻ കഴിയുകയില്ല."

കേസ് വാദത്തിനായി അവധി വെച്ചു.

വിദ്യാർത്ഥികളുടെ മൗനജാഥ

"രാജനെ കസ്റ്റഡിയിൽ എടുത്തിട്ടില്ല" എന്ന ഗവൺമെന്റ് നിലപാടി നെതിരെ ആർ.ഇ.സി. വിദ്യാർത്ഥികൾ പ്രതിഷേധിച്ചു. സത്യാവസ്ഥ ജന ശ്രദ്ധയിലേക്ക് കൊണ്ടുവരേണ്ടതുണ്ടെന്ന് അഭിപ്രായം ഉയർന്നു. അവ സാന വർഷ വിദ്യാർത്ഥികൾ താമസിക്കുന്ന 'ഇ' ഹോസ്റ്റലിൽ യോഗം ചേർന്നു. കോഴിക്കോടു നഗരത്തിൽ ജാഥ നടത്തുവാൻ തീരുമാനം ഉണ്ടായി.

അടിയന്തരാവസ്ഥ ഭാഗികമായി നിലവിൽ ഉണ്ട്. ഗവൺമെന്റിനും പൊലീസിനും എതിരെയാണ് പ്രകടനം. ജാഥയിൽ ഇടപെടുവാൻ പൊലീസിന് കാരണം ഉണ്ടാവാതെ നോക്കണം. മുദ്രാവാക്യങ്ങൾ വിളി ക്കാതെ ഇരുന്നാൽ പ്രകടനം നിയന്ത്രണവിധേയം ആകുമെന്നും പ്രകോ പനം കുറഞ്ഞാൽ പൊലീസിന്റെ ഭാഗത്തു നിന്നും പ്രതികരണം ഉണ്ടാ കുവാനുള്ള സാദ്ധ്യത കുറയും എന്നും അഭിപ്രായം ഉണ്ടായി. 1977 ഏപ്രിൽ 7ന് പ്ലക്കാർഡുകൾ പിടിച്ചുകൊണ്ട് മൗന ജാഥ നടത്തുവാനും മുതലക്കുളം മൈതാനിയിൽ പൊതുയോഗം ചേരുവാനും ആർ.ഇ.സി. വിദ്യാർത്ഥികൾ തീരുമാനിച്ചു.

കോഴിക്കോടു മെഡിക്കൽ കോളേജിലെയും ലോ കോളേജിലെയും വിദ്യാർത്ഥികൾ ഞങ്ങളുടെ കൂടെ ഉണ്ടാവും എന്നറിയിച്ചു.

'രാജനെ അറസ്റ്റു ചെയ്തില്ലെന്നതു നുണ', 'രാജൻ എവിടെ' എന്നെല്ലാം എഴുതിയ പ്ലക്കാർഡുകളുമായി കോഴിക്കോട് ഇംഗ്ലീഷ് പള്ളി ക്കടുത്തു നിന്നും പുറപ്പെട്ട മൗനജാഥയിൽ ആയിരക്കണക്കിനു വിദ്യാർ ത്ഥികളും വിദ്യാർത്ഥിനികളും പങ്കെടുത്തു. റീജണൽ എൻജിനീയറിങ് കോളേജ് ചെയർമാൻ എം.സി. ജോണിന്റെ അദ്ധ്യക്ഷതയിൽ മുതലക്കുളം മൈതാനിയിൽ പൊതുയോഗം ചേർന്നു.

1977 ഏപ്രിൽ 11 : വാദം

ഏപ്രിൽ പതിനൊന്നാം തീയതിയിൽ കേസിന്റെ വാദത്തിനായി ഹൈ ക്കോടതി കൂടി. അഡ്വ. ഈശ്വരയ്യർ ഹ്രസ്വമായി തന്റെ കേസ് പ്രതിപാദിച്ചു:

"1976 മാർച്ച് ഒന്നിന് തന്റെ പുത്രൻ അറസ്റ്റിലായി എന്ന് പ്രിൻസിപ്പ ലിന്റെ കത്തു കിട്ടിയ അന്നു മുതൽ, അതിനെപ്പറ്റി എന്തെങ്കിലും വിവരം കിട്ടുവാൻ എന്റെ കക്ഷി നടപടികൾ എടുത്തിരുന്നു.

1976 മാർച്ച് പത്തിന് തിരുവനന്തപുരം മന്മോഹൻ പാലസിൽ വെച്ച് അന്നത്തെ ആഭ്യന്തരമന്ത്രി കെ. കരുണാകരനെ കണ്ടുവെന്ന് എന്റെ കക്ഷി പറഞ്ഞത് മന്ത്രി നിഷേധിച്ചിട്ടില്ല. രാജനെ അറസ്റ്റു ചെയ്ത കാര്യവും വിട്ടയയ്ക്കുന്ന കാര്യം പരിഗണിക്കാം എന്നു പറഞ്ഞ കാര്യവും മാത്രമാണ് അദ്ദേഹം നിഷേധിക്കുന്നത്.

രാജനെ കസ്റ്റഡിയിൽ എടുത്തു എന്നു സ്ഥാപിച്ചു കഴിഞ്ഞാൽ, പിന്നീട് അയാൾക്ക് എന്തു സംഭവിച്ചു എന്നു തെളിയിക്കേണ്ട ചുമതല എതിർ കക്ഷികളുടേതാണ്.

വിശ്വനാഥമേനോൻ എം.പിക്ക് കെ. കരുണാകരൻ അയച്ച കത്തിൽ, "മകനെ തടങ്കലിൽ നിന്നും മോചിപ്പിക്കണമെന്ന് ആവശ്യപ്പെട്ടുകൊണ്ടുള്ള ടി.വി.ഈച്ചരവാര്യരുടെ അപേക്ഷ അടക്കം ചെയ്ത താങ്കളുടെ കത്തു കിട്ടി. പ്രസ്തുത കാര്യം പരിഗണിച്ചുകൊണ്ടിരിക്കുകയാണ്", എന്നു പറയുന്നു. ഈ 'പ്രസ്തുത കാര്യം' രാജനെ തടങ്കലിൽ നിന്നും മോചിപ്പിക്കണമെന്നുള്ള കാര്യമല്ലാതെ മറ്റെന്താണ്? ഇപ്പോൾ രാജനെ കസ്റ്റഡിയിൽ എടുത്തിട്ടില്ല എന്ന് മറിച്ചു വാദിക്കുവാൻ മന്ത്രിക്ക് എങ്ങനെ കഴിയും?

സംസ്ഥാനത്ത് എവിടെനിന്നും ഉള്ള വിവരങ്ങൾ ആഭ്യന്തരമന്ത്രിക്കു ലഭിക്കുവാൻ കഴിയുമായിരുന്നു. അതിനാൽ മന്ത്രിയുടെ സത്യവാങ്മൂലം വിശ്വസിക്കുവാൻ കഴിയുന്നതാണോ എന്ന കാര്യം കോടതിക്കു വിടുന്നു.

ഐ.ജിയുടെ റിപ്പോർട്ട് 1977 ജനുവരി ഏഴാം തീയതി മന്ത്രിക്കു കിട്ടി. അതിനു ശേഷം രാജനെ അറസ്റ്റു ചെയ്തില്ല എന്നു കാണിച്ചു വിശ്വനാഥ മേനോന് എഴുതുകയുണ്ടായോ? അറസ്റ്റു ചെയ്തിട്ടില്ല എങ്കിൽ എഴുതി അറിയിക്കുവാൻ ബാദ്ധ്യത ഇല്ലേ?

1976 മാർച്ച് ഒന്നാം തീയതി പൊലീസുകാർ ആർ.ഇ.സി. ഹോസ്റ്റലിൽ എത്തിയതായി ഗവൺമെന്റിന്റെ സത്യവാങ്മൂലത്തിൽ നിന്നു തെളിയുന്നു. ജോസഫ് ചാലിയെ ഒന്നാം തീയതി ഹോസ്റ്റലിൽ നിന്നും കസ്റ്റഡിയിൽ എടുത്തു എന്നു സത്യവാങ്മൂലത്തിൽ പറയുന്നുണ്ട്."

ഒന്നാം തീയതി വെളുപ്പിനു നാലര മണിക്ക് പൊലീസുകാർ ആർ.ഇ.സി. ഹോസ്റ്റലിൽ വന്നതു മുതൽ, കക്കയം ക്യാമ്പിൽ രാജൻ പൊലീസിന്റെ പീഡനം ഏൽക്കുന്നതു കണ്ടു എന്നു പറയുന്നതു വരെയുള്ള വിവിധ സാക്ഷികളുടെ മൊഴികൾ ഈശ്വരയ്യർ കോടതിയുടെ ശ്രദ്ധയിൽ പെടുത്തി.

"കക്കയത്ത് ഒരു ഇൻവെസ്റ്റിഗേഷൻ ക്യാമ്പ് ഉണ്ടായിരുന്നു എന്നുള്ള കാര്യത്തിന് എതിർകകക്ഷികൾക്കു തർക്കമില്ല. കക്കയത്തുവെച്ച് രാജനെ ആറു പൊലീസുകാർ കൂടി മർദ്ദിക്കുന്നതു കണ്ടു എന്നും അതിലൊരാൾ എസ്.ഐ. പുലിക്കോടൻ നാരായണൻ ആയിരുന്നു എന്നുമുള്ള സാക്ഷിയായ കെ.രാജന്റെ മൊഴി ചോദ്യം ചെയ്യപ്പെട്ടിട്ടില്ല. ഇതിനെ പറ്റി ക്രോസ്

വിസ്താരം തന്നെ ഉണ്ടായിട്ടില്ല. കോഴിക്കോട് പൊലീസ് സൂപ്രണ്ട് ലക്ഷ്മണയും തത്സമയം ഹാജരുണ്ടായിരുന്നു എന്നു സാക്ഷി പറയുന്നതും ചോദ്യം ചെയ്യപ്പെട്ടിട്ടില്ല."

"മകന്റെ തിരോധാനത്തെപ്പറ്റി പരാതിപ്പെടുവാനായി എന്റെ കക്ഷിക്കു ലഭിച്ച ആദ്യ അവസരത്തിൽ തന്നെ കോടതിയിൽ എത്തിയിട്ടുണ്ട്. അടിയന്തരാവസ്ഥക്കാലത്ത് ഹേബിയസ് കോർപ്പസ് ഹർജിയുമായി കോടതിയെ സമീപിക്കുവാൻ ഈ രാജ്യത്ത് ഒരു പൗരനും അവകാശം ഉണ്ടായിരിക്കുന്നതല്ലെന്ന് സുപ്രീം കോടതി വിധിച്ചിട്ടുണ്ട്.

എന്റെ കക്ഷി തന്റെ മകനുവേണ്ടി ഒരു ഗതികിട്ടാപ്രേതം പോലെ അലയുകയായിരുന്നു. ഒരു ജയിലിൽ നിന്നും മറ്റൊരു ജയിലിലേക്ക്, ഒരു മന്ത്രിയുടെ അടുത്തുനിന്നും മറ്റൊരു മന്ത്രിയുടെ അടുത്തേക്ക്, ഒരു ഉദ്യോഗസ്ഥന്റെ അടുത്തു നിന്നും മറ്റൊരു ഉദ്യോഗസ്ഥന്റെ അടുത്തേക്ക്. തന്റെ പുത്രനെ അറസ്റ്റു ചെയ്തുവോ ഇല്ലയോ എന്ന കാര്യത്തെക്കുറിച്ച് ആരും മറുപടി പറഞ്ഞില്ല. രാജനെ അറസ്റ്റു ചെയ്തില്ല എങ്കിൽ അന്നേ അതു തുറന്നു പറയാത്തതെന്ത്?

മന്ത്രിയും ബന്ധപ്പെട്ട ഉദ്യോഗസ്ഥരും കളവായ സത്യവാങ്മൂലമാണ് ഫയൽ ചെയ്തിട്ടുള്ളത്, അതിനു നടപടി എടുത്തേ തീരൂ.

അറസ്റ്റു ചെയ്തുവെന്ന് തെളിയിക്കപ്പെട്ടു കഴിഞ്ഞ സ്ഥിതിക്ക് അയാൾ ഒളിച്ചു പോയോ, കാൺകെ പോയോ എന്നും മറ്റും ബോധിപ്പിക്കേണ്ടതും തെളിയിക്കേണ്ടതും സർക്കാരാണ്."

ജസ്റ്റിസ് പോറ്റി, "ഞങ്ങൾക്ക് അതവിടെ വിടുവാൻ പറ്റുകയില്ല. അറസ്റ്റു ചെയ്തു എന്നുകണ്ട് രാജനെ ഹാജരാക്കുവാൻ ഞങ്ങൾ നിർദ്ദേശം കൊടുത്തു എന്നു കരുതുക. സർക്കാരിന്റെ നിലപാട് രാജൻ അവരുടെ കൈവശം ഇല്ലെന്നാണ്. അപ്പോൾ എന്തുണ്ടാകും?"

ഈശ്വരയ്യർ, "ഈ കോടതി പുറപ്പെടുവിക്കുന്ന ഉത്തരവ് അനുസരിച്ചില്ലെങ്കിൽ അതു കോടതിയലക്ഷ്യം ആകും."

തുടർന്ന് അഡീഷണൽ അഡ്വക്കേറ്റ് ജനറൽ തന്റെ വാദം ആരംഭിച്ചു:

മന്ത്രി കരുണാകരൻ, ഹോം സെക്രട്ടറി, ഐ.ജി., ഡി.ഐ.ജി. (ക്രൈം), കോഴിക്കോട് പൊലീസ് സൂപ്രണ്ട് എന്നീ എതിർകക്ഷികളെ താൻ ഹാജരാക്കിയില്ലെന്ന ആക്ഷേപത്തെക്കുറിച്ചാണ് ടി.സി.എൻ. മേനോൻ ആദ്യം വാദിച്ചത്.

"സിവിൽ നടപടി ഒമ്പതാം ഓർഡർ രണ്ടാം ചട്ടപ്രകാരം അവരെല്ലാം സത്യവാങ്മൂലം ഫയൽ ചെയ്തു കഴിഞ്ഞതാണ്. അവരെ എതിർ വിസ്താരം നടത്തണം എന്നുണ്ടായിരുന്നെങ്കിൽ ആ കാര്യത്തെക്കുറിച്ച് ഹർജിക്കാരൻ ഒരു ഹർജി ബോധിപ്പിക്കാമായിരുന്നു, അതു ചെയ്തിട്ടില്ല.

ജസ്റ്റിസ് ഖാലിദ്, "അതിന്റെ ആവശ്യം ഇല്ല. നിങ്ങൾ അവരെ കോടതിയിൽ ഹാജരാക്കേണ്ടതായിരുന്നു, നിങ്ങൾ അതു ചെയ്തില്ല. മാത്രമല്ല, ഹർജിഭാഗം ക്രോസ്സ് വിസ്താരത്തിനു തയ്യാറാണെന്നു പറഞ്ഞപ്പോഴും നിങ്ങൾ അതിനു തയ്യാറായിരുന്നില്ല."

ടി.സി.എൻ.മേനോൻ, "ഹർജിഭാഗം അതിന് അപേക്ഷിക്കേണ്ടതാണ്. ബാറിയം കെമിക്കൽസ് കേസ് അതിന് ഉദാഹരണമാണ്."

ജസ്റ്റിസ് പോറ്റി, "അങ്ങനെ ഒരു പ്രാക്ടീസില്ല. മാത്രമല്ല, അത്തരത്തിൽ ഒരു അപേക്ഷ രണ്ടാം ചട്ടത്തിൽ വിവക്ഷിക്കുന്നുമില്ല."

തുടർന്നു പ്രിൻസിപ്പലിന്റെ തെളിവിലേക്ക് ടി.സി.എൻ. മേനോൻ കടന്നു.

"അദ്ദേഹം അയച്ച കത്തുകൾ തെളിയിക്കപ്പെട്ടിട്ടുണ്ട്. എന്നാൽ, അതുകൊണ്ട് അറസ്റ്റു നടന്നു എന്നർത്ഥമായില്ല. ചീഫ് വാർഡൻ ഡോ. രാമകൃഷ്ണൻ കൊടുത്ത റിപ്പോർട്ടിന്റെ അടിസ്ഥാനത്തിലാണ് പ്രിൻസിപ്പൽ കത്തയച്ചത്. എന്നാൽ വാർഡൻ അറസ്റ്റു കണ്ടിട്ടില്ല. അപ്പോൾ രാജനെ കസ്റ്റഡിയിൽ എടുക്കുന്നതോ കൊണ്ടുപോകുന്നതോ ഇവരാരും കണ്ടിട്ടില്ല.

വിദ്യാർത്ഥികൾ കൂട്ടം കൂട്ടമായി തന്റെ അടുക്കൽ വന്നു പറഞ്ഞെന്നാണ് പ്രിൻസിപ്പൽ പറയുന്നത്. എന്നാൽ, ഒരു വിദ്യാർത്ഥിയെ മാത്രമേ വിസ്തരിച്ചിട്ടുള്ളൂ."

ജസ്റ്റിസ് പോറ്റി, "പിന്നെ എല്ലാവരെയും വിസ്തരിക്കണമെന്നാണോ? ആ ഒരാളുടെ തെളിവു തെറ്റാണെന്നോ കളവാണെന്നോ തെളിയിക്കുവാൻ നിങ്ങൾക്കു കഴിയുന്നില്ലെങ്കിൽ മറുഭാഗം എല്ലാവരേയും എന്തിനു വിസ്തരിക്കണം?"

ടി.സി.എൻ.മേനോൻ, "വാർഡന്റെ റിപ്പോർട്ടിൽ ചാലിയെക്കുറിച്ചു പറഞ്ഞിട്ടില്ല. അതേ സമയം, സാക്ഷികൾ എല്ലാവരും രാജനെയും ചാലിയേയും ഒപ്പം കസ്റ്റഡിയിൽ എടുത്തുകൊണ്ടു പോയി എന്നാണ് പറയുന്നത്."

കോടതി, "നിങ്ങൾ എന്താണ് ഉദ്ദേശിക്കുന്നത്?"

"കാണാത്ത, അഥവാ ഉണ്ടാകാത്ത ഒരു സംഭവത്തെ ചൊല്ലി, സത്യം അന്വേഷിച്ചറിയാതെ, പ്രിൻസിപ്പൽ അനാവശ്യമായി ധൃതി വെച്ചു."

ജസ്റ്റിസ് പോറ്റി, "പ്രിൻസിപ്പൽ സാക്ഷിക്കൂട്ടിൽ കയറിയപ്പോൾ നിങ്ങൾ അതു സൂചിപ്പിച്ചില്ലല്ലോ."

ടി.സി.എൻ.മേനോൻ, "കേസു കളവാണെന്നാണ് ഞാൻ പറയുന്നത്."

ജസ്റ്റിസ് പോറ്റി, "മിസ്റ്റർ മേനോൻ, 76 മാർച്ച് ഒന്നാം തീയതി പുലർച്ചെ, 77 മാർച്ച് ഇരുപത്തിയഞ്ചിന് ഫയൽ ചെയ്തേക്കാൻ ഇടയുള്ള ഒരു കേസിന്റെ തെളിവിലേക്കായി പ്രിൻസിപ്പൽ ഒരു കത്ത് എഴുതി എന്നാണോ നിങ്ങൾ പറയുന്നത്? അതു ഞങ്ങൾ വിശ്വസിക്കണം എന്നാണോ?"

ടി.സി.എൻ.മേനോൻ, "പ്രിൻസിപ്പലിനു തെറ്റായ വിവരം ആരോ കൊടുത്തതാണ്."

അഡ്വ. ഈശ്വരയ്യർ, "അതു ശരിയല്ല, വിദ്യാർത്ഥികൾ വന്നു പറഞ്ഞു എന്നു പ്രിൻസിപ്പൽ പറഞ്ഞിട്ടുണ്ട്."

ടി.സി.എൻ.മേനോൻ, "സത്യവാങ്മൂലം തയ്യാറാക്കുന്നതിനു മുൻപെ ഞാൻ മന്ത്രി കരുണാകരനോടു നേരിട്ടു സംസാരിച്ചിരുന്നു. താൻ ഈച്ചര വാര്യരെ കണ്ടിരുന്നു എന്നു മന്ത്രി വെളിപ്പെടുത്തി. ഏതു ദിവസം ആണെന്ന് അറിയാത്തതിനാൽ സത്യവാങ്മൂലത്തിൽ പറഞ്ഞില്ല എന്നേ ഉള്ളൂ."

ജസ്റ്റിസ് പോറ്റി, "അങ്ങനെയെങ്കിൽ, താൻ വാര്യരെ കണ്ടതു ശരി യാണ്, എന്നാൽ കൃത്യതീയതി ഓർമ്മയില്ല എന്നായിരുന്നു സത്യവാങ് മൂലത്തിൽ എഴുതേണ്ടത്."

ടി.സി.എൻ.മേനോൻ തന്റെ വാദം തുടർന്നു:

"പൊലീസ് കൊണ്ടുപോകുന്നതു കണ്ടു എന്നേ സാക്ഷികൾ പറയു ന്നുള്ളൂ, എന്തിനെന്നു വ്യക്തമായിട്ടില്ല."

ജസ്റ്റിസ് പോറ്റി, "ഏതായാലും ഒരു സോഷ്യൽ പാർട്ടിക്കായി കൂട്ടി ക്കൊണ്ടു പോയതായിരിക്കുക ഇല്ലല്ലോ?"

ടി.സി.എൻ.മേനോൻ, "ഒരുപക്ഷേ ചോദ്യം ചെയ്യാനായി കൊണ്ടു പോയതായിരിക്കാം. അവിടെ നിന്നും രക്ഷപ്പെട്ടതോ, ഒളിവിൽ പോയതോ ആകാം."

(ഈ വിവേകം വന്നത് വൈകിപ്പോയി, ആദ്യം സൂചിപ്പിച്ചതു പോലെ, മൂലവാദം ഇതായിരുന്നു എങ്കിൽ ഇവർ രക്ഷപ്പെട്ടേനെ).

ജസ്റ്റിസ് ഖാലിദ്, "നിങ്ങൾക്ക് അങ്ങനെ ഒരു കേസില്ലല്ലോ, മേനോൻ."

ടി.സി.എൻ.മേനോൻ, "രാജൻ ഇപ്പോൾ എവിടെയുണ്ട് എന്നു കണ്ടു പിടിക്കുവാനായി ഒരു അന്വേഷണ കമ്മീഷനെ വെക്കുവാൻ ഗവൺമെന്റ് തയ്യാറാണ്. അന്നത്തെ പരിതഃസ്ഥിതികൾ വെച്ച്, സാക്ഷികൾ കണ്ടതു പെരുപ്പിച്ചു പറഞ്ഞതാവാനേ സാദ്ധ്യതയുള്ളൂ."

കോടതി, "ഞങ്ങൾ സത്യം കണ്ടുപിടിക്കാനാണ് ശ്രമിക്കുന്നത്. അതിനു ഞങ്ങളെ സഹായിക്കാനുള്ള ബാദ്ധ്യത അഡ്വക്കേറ്റ് ജനറലി നുണ്ട്."

1977 ഏപ്രിൽ 13 : ഹൈക്കോടതി വിധി

കോടതി തുടങ്ങുന്നതിനു വളരെ മുൻപേ തന്നെ ഹൈക്കോടതി മുറി യിൽ ജനങ്ങളും അഭിഭാഷകരും പത്രപ്രവർത്തകരും നിറഞ്ഞുകവിഞ്ഞു.

ജസ്റ്റിസ് പോറ്റി, ജസ്റ്റിസ് ഖാലിദ് എന്നിവർ അടങ്ങുന്ന ഹൈക്കോടതി ഡിവിഷൻ ബഞ്ച് വിധി പ്രസ്താവിക്കുവാൻ തുടങ്ങി.

"പല കാരണങ്ങൾകൊണ്ടും അദ്വിതീയമായ ഒരു കേസാണിത്", ജസ്റ്റിസ് പോറ്റിയുടെ അമ്പത്തിയൊന്ന് പേജുള്ള വിധിന്യായം തുടങ്ങുന്നത് ഇങ്ങനെയാണ്.

ഹർജി

വിധിയുടെ ആദ്യത്തെ ഏഴു ഖണ്ഡികകളിൽ ഈച്ചരവാര്യരുടെ ഹർജി വിശദീകരിക്കുന്നു. തിരഞ്ഞെടുത്ത ഭാഗങ്ങൾ ഇവിടെ കൊടുക്കുന്നു:

"കോളേജു ഹോസ്റ്റലിൽ പാർത്തിരുന്ന തന്റെ മകൻ രാജനെ 01.03.1976ൽ പൊലീസ് അറസ്റ്റു ചെയ്തതായി പ്രിൻസിപ്പൽ അറിയിച്ചു. അതിൽ പിന്നെ വാദി തന്റെ മകനെ കണ്ടിട്ടില്ല. മകനെ എന്തിനാണ് അറസ്റ്റു ചെയ്തതെന്നു തനിക്കറിയില്ല.

അന്വേഷിച്ചതിൽ നിന്നും ക്രൈംബ്രാഞ്ച് ഡി.ഐ.ജിയുടെ നിർദ്ദേശം അനുസരിച്ചാണ് അറസ്റ്റു ചെയ്തതെന്നും അയാൾ ക്രൈംബ്രാഞ്ചിന്റെ കസ്റ്റഡിയിൽ ആണുള്ളതെന്നും അറിയുവാനായി.

മകന്റെ അറസ്റ്റിനെക്കുറിച്ചും ഇപ്പോഴത്തെ അവസ്ഥയെക്കുറിച്ചും വിവരങ്ങൾ തരാൻ കഴിവുള്ളവരെന്നു കരുതിയ പൊലീസ് അധികാരികളോടും ഭരണാധികാരികളോടും തിരക്കി. ഫലം ഉണ്ടായില്ല.

അതിനാൽ കസ്റ്റഡിയിൽ എടുത്ത തന്റെ മകനെ കോടതിയിൽ ഹാജരാക്കാൻ ആജ്ഞാപിക്കണം, അയാളെ വിട്ടയയ്ക്കണം എന്നാണു ഹർജി."

എതിർ സത്യവാങ്മൂലങ്ങൾ

വിധിയുടെ എട്ട് മുതൽ പതിമ്മൂന്നു വരെയുള്ള ഖണ്ഡികകളിൽ ഓരോ പ്രതിയും സമർപ്പിച്ച എതിർസത്യവാങ്മൂലം വിവരിക്കുന്നു. ഈ സത്യവാങ്മൂലങ്ങൾ പിന്നീടുള്ള സംഭവവികാസങ്ങൾക്ക് ഹേതു ആയതിനാൽ ചില ഭാഗങ്ങൾ താഴെ കൊടുക്കുന്നു.

8. "എതിർക്കക്ഷികൾ അഞ്ചു പേരും വെവ്വേറെ എതിർസത്യവാങ്മൂലം ഫയൽ ചെയ്തിരുന്നു."

ഒന്നാം പ്രതി ആഭ്യന്തര വകുപ്പു സെക്രട്ടറിയുടെ സത്യവാങ്മൂലത്തിൽ "ഈച്ചരവാര്യരുടെ കൈയിൽ നിന്നും കേന്ദ്രസർക്കാരിൽ നിന്നും പരാതികൾ കിട്ടി. പൊലീസ് ഐ.ജിയുടെ റിപ്പോർട്ടിനെ ആസ്പദമാക്കി കേന്ദ്രസർക്കാരിനു മറുപടി കൊടുത്തു. രാജനെ അറസ്റ്റു ചെയ്യുകയോ കസ്റ്റഡിയിൽ വയ്ക്കുകയോ ചെയ്തിട്ടില്ലെന്നാണ് എനിക്കു കിട്ടിയ റിപ്പോർട്ട്."

9. രണ്ടാം പ്രതി പൊലീസ് ഇൻസ്പെക്ടർ ജനറൽ രാജന്റെ അറസ്റ്റും കസ്റ്റഡിയും നിഷേധിക്കുന്നു. "സംസ്ഥാനത്തെ ഒരു പൊലീസ് ഓഫീസറും

രാജനെ അറസ്റ്റു ചെയ്തിട്ടില്ല. താൻ ഇതേപ്പറ്റി അന്വേഷിക്കുകയും സർക്കാരിനു റിപ്പോർട്ടു സമർപ്പിക്കുകയും ചെയ്തു."

10. മൂന്നാം പ്രതി ക്രൈംബ്രാഞ്ച് പൊലീസ് ഡെപ്യൂട്ടി ഇൻസ്പെക്ടർ ജനറൽ ജയറാം പടിക്കൽ "വാദിയുടെ മകനെ സംസ്ഥാന പൊലീസ് അറസ്റ്റു ചെയ്തു എന്ന ആരോപണം അസത്യമാണ് എന്നു ബോധിപ്പിക്കുന്നു. വാദിയുടെ മകനെ അറസ്റ്റു ചെയ്യുവാൻ താൻ ഒരു നിർദ്ദേശവും പുറപ്പെടുവിച്ചിട്ടില്ല."

11. "സംസ്ഥാനത്തെ മുൻ ആഭ്യന്തരമന്ത്രിയും ഇപ്പോഴത്തെ മുഖ്യമന്ത്രിയുമായ കെ.കരുണാകരൻ, "വാദിയുടെ മകൻ ഗൗരവമായ കേസുകളിൽ ഉൾപ്പെട്ടിട്ടുള്ളതിനാൽ അയാളെ അറസ്റ്റു ചെയ്തു, അക്കാര്യം പരിശോധിച്ച് സഹായിക്കുന്നതിനു തന്നാലാവുന്നതിന്റെ പരമാവധി ചെയ്യാം എന്നു വാദിയോടു പറഞ്ഞു എന്ന വാദിയുടെ സത്യവാങ്മൂലത്തിലെ പ്രസ്താവന നിഷേധിക്കുന്നു. വാദിയുടെ മകൻ ഏതെങ്കിലും സമയത്ത് പൊലീസ് കസ്റ്റഡിയിൽ ഉള്ളതായി ഞാൻ വാദിയോടു പറഞ്ഞിട്ടില്ല. രാജൻ ഏതെങ്കിലും സമയത്ത് പൊലീസ് കസ്റ്റഡിയിൽ ഉണ്ടായിരുന്നതായി എനിക്ക് ഇന്നോളം അറിവില്ല."

വിശ്വനാഥൻ എം.പിക്ക് കത്തെഴുതിയതായി അദ്ദേഹം സമ്മതിക്കുന്നു. എന്നാൽ രാജനെ കസ്റ്റഡിയിൽ നിന്നും വിട്ടയയ്ക്കുന്ന കാര്യം പരിശോധിച്ചു വരികയാണെന്ന് താൻ ഒരിക്കലും സമ്മതിച്ചിട്ടില്ലെന്നാണ് അദ്ദേഹത്തിന്റെ നിലപാട്.

"വാദിയുടെ മകൻ ഏതെങ്കിലും കൊലക്കേസിലെ പ്രതിയാണെന്നോ അക്കാരണത്താൽ അയാളെ പൊലീസ് കസ്റ്റഡിയിൽ വെച്ചു എന്നു ഞാൻ പൊതുയോഗങ്ങളിൽ പ്രസംഗിച്ചു എന്നുള്ള പ്രസ്ഥാവവും നിഷേധിക്കുന്നു.

12. അഞ്ചാം പ്രതി ജില്ലാ പൊലീസ് സൂപ്രണ്ട് (ലക്ഷ്മണ) എപ്പോഴെങ്കിലും വാദിയുടെ മകനെ കസ്റ്റഡിയിൽ എടുത്തു എന്നത് നിഷേധിക്കുന്നു. "ഞാൻ അന്വേഷിച്ച ഒരു കേസിലും രാജൻ പിടി കിട്ടേണ്ട ആളായിരുന്നില്ല. അയാൾ ഒരു പൊലീസ് ഓഫീസറുടേയും കസ്റ്റഡിയിൽ ആയിരുന്നില്ല."

"രാജൻ പൊലീസ് കസ്റ്റഡിയിൽ ആണ് എന്നു പറഞ്ഞ് വാദി അയച്ച പരാതി ഡി.ഐ.ജി.യിൽ നിന്നും കിട്ടി. അക്കാര്യത്തെപ്പറ്റി വിശദമായി അന്വേഷിച്ചു. ആർ.ഇ.സി. പ്രിൻസിപ്പലിനെയും മറ്റും ചോദ്യം ചെയ്തു. ഈ അന്വേഷണത്തിൽ നിന്നും വാദിയുടെ മകനെ എപ്പോഴെങ്കിലും പൊലീസ് അറസ്റ്റു ചെയ്തതിന് ഒരു തെളിവും കിട്ടിയില്ല."

"കോളേജിൽ സൂക്ഷിച്ചിട്ടുള്ള ഫയലുകളിൽ വാദിക്ക് താൻ കത്തെന്തെങ്കിലും അയച്ചതായി കാണിക്കുന്നില്ല. വാദിയുടെ മകനെ പൊലീസ്

പിടിച്ചതായി ഹോസ്റ്റൽ വാർഡൻ തന്നെ അറിയിച്ചിരുന്നു", എന്നാണ് പ്രിൻസിപ്പൽ തന്നെ അറിയിച്ചത്.

അവധിയിൽ ആയിരുന്നതിനാൽ വാർഡനെ ചോദ്യം ചെയ്യുവാൻ കഴിഞ്ഞില്ല. ആരെന്നു തിരിച്ചറിഞ്ഞിട്ടില്ലാത്ത വിദ്യാർത്ഥികളാണ് വാർഡനോടു പറഞ്ഞതത്രെ.

13. അഞ്ചാം പ്രതി ജില്ലാ പൊലീസ് സൂപ്രണ്ട് തുടർന്നു ബോധിപ്പിക്കുന്നു:

വാദിയുടെ മകനെ കായണ്ണ പൊലീസ് സ്റ്റേഷനിലെ ആക്രമണവുമായി ബന്ധപ്പെട്ട് അറസ്റ്റു ചെയ്തിട്ടില്ല. കായണ്ണ അന്വേഷണ ക്യാമ്പിൽ 28.02.1976 മുതൽ 12.03.1976 വരെ താൻ നേരിട്ടു ഹാജരായിരുന്നതിനാൽ അന്വേഷണാവശ്യത്തിലേക്ക് രാജനെ പൊലീസ് ഓഫീസറന്മാരിൽ ആരും കൊണ്ടുവന്നിട്ടില്ല എന്നു തനിക്കു പറയുവാൻ ആവും.

ആർ.ഇ.സി.യിലെ മുരളി കണ്ണമ്പിള്ളി എന്ന വിദ്യാർത്ഥിയിൽ നിന്നും രാജൻ തീവ്രവാദപ്രവർത്ത്ണങ്ങളിൽ ഏർപ്പെട്ടിരുന്നതായി പൊലീസ് മനസ്സിലാക്കിയിരുന്നു.

പൊലീസ് ഇൻസ്പെക്ടർ ജനറലിന് 28.12.1976ൽ അയച്ച റിപ്പോർട്ടിൽ 'ആർ.ഇ.സി.യിലെ ചില വിദ്യാർത്ഥികൾ കായണ്ണ പൊലീസ് സ്റ്റേഷൻ ആക്രമണത്തിലേക്കു നയിച്ച നക്സലൈറ്റ് പ്രവർത്തനങ്ങളിൽ ഉൾപ്പെട്ടിരുന്നതായി ചില കേന്ദ്രങ്ങളിൽ നിന്നും പൊലീസിന് അറിവു ലഭിച്ചിരുന്നു' എന്നു പറയുന്നുണ്ട്. 01.03.1976ൽ ഇതേപ്പറ്റി അന്വേഷണം നടത്തിയിരുന്നു. ജോസഫ് ചാലി എന്ന വിദ്യാർത്ഥിയെ കസ്റ്റഡിയിൽ എടുത്ത് വിശദമായി ചോദ്യം ചെയ്തു. 03.03.1976ൽ മിസ നിയമപ്രകാരം അയാളെ തടവിലാക്കി.

കായണ്ണ കേസിലെ ചില പ്രതികൾക്ക് രഹസ്യസമ്മേളനങ്ങൾ നടത്തുന്നതിനും സംഭവത്തിനു ശേഷം ഒളിവിൽ പോയ പ്രതികൾക്കു താമസിക്കുവാനും രാജൻ സൗകര്യം ചെയ്തുകൊടുത്തതായി തെളിഞ്ഞു.

പൊലീസ് അന്വേഷണം ഉണ്ടാകുമെന്നു ഭയന്നിട്ടാകണം, മാർച്ചിന്റെ തുടക്കത്തിൽ വാദിയുടെ മകൻ ഒളിവിൽ പോയതായി വ്യക്തമായി.

തെളിവെടുപ്പിന്റെ സാധുത

വിധിയുടെ പതിന്നാലു മുതൽ ഇരുപതു വരെയുള്ള ഖണ്ഡികകൾ: തെളിവുകൾ വിലയിരുത്തുന്നതിനു സഹായകമായ ഭാഗങ്ങൾ മാത്രം താഴെ കൊടുക്കുന്നു:

14. അസാധാരണമായ ഒരു സ്ഥിതിവിശേഷമാണ് ഞങ്ങൾ അഭിമുഖീകരിക്കുന്നത്. ഹേബിയസ് കോർപ്പസ് ഹർജികളിൽ കസ്റ്റഡിയുടെ സാധുത തീരുമാനിക്കാനുള്ള അപേക്ഷകളാണ് വരാറുള്ളത്. ആദ്യമായാണ്

തടങ്കലിന്റെ സത്യാവസ്ഥ തീരുമാനിക്കേണ്ട ജോലി കോടതി ചെയ്യേണ്ട സ്ഥിതിവിശേഷം ഉണ്ടായിരിക്കുന്നത്. ഇത്തരത്തിൽ ഒരു കേസ് കോടതിയുടെ ചരിത്രത്തിൽ ആദ്യമാണ് എന്നത് പ്രശ്നം സങ്കീർണ്ണം ആക്കുന്നു.

പൗരന്റെ സ്വാതന്ത്ര്യവും അന്യായത്തടങ്കലിൽ നിന്നുള്ള മോചനാവകാശവും സംരക്ഷിക്കുക കോടതിയുടെ കടമ ആയിരിക്കുന്നിടത്തോളം ഞങ്ങൾക്ക് ആ അധികാരം പ്രയോഗിക്കുന്നതിൽ നിന്നും ഒഴിഞ്ഞുമാറുവാൻ ആവില്ല."

ഇത്തരം കേസിൽ തെളിവെടുത്തു പ്രശ്നം പരിഹരിക്കുവാൻ കോടതിക്ക് അധികാരം ഉണ്ട് എന്നത് രണ്ടു സുപ്രീം കോടതി വിധികൾ ഉദ്ധരിച്ചുകൊണ്ട് ഡിവിഷൻ ബെഞ്ച് പ്രസ്താവിച്ചു.

15. "ഈ രാജ്യത്തെ ഒരു പൗരനെ അന്യായമായി കസ്റ്റഡിയിൽ വെച്ചിരിക്കുകയാണെന്ന് ആരോപിക്കുന്ന ഒരു ഹേബിയസ് കോർപ്പസ് പരാതി ഉണ്ടായാൽ നമ്മുടെ ഭരണഘടന ഉറപ്പു നൽകിയിട്ടുള്ള പൗരസ്വാതന്ത്ര്യം പരിരക്ഷിക്കുകയും... നടപടി ഉടൻ തന്നെ എടുക്കുകയും ചെയ്യേണ്ടത് കോടതിയുടെ കടമയാണ്.

17. "മൂന്നു ചോദ്യങ്ങളാണ് ഞങ്ങളുടെ മുൻപിൽ ഉള്ളത്.

i. 01.03.1976 ൽ രാജനെ പൊലീസ് കസ്റ്റഡിയിൽ എടുത്തുവോ?

ii. രാജൻ ഇപ്പോൾ പൊലീസ് കസ്റ്റഡിയിൽ ഉണ്ടോ?

iii. ഈ സാഹചര്യത്തിൽ എന്തു സങ്കടനിവർത്തിയാണ് കോടതിക്കു നൽകാൻ കഴിയുന്നത്? അത് ആർക്കെതിരെ ആണ് നൽകേണ്ടത്?"

തെളിവുകൾ

വിധിന്യായത്തിന്റെ ഇരുപത്തിഒന്നു മുതൽ ഇരുപത്തിഏഴു വരെയുള്ള ഖണ്ഡികകൾ:

21. "ഈ കേസിലെ തെളിവുകൾ വിലയിരുത്തുന്നതിന് പ്രോസിക്യൂഷൻ വിറ്റ്നെസ്സ് 1 ന്റെ (പ്രിൻസിപ്പൽ) മൊഴി സമുചിതമായ പശ്ചാത്തലം ഒരുക്കുന്നു. അവസാന വർഷ വിദ്യാർത്ഥിയായ രാജൻ 01.03.1976 മുതൽ ക്ലാസ്സിൽ ഹാജരാവുന്നില്ലെന്നു കോളേജിലെ ഹാജർ പുസ്തകത്തിൽ നിന്നു കാണാം. 01.03.1976 വരെ രാജൻ ഹോസ്റ്റലിൽ ഇല്ല എന്നു വാദമില്ല. കസ്റ്റഡിയിൽ എടുക്കുന്നതിനു തൊട്ടുമുൻപ് രാജൻ യൂണിവേഴ്സിറ്റി 'ബി' സോൺ കലോത്സവത്തിൽ പങ്കെടുത്തതിനു ശേഷം ഹോസ്റ്റലിൽ തിരിച്ചെത്തിയതിനു തെളിവുണ്ട്.

01.03.1976ൽ ചോദ്യം ചെയ്യുന്നതിന് പൊലീസ് ആർ.ഇ.സി. ഹോസ്റ്റലിൽ എത്തി എന്ന് (ലക്ഷ്മണയുടെ സത്യവാങ്മൂലത്തിൽ നിന്നും) വ്യക്തമാണ്.

അന്നു രാവിലെ ഏഴു മണിയോടെ ആക്റ്റിങ് ചീഫ് വാർഡൻ ഡോ.രാമകൃഷ്ണനിൽ നിന്നു രാജന്റെ അറസ്റ്റിനെക്കുറിച്ച് പ്രിൻസിപ്പലിനു വിവരം

ലഭിച്ചു. രാജനെ അറസ്റ്റു ചെയ്ത കഥ കെട്ടിച്ചമച്ചതാണെന്നും വിദ്യാർത്ഥികൾ സംഘങ്ങളായി, കെട്ടിച്ചമച്ച ഈ കഥ പറയുവാനായി പ്രിൻസിപ്പലിനെ കണ്ടെന്നും വിശ്വസിക്കുവാൻ ബുദ്ധിമുട്ടുണ്ട്."

22, 25. "പ്രോസിക്യൂഷൻ വിറ്റ്നെസ്സ് 2 (തോമസ് ജോർജ്ജ്) ആർ.ഇ.സി.യിലെ അവസാന വർഷ വിദ്യാർത്ഥിയാണ്. രാജനെയും ചാലിയേയും ഹോസ്റ്റലിൽ നിന്നും പൊലീസ് കസ്റ്റഡിയിൽ എടുത്തതായി അയാൾ സാക്ഷ്യപ്പെടുത്തുന്നു. രണ്ടു പേരേയും കൊണ്ടുപോയത് മഫ്തിയിലുള്ളവർ ആയിരുന്നെങ്കിലും യുണിഫോമിട്ട പൊലീസുകാരും അവിടെ ഉണ്ടായിരുന്നു. രാജനെ കൊണ്ടുപോയവർ തന്നെയാണ് ചാലിയേയും കൊണ്ടുപോയത്. പിന്നീട് ചാലിയെ അറസ്റ്റു ചെയ്തതായി കേൾക്കുകയാൽ രാജനെ പിടിച്ചുകൊണ്ടുപോയവർ പൊലീസ് ഉദ്യോഗസ്ഥർ ആയിരുന്നു എന്നു താൻ കരുതി എന്നാണ് അയാൾ പറയുന്നത്."

"പ്രോസിക്യൂഷൻ വിറ്റ്നെസ്സ് 3 (നാരായണൻ നായർ) അന്നേ ദിവസം രാത്രി പത്തുമണി മുതൽ രാവിലെ ആറുമണി വരെ ഡ്യൂട്ടിയിൽ ഉണ്ടായിരുന്ന വാച്ച്മാൻ ആണ്. പൊലീസുകാർ 'ഡി' ഹോസ്റ്റലിൽ താമസിച്ചിരുന്ന രാജനെ തിരക്കിയതായി അയാൾ സാക്ഷ്യപ്പെടുത്തുന്നു."

"സംഭവ പരമ്പരയിൽ അടുത്തതായി പ്രോസിക്യൂഷൻ വിറ്റ്നെസ്സ് 5നെ (കരുണാകരൻ നായർ) പരാമർശിക്കണം. അയാൾ അന്നു രാവിലെ ആറുമണിക്ക് ഹോസ്റ്റലിൽ (പാചക) ഡ്യൂട്ടിക്കു ചെന്നപ്പോൾ രാജനെ ഒരു സർക്കിൾ ഇൻസ്പെക്ടറും ചില കോൺസ്റ്റബിൾമാരും ചേർന്ന് പൊലീസിന്റെ വാനിലേക്കു കൊണ്ടുപോകുന്നതു കണ്ടു."

"പ്രോസിക്യൂഷൻ വിറ്റ്നെസ്സ് 4 സുബ്രഹ്മണ്യം ഹോസ്റ്റലിലെ പാർട്ട്ടൈം സ്വീപ്പറാണ്. 6.30ന് അടുത്ത് അയാൾ ഹോസ്റ്റൽ 'ഡി'യുടെ മുൻപിൽ രണ്ടു വാൻ കിടക്കുന്നതു കണ്ടു. വാനിനടുത്ത് ക്രൈംബ്രാഞ്ച് ഡിറ്റക്റ്റീവ് ഇൻസ്പെക്ടർ ശ്രീധരൻ, പൊലീസ് കോൺസ്റ്റബിൾ രാഘവൻ നായർ, വാൻ ഡ്രൈവർ വിശ്വനാഥൻ എന്നിവരെ അയാൾ കണ്ടു. ഒരു വാനിൽ അയാൾ രാജനേയും ചാലിയേയും കണ്ടതായി പറയുന്നു. കുട്ടികളെ അടുത്തുള്ള ലോഡ്ജിൽ കൊണ്ടുപോയി. ലോഡ്ജിനുള്ളിൽ നിന്നും നിലവിളികൾ കേട്ടതായും പതിനഞ്ചു മിനിട്ടിനു ശേഷം കുട്ടികളെ ലോഡ്ജിനു പുറത്തേക്കു കൊണ്ടുവന്നതായും പറയുന്നു."

"അതിനു ശേഷം രാജനെയും ചാലിയേയും വ്യത്യസ്ത വാനുകളിൽ കയറ്റി എന്നാണ് വാദിയുടെ നിലപാട്."

"അടുത്തതായി വാൻ കോളജു പരിസരത്തുള്ള സ്റ്റേറ്റ് ബാങ്ക് ശാഖയുടെ അടുത്തുള്ള ലോഡ്ജിനോടു ചേർന്നു പാർക്ക് ചെയ്തിരിക്കുന്നത് കോളേജിലെ ഫുൾടൈം സ്വീപ്പറായ പ്രോസിക്യൂഷൻ വിറ്റ്നെസ്സ് 6 (ചന്ദ്രൻ) കാണുന്നു. വാനിൽ അപ്പോൾ രണ്ടു പൊലീസുകാർക്കു നടുവിൽ രാജൻ മാത്രമേ ഉണ്ടായിരുന്നുള്ളൂ."

"പ്രോസിക്യൂഷൻ വിറ്റ്നെസ്സ് 7 കോരുവും കണ്ടത് വാൻ സ്റ്റേറ്റ് ബാങ്കിനു മുൻപിൽ നിർത്തിയിട്ടിരിക്കുന്നതാണ്. വാനിൽ അപ്പോൾ രാജൻ മാത്രമേ ഉണ്ടായിരുന്നുള്ളൂ. രാത്രി ഇയാളെ വീട്ടിൽനിന്നും അറസ്റ്റു ചെയ്ത് കക്കയം പൊലീസ് ക്യാമ്പിലേക്കു കൊണ്ടുപോയി. പന്ത്രണ്ടു ദിവസം അവിടെ വെച്ചുകൊണ്ടിരുന്നു. പിന്നെ കണ്ണൂർ സെൻട്രൽ ജയിലിൽ 24.03.1977 വരെ തടവിൽ വെച്ചു എന്ന് എടുത്തു പറയണം. കക്കയം ക്യാമ്പിൽ അയാൾ ജോസഫ് ചാലിയെ കണ്ടതായി സാക്ഷ്യപ്പെടുത്തുന്നു."

"അതിനു ശേഷം ചാത്തമംഗലം കള്ളുഷാപ്പിന്റെ അടുത്ത് നിർത്തിയിട്ടിരിക്കുന്ന വാനിൽ പ്രോസിക്യൂഷൻ വിറ്റ്നെസ്സ് 8 (സുരേന്ദ്രൻ) പൊലീസുകാരോടൊപ്പം രാജനെ കണ്ടു."

"അതിനു ശേഷം രാജന് എന്തു സംഭവിച്ചു എന്നറിയുവാൻ പ്രോസിക്യൂഷൻ വിറ്റ്നെസ്സ് 9ന്റെ മൊഴിയുണ്ട്. ടൈപ്പ്റൈറ്റിങ് ഇൻസ്റ്റിറ്റ്യൂട്ട് നടത്തുന്ന രാജനാണ് ഇയാൾ. ഇയാളെ 29.02.1976ൽ ക്രൈംബ്രാഞ്ച് അറസ്റ്റു ചെയ്തു ചോദ്യം ചെയ്തിരുന്നു. അടുത്ത ദിവസം ഹോട്ടൽ മഹാറാണിയിലെ ഒരു മുറിയിൽ കൊണ്ടുപോയി. 02.03.1976 ൽ കക്കയം ക്യാമ്പിൽ എത്തിച്ചു. അവിടെ ആറു പൊലീസുകാർ രാജനെ പീഡിപ്പിക്കുന്നത് അയാൾ കണ്ടു. അതിലൊരാൾ സബ് ഇൻസ്പെക്ടർ പുലിക്കോടൻ നാരായണൻ ആയിരുന്നു. കുറച്ചു സമയത്തിനു ശേഷം രാജൻ ബോധമറ്റു. അപ്പോൾ പീഡിപ്പിച്ചവർ തന്നെ രാജനെ അവിടെനിന്നും എടുത്തുകൊണ്ടുപോയി. ആ സമയത്ത് അവിടെ ജില്ലാ പൊലീസ് സൂപ്രണ്ടും മറ്റു ചില പൊലീസ് ഉദ്യോഗസ്ഥന്മാരും ഉണ്ടായിരുന്നതായി ഇയാൾ സാക്ഷ്യപ്പെടുത്തുന്നു."

"ഈ സാക്ഷികളിൽ ആരെങ്കിലും കള്ളം പറയുകയാണെന്നു സൂചിപ്പിക്കുന്നതൊന്നും തന്നെ ചൂണ്ടിക്കാണിക്കപ്പെട്ടിട്ടില്ലാത്തതിനാൽ അവരെ അവിശ്വസിക്കേണ്ട ഒരു കാരണവും ഞങ്ങൾ കാണുന്നില്ല."

26. "പ്രോസിക്യൂഷൻ വിറ്റ്നെസ്സ് 9 (കെ.രാജൻ) നൽകിയ തെളിവ് വാദിയുടെ കേസ് വാസ്തവമാണെന്നു കാട്ടുന്നതിന് എറെ സഹായകമാണെന്നു കരുതുകയാൽ ഞങ്ങൾ ജിജ്ഞാസയോടെ അതു നന്നായി പരിശോധിച്ചു."

"താൻ കക്കയം ക്യാമ്പിൽ രാജനെ കണ്ടുവെന്നും രാജനെ പൊലീസ് പീഡിപ്പിച്ചെന്നും അബോധാവസ്ഥയിലായ രാജനെ എടുത്തുകൊണ്ടുപോയി എന്നുമുള്ള അയാളുടെ മൊഴി അവിശ്വസിക്കാൻ ഞങ്ങൾ ഒരു കാരണവും കാണുന്നില്ല."

"**സാ**ക്ഷികൾ നൽകിയ തെളിവുകൾ മൊത്തത്തിൽ വിലയിരുത്തുമ്പോൾ 01.03.1976 രാവിലെ പൊലീസ് റീജണൽ എൻജിനീയറിങ് കോളേജിൽ നിന്നും രാജനെ കസ്റ്റഡിയിൽ എടുത്തു എന്നതു വ്യക്തമാണ്. പിന്നീടു

പുലിക്കോടൻ നാരായണൻ ഉൾപ്പെടെ ആറു പൊലീസുകാർ കക്കയം ക്യാമ്പിൽ വെച്ചു രാജനെ പീഡിപ്പിക്കുന്നതു കാണുകയുണ്ടായി. ഈ തെളിവിന്റെ അടിസ്ഥാനത്തിൽ, ആ സമയം വരെ രാജൻ പൊലീസ് കസ്റ്റഡിയിൽ ഉണ്ടായിരുന്നു എന്ന നിഗമനത്തിലേക്ക് ഞങ്ങൾ എത്തുന്നു."

എതിർസത്യവാങ്മൂലത്തെ പറ്റിയുള്ള കോടതി നിരീക്ഷണങ്ങൾ

ഗവൺമെന്റ് കൈക്കൊണ്ട നിലപാടിനെ കോടതി രൂക്ഷമായി വിമർശിച്ചു. പ്രത്യേകിച്ച് മുഖ്യമന്ത്രി കരുണാകരൻ, ഹോം സെക്രട്ടറി, പൊലീസ് സൂപ്രണ്ട് ലക്ഷ്മണ എന്നിവരുടെ സത്യവാങ്മൂലങ്ങൾ പ്രത്യേക വിമർശനത്തിനു വിധേയമായി.

മുഖ്യമന്ത്രി കരുണാകരൻ തന്റെ സത്യവാങ്മൂലത്തിൽ, ഹർജിക്കാരന്റെ പരാതിക്കു സത്യസന്ധമായി മറുപടി പറയാതെ ഒഴിഞ്ഞു മാറാൻ ശ്രമിക്കുകയാണ് എന്നു കോടതി കുറ്റപ്പെടുത്തി. എന്നാൽ, ലക്ഷ്മണയുടെ സത്യവാങ്മൂലത്തിലെ ചില പ്രസ്താവനകൾ സത്യവിരുദ്ധമാണ് എന്നായിരുന്നു കോടതിയുടെ കണ്ടെത്തൽ.

വിധിന്യായത്തിന്റെ ഇരുപത്തിഎട്ടു മുതൽ മുപ്പത്തിരണ്ടു വരെയുള്ള ഖണ്ഡികകളിൽ പ്രതികളുടെ എതിർസത്യവാങ്മൂലത്തെപ്പറ്റിയുള്ള കോടതിയുടെ നിരീക്ഷണങ്ങളാണ്. ചില ഭാഗങ്ങൾ താഴെ കൊടുക്കുന്നു:

കരുണാകരന്റെ എതിർസത്യവാങ്മൂലത്തെ പറ്റി:

28, 30, 32 എന്നീ ഖണ്ഡികകളിൽ കോടതി കരുണാകരന്റെ എതിർ സത്യവാങ്മൂലത്തിൽ അതൃപ്തി രേഖപ്പെടുത്തുന്നു.

"തിരുവനന്തപുരത്തെ മൻമോഹൻ പാലസ്സിൽ വെച്ച് താൻ 10.03.1976ൽ കെ. കരുണാകരനെ കണ്ടെന്നും രാജൻ ഒരു ഗുരുതരമായ കേസിൽ അകപ്പെട്ടിരിക്കുന്നതിനാൽ കോളേജിൽ നിന്ന് അറസ്റ്റു ചെയ്തിട്ടുണ്ട്, അക്കാര്യം പരിശോധിച്ച് സഹായിക്കാവുന്നതിന്റെ പരമാവധി താൻ ചെയ്യാം എന്നു കരുണാകരൻ പറഞ്ഞു എന്നും വാദി തന്റെ സത്യവാങ് മൂലത്തിൽ പറയുന്നു."

കരുണാകരന്റെ മറുപടി:

1976 മാർച്ച് 10ന് ഞാൻ വാദിയോട് അദ്ദേഹത്തിന്റെ മകൻ രാജൻ ഗുരുതരമായ കേസുകളിൽ ഉൾപ്പെട്ടിട്ടുള്ളതിനാൽ അയാളെ കോളേജിൽ നിന്ന് അറസ്റ്റു ചെയ്തിട്ടുണ്ട് എന്നും അക്കാര്യം പരിശോധിച്ച് സഹായിക്കാവുന്നതിന്റെ പരമാവധി താൻ ചെയ്യാം എന്നു പറഞ്ഞതായി വാദിയുടെ സത്യവാങ്മൂലത്തിലെ രണ്ടാം ഖണ്ഡികയിൽ ചേർത്തിട്ടുള്ള

ആരോപണം തീർത്തും തെറ്റാണ്. വാദിയോട് അദ്ദേഹത്തിന്റെ മകൻ ഏതെങ്കിലും സമയത്ത് പൊലീസ് കസ്റ്റഡിയിൽ ഉള്ളതായി ഞാൻ ഒരിക്കലും പറഞ്ഞിട്ടില്ല. ഇപ്പറഞ്ഞ രാജൻ ഏതെങ്കിലും സമയത്ത് പൊലീസ് കസ്റ്റഡിയിൽ ഉണ്ടായിരുന്നതായി എനിക്ക് ഇന്നോളം ഒരറിവും ഇല്ല.

"എന്നാൽ വാദി ഉന്നയിച്ച ആരോപണത്തിനുള്ള നേർമറുപടി അല്ല ഈ പ്രസ്താവം എന്നു പറയേണ്ടി വന്നതിൽ ഞങ്ങൾ ഖേദിക്കുന്നു."

"താൻ വാദിയെ കണ്ടോ, കണ്ടുവെങ്കിൽ എന്താണ് മറുപടി പറഞ്ഞത് എന്നു കരുണാകരനു പറയാമായിരുന്നു.

"വാദി തന്നെ കണ്ടില്ല എന്നാണ് കരുണാകരന്റെ നിലപാടെന്നാണ് സത്യവാങ്മൂലത്തിൽ നിന്നും മനസ്സിലാകുന്നത്."

പിന്നീടു തന്ന വിചാരണക്കുറിപ്പിൽ,

"വാദി തന്നെ കണ്ടെന്നും അപ്പോൾ വാദിയുടെ മകനെ പൊലീസ് കസ്റ്റഡിയിൽ എടുത്തിട്ടുണ്ടെന്നു പറഞ്ഞെന്നും ഉള്ള വാദിയുടെ ആരോപണം... ഈ ആരോപണം തീർത്തും അടിസ്ഥാനരഹിതം ആണ്" എന്നു പറയുന്നു."

"വാദി തന്നെ കണ്ടെന്ന ആരോപണവും തീർത്തും അടിസ്ഥാന രഹിതം ആണോ എന്നതിൽ അവ്യക്തത നിലനിൽക്കുന്നു."

"എന്നാൽ, വിചാരണയ്ക്കിടയിൽ ഇക്കാര്യം എടുത്തു ചോദിച്ചപ്പോൾ വാദി തന്നെ വന്നു കണ്ടതു നിഷേധിക്കുകയല്ല എന്നു പറയുന്നു."

"ഹർജിക്കാരന്റെ പരാതി മന്ത്രിയുടെ ശ്രദ്ധയിൽ വന്നു എന്നതിനെ പറ്റി തർക്കമില്ല. എന്നാൽ പരാതി നിവർത്തിക്കാനായി മന്ത്രി ഒരു ശ്രമവും നടത്തിയതായി കാണുന്നില്ല."

"1976 ഡിസംബർ വരേയും സംസ്ഥാന സർക്കാരിനോ ഉദ്യോഗസ്ഥ ർക്കോ രാജനെ കസ്റ്റഡിയിൽ എടുത്തിട്ടില്ല എന്ന വാദമുണ്ടായിരുന്നില്ല എന്നതിന് എക്സി.പി. 3 (കരുണാകരൻ വിശ്വനാഥമേനോനയച്ച കത്ത്) തെളിവാണ്. ഈ കത്തിൽ 'പ്രസ്തുത കാര്യം പരിഗണനയിലുണ്ട്' എന്നു പറയുന്നതു കടുത്ത വിവാദ വിഷയമാണ്. 'പ്രസ്തുത കാര്യം' എന്നു പറയുന്നത് 'രാജനെ വിട്ടയയ്ക്കുന്ന കാര്യം' ആണെന്നാണ് മനസ്സിലാ കുന്നത് എങ്കിലും, 'പരാതി' പരിഗണിച്ചു വരികയാണ് എന്നാണ് ഉദ്ദേശി ച്ചത് എന്ന സാദ്ധ്യത ഞങ്ങൾ തള്ളിക്കളയുന്നില്ല."

ഇക്കാര്യത്തിൽ തങ്ങൾക്കു തെറ്റുപറ്റുകയാണെങ്കിൽ, കരുണാകരന്റെ വ്യാഖ്യാനം അംഗീകരിക്കുന്നതിലൂടെ വരുന്ന തെറ്റു പറ്റാനാണ് തങ്ങൾ ഇഷ്ടപ്പെടുന്നത് എന്ന് കോടതി പറയുന്നു.

(സംശയത്തിന്റെ ആനുകൂല്യം കോടതി കരുണാകരനു കൊടുക്കുന്നു).

"സംശയമുള്ള കാര്യങ്ങളെ അടിസ്ഥാനമാക്കിയല്ല, തീർച്ചയുള്ള കാര്യങ്ങളെ അടിസ്ഥാനമാക്കി തീരുമാനം എടുക്കുവാൻ ഞങ്ങൾ ആഗ്രഹിക്കുന്നു."

"ആഭ്യന്തരസെക്രട്ടറിയുടേയോ ആഭ്യന്തരമന്ത്രിയുടേയോ എതിർസത്യവാങ്മൂലത്തിൽ രാജന്റെ അവസ്ഥയെ പറ്റിയുള്ള പരാതികളെക്കുറിച്ച് അന്വേഷിക്കുവാൻ സർക്കാർ കൈക്കൊണ്ട നടപടികൾ വിശദീകരിക്കും എന്നായിരുന്നു ഞങ്ങളുടെ പ്രതീക്ഷ."

"ഇപ്പോഴത്തെ മുഖ്യമന്ത്രിയായ ശ്രീ. കരുണാകരന്റെ എതിർസത്യവാങ്മൂലത്തിൽ വാദി അദ്ദേഹത്തെ കണ്ടിരുന്നു എന്ന വാദത്തിനുള്ള മറുപടി അസന്ദിഗ്ദ്ധം ആയിരിക്കും എന്നു ഞങ്ങൾ പ്രതീക്ഷിച്ചു. കരുണാകരൻ പ്രതികരിച്ചെങ്കിൽ അതു 'പ്രസ്തുതകാര്യം' പരിശോധിക്കാം എന്നല്ലായിരുന്നെങ്കിൽ, മറ്റെന്തായിരുന്നു എന്നറിയാനും ഞങ്ങൾ ആഗ്രഹിച്ചിരുന്നു. കരുണാകരൻ എന്തെങ്കിലും തുടർനടപടി എടുത്തോ എന്നറിയുവാനും ഞങ്ങൾക്ക് ഉത്കണ്ഠ ഉണ്ടായിരുന്നു."

മറ്റു പ്രതികളുടെ എതിർസത്യവാങ്മൂലത്തെ പറ്റി:

"കേരളസർക്കാരിന് ആവർത്തിച്ചു പരാതികൾ അയച്ചിട്ടും പരാതി കിട്ടിയതായി അറിയിക്കുക എന്ന സാമാന്യ മര്യാദ സർക്കാർ വാദിയോടു കാട്ടിയില്ല. ഈ നിവേദനങ്ങളിന്മേൽ എതിർകക്ഷികൾ ആരും തന്നെ എന്തെങ്കിലും നടപടി എടുത്തതായി കാണുന്നില്ല.

എന്നാൽ പാർലമെന്റ് അംഗങ്ങൾക്കും കേന്ദ്രആഭ്യന്തരമന്ത്രിക്കും രാഷ്ട്രപതിക്കും വാദി സമർപ്പിച്ച പരാതികൾ കിട്ടിയപ്പോൾ കേന്ദ്രഗവൺമെന്റിലേക്ക് ഒരു മറുപടി അയയ്ക്കേണ്ടതുണ്ടെന്നു തോന്നി. ഈ റിപ്പോർട്ട് ജില്ലാ പൊലീസ് സൂപ്രണ്ടിന്റെ റിപ്പോർട്ടിനെ ആധാരമാക്കിയുള്ളതാണ്.

ജില്ലാ പൊലീസ് സൂപ്രണ്ട് നടത്തി എന്നു പറയുന്ന അന്വേഷണം ഉദാസീനമായും അശ്രദ്ധയുള്ളതും ആയിരുന്നു. കോളേജ് പ്രിൻസിപ്പൽ ഈച്ചരവാര്യർക്ക് എഴുതിയ കത്തിന്റെ പശ്ചാത്തലം സംബന്ധിച്ച രേഖകൾ കോളേജ് ഓഫീസിൽ ലഭ്യമല്ല എന്നാണു റിപ്പോർട്ടിൽ പറയുന്നത്. താനെഴുതിയ കത്തുകളെ പറ്റി പൊലീസ് ഉദ്യോഗസ്ഥർ തന്നെ ചോദ്യം ചെയ്തില്ല എന്ന് പ്രിൻസിപ്പൽ അസന്ദിഗ്ദ്ധമായി പ്രസ്താവിച്ചിട്ടുണ്ട്. അതിനാൽ ഇക്കാര്യത്തെപ്പറ്റി ഗൗരവബുദ്ധിയോടെ അന്വേഷിക്കാൻ ശ്രമിച്ചിട്ടില്ല എന്നതു വ്യക്തമാണ്.

"ആഭ്യന്തരസെക്രട്ടറിക്കും ആഭ്യന്തരമന്ത്രിക്കും തുടർച്ചതയായി ലഭിച്ച വാദിയുടെ പരാതികൾ പരിഗണിച്ചവരുടെയും അവ പരിഗണിക്കുവാൻ ചുമതലപ്പെട്ടവരുടെയും പെരുമാറ്റം സംശയാസ്പദമല്ലായിരിക്കാം, പക്ഷേ അങ്ങേയറ്റം ക്രൂരമാണ്. ആഭ്യന്തരസെക്രട്ടറിക്കു വാദിയിൽ നിന്ന് നേരിട്ടു

ലഭിച്ച പരാതികളിന്മേൽ ഒരു നടപടിയും ഉണ്ടായില്ലെങ്കിലും കേന്ദ്രഗവൺമെന്റിനു പാർലമെന്റ് അംഗങ്ങൾ നൽകിയ പരാതികൾ അദ്ദേഹത്തിന് എത്തിച്ചു കിട്ടിയപ്പോഴത്തെ കഥ മറ്റൊന്നാണ്. ഈ കത്തുകൾ ആഭ്യന്തര സെക്രട്ടറി പൊലീസ് ഇൻസ്പെക്ടർ ജനറലിന് അയച്ചുകൊടുത്തു. മറുപടി കിട്ടാഞ്ഞപ്പോൾ 11.10.1976ൽ കത്തുവഴി ഓർമ്മിപ്പിച്ചു. രണ്ടു മാസത്തിനു ശേഷം 11.12.1976ൽ വീണ്ടും ഓർമ്മിപ്പിക്കുന്നു. അപ്പോഴാണ് ജില്ലാ പൊലീസ് സൂപ്രണ്ടിന്റെ റിപ്പോർട്ടു കിട്ടുന്നത്. അശ്രദ്ധമായ ഒരു അന്വേഷണമേ നടത്തിയുള്ളൂ എങ്കിലും ബന്ധപ്പെട്ട എല്ലാ ഉദ്യോഗസ്ഥരും തീർത്തും കൃതാർത്ഥരായതായി കാണാം.

കേന്ദ്രഗവൺമെന്റിന് എന്തെങ്കിലും റിപ്പോർട്ട് അയയ്ക്കുക എന്നതായിരുന്നു അവരുടെ താത്പര്യം, എന്നാൽ റിപ്പോർട്ടിന്റെ സത്യാവസ്ഥ അവർക്കാർക്കും ഒരു പ്രശ്നമായിരുന്നില്ല. റിപ്പോർട്ട് അയയ്ക്കുവാനെടുത്ത കാലതാമസം, അശ്രദ്ധ എന്നിവയെപ്പറ്റി പറയാതിരിക്കുകയാണ് ഭേദം.

പൗരനു കോടതിയുടെ പരിരക്ഷ ഇല്ലാതിരുന്ന കാലം. ഈ കാലഘട്ടത്തിൽ പൗരനു സ്വാതന്ത്ര്യത്തിനും ബന്ധനത്തിൽ നിന്നുള്ള വിടുതലിനുമായി ഗവൺമെന്റ് അധികാരികളുടെ ദയയേയും നീതിബോധത്തെയും മാത്രമേ ആശ്രയിക്കുവാൻ വഴിയുണ്ടായിരുന്നുള്ളൂ. അതിനാൽ, ഹർജിക്കാരന്റെ നിവേദനങ്ങളോട് ഇവർ കാട്ടിയ നിഷ്ക്രിയത, പരമപ്രധാനമായ പൗരസ്വാതന്ത്ര്യത്തോട് ഇവർക്കുണ്ടായിരുന്ന അനാസ്ഥയായി കാണാതിരിക്കുവാൻ കഴിയുകയില്ല. ഇക്കാര്യം കടുത്ത ഉത്കണ്ഠയ്ക്കു വക നൽകുന്നു.

അഞ്ചാം പ്രതി (ജില്ലാ പൊലീസ് സൂപ്രണ്ട് ലക്ഷ്മണ) താൻ കക്കയം ടൂറിസ്റ്റ് ബംഗ്ലാവിൽ ആദ്യന്തം ഉണ്ടായിരുന്നു എന്നും രാജനെ അവിടെ കൊണ്ടുവന്നിട്ടില്ലെന്നും ശപഥം ചെയ്യുന്നു. അദ്ദേഹത്തിന്റെ പ്രസ്താവം ഞങ്ങളിൽ മതിപ്പുളവാക്കുന്നില്ല.

അദ്ദേഹം തയ്യാറാക്കിയ റിപ്പോർട്ടിലെ (വാദിക്ക് പ്രിൻസിപ്പൽ കത്തെഴുതിയതിന്റെ) പശ്ചാത്തല രേഖകൾ ലഭ്യമല്ല എന്ന പ്രസ്താവം കള്ളമല്ലാതെ മറ്റൊന്നുമല്ല.

എതിർകക്ഷികൾ ഈ കോടതിയിൽ തന്ന സത്യവാങ്മൂലങ്ങൾ സത്യം കണ്ടുപിടിക്കുന്നതിൽ ഈ കോടതിക്കു സഹായകം ആയിരുന്നില്ല."

അന്വേഷണ കമ്മീഷനെ പറ്റി:

33. "വിചാരണയ്ക്കിടയിൽ അഡീഷണൽ അഡ്വക്കേറ്റ് ജനറൽ "രാജൻ ഇപ്പോൾ എവിടെയുണ്ട് എന്നു കണ്ടുപിടിക്കുവാനായി ഒരു അന്വേഷണ കമ്മീഷനെ വെക്കുവാൻ ഗവൺമെന്റ് തയ്യാറാണ്" എന്നു ബോധിപ്പിച്ചു. രാജന്റെ തിരോധാനം വളരെ മുൻപ് നടന്നതാണ്. വാദി

ഈ കോടതിയെ സമീപിച്ചതിനു ശേഷം മാത്രമാണ് ഇങ്ങനെ ഒരു ചിന്ത ഉടലെടുത്തത്. ഈ വാഗ്ദാനം ഞങ്ങളിൽ ഒരു മതിപ്പും ഉളവാക്കുന്നില്ല.

തന്നെയുമല്ല അത് ഈ റിട്ടിനുള്ള ഉത്തരവുമല്ല. ഈ കേസിനാസ്പദമായ സംഭവത്തിന്റെ സത്യാവസ്ഥ അറിയുവാൻ സമയം ഒത്തുവരുമ്പോൾ സർക്കാർ തുനിഞ്ഞേക്കും എന്ന പ്രതീക്ഷയുടെ പേരിൽ ഈ പരാതിയിന്മേൽ തീരുമാനമെടുക്കുകയെന്ന ഞങ്ങളുടെ ചുമതല കൈവെടിയുവാൻ ഞങ്ങൾക്ക് ആവുകയില്ല."

രാജനെ കസ്റ്റഡിയിൽ എടുത്തു:

34. "മുകളിൽ ചർച്ച ചെയ്ത കാര്യങ്ങളിൽ നിന്ന്, വാദിയുടെ മകനായ പി.രാജനെ കോഴിക്കോടു റീജണൽ എൻജിനീയറിങ് കോളേജിന്റെ പരിസരത്തു നിന്ന് 01.03.1976 രാവിലെ കസ്റ്റഡിയിൽ എടുക്കുകയും കക്കയം ടൂറിസ്റ്റ് ബംഗ്ലാവിലേക്കു കൊണ്ടുപോവുകയും 02.03.1976ൽ അവിടെ കാണുകയുമുണ്ടായി എന്നു ഞങ്ങൾ കണ്ടെത്തിയിരിക്കുന്നു."

രാജൻ കസ്റ്റഡിയിൽ തുടരുന്നുണ്ടോ:

35. "രാജൻ കസ്റ്റഡിയിൽ തുടരുന്നില്ലെങ്കിൽ പ്രതികളുടെ പേരിൽ റിട്ട് പുറപ്പെടുവിക്കുവാൻ ഞങ്ങൾക്ക് ആവുകയില്ല. രാജൻ കസ്റ്റഡിയിൽ ഉണ്ടായിരുന്നതായി കണ്ടെത്തിയതിനാൽ, മറിച്ചു തെളിയിച്ചില്ലെങ്കിൽ ഇപ്പോഴും കസ്റ്റഡിയിൽ തുടരുന്നതായി കരുതണം. എന്നാൽ, കസ്റ്റഡിയിൽ നിന്നും വിട്ടതുകൊണ്ടോ, ഓടിപ്പോയതുകൊണ്ടോ, കസ്റ്റഡിയിലുള്ള സമയത്ത് മരണപ്പെട്ടതുകൊണ്ടോ രാജൻ ഇപ്പോൾ കസ്റ്റഡിയിൽ ഇല്ല എങ്കിൽ, അതു സ്ഥാപിക്കേണ്ടത് എതിർകക്ഷികളാണ്."

സങ്കട നിവൃത്തി:

36, 37: "ഈ കേസിലെ ഏറ്റവും ശ്രമകരമായ കാര്യം മുകളിൽ സൂചിപ്പിച്ച സാഹചര്യത്തിൽ വാദിക്ക് നൽകേണ്ട സങ്കട നിവൃത്തി എന്താകണം എന്നു തീരുമാനിക്കുകയാണ്. വാദിയുടെ മകനെ കസ്റ്റഡിയിൽ എടുത്തെന്നും അയാളെ ഇതുവരെ വിട്ടയയ്ക്കുകയോ അതേക്കുറിച്ച് ഉചിതമായി വിശദീകരിക്കുകയോ ചെയ്തിട്ടില്ലെന്നു കണ്ടെത്തിയതിനു ശേഷം, ആ കുട്ടി സംസ്ഥാനത്തെ ഒരു പൊലീസ് ഉദ്യോഗസ്ഥന്റെയും കസ്റ്റഡിയിൽ ഇല്ല എന്നു പ്രതികൾ ഉറപ്പിച്ചു പറയുന്നു എന്ന ഒറ്റക്കാരണത്താൽ, അക്കാര്യം ഇവിടം കൊണ്ടവസാനിപ്പിക്കുന്നത് ക്ലേശകരമാണ്.

ഈ കേസിൽ ഇത്രയും വസ്തുതകൾ വെളിച്ചത്തു വന്നിട്ടുണ്ടെന്നിരിക്കെ അവയ്ക്ക് അനുസൃതമായ തുടർനടപടികൾ ഉണ്ടാകുന്നില്ലെങ്കിൽ അത് ഈ രാജ്യത്തെ ജനാധിപത്യക്രമത്തിന് അടിത്തറയായ മൂല്യങ്ങളെ ക്ഷയിപ്പിക്കത്തക്കവണ്ണം എക്സിക്യൂട്ടീവ്, വിശേഷിച്ചും പൊലീസ്, നിയന്ത്രണമില്ലാതെ അധികാരപ്രയോഗം തുടരുന്നതിലേക്ക് നയിക്കാം.

രാജനെ തങ്ങൾ എങ്ങനെ കൈകാര്യം ചെയ്തെന്നോ അയാൾ ഇപ്പോൾ എവിടെയാണെന്നോ വിശദീകരിക്കുവാൻ പ്രതികൾ ശ്രമിക്കുക പോലും ഉണ്ടായിട്ടില്ല.

സ്വാതന്ത്ര്യം ഒരു പൗരന്റെ ഏറ്റവും വിലപിടിപ്പുള്ള മൗലികാവകാശ മായി ഈ കോടതി കാണുന്നു. സംസ്ഥാനത്തെ പൊലീസ് സേനയുടെ പിൻബലമുള്ള അധികാരികൾ ഒരു പൗരനെ നിയമവിരുദ്ധമായി കസ്റ്റഡി യിൽ എടുത്ത് അയാളുടെ ആ അവകാശം ഇല്ലാതാക്കിയിട്ടുള്ളതായി ഞങ്ങൾക്കു ബോധ്യപ്പെട്ടിരിക്കുന്നു. അവനെ സ്വതന്ത്രനാക്കുവാൻ ഉള്ള അധികാരം പ്രയോഗിക്കുവാൻ ഈ കോടതിക്കു കഴിയുകയില്ല എന്നു തെളിയും വരെ ഞങ്ങൾ തൃപ്തരാവുകയില്ല.

പൗരസ്വാതന്ത്ര്യത്തിനു ഭീഷണി ഉണ്ടാകുമ്പോഴെല്ലാം സ്വാതന്ത്ര്യ ത്തിന്റെ കാവൽഭടന്മാർ ആയി വർത്തിക്കുവാനുള്ള ചുമതല കോടതി ക്കുണ്ട്.

ഹർജിക്കാരന്റെ പരാതി തികച്ചും സത്യസന്ധവും ന്യായവുമാണ്. പ്രിൻസിപ്പലിന്റെ കത്തിൽ നിന്നുമാണ് തന്റെ പുത്രനെ പൊലീസ് അറസ്റ്റു ചെയ്ത വിവരം അറിയുന്നത്. അന്നു മുതൽ തുടങ്ങിയ അവിരാമമായ അന്വേഷണങ്ങൾ എല്ലാം പരാജയപ്പെട്ടു. മന്ത്രിമാരേയും ബന്ധപ്പെട്ട ഉദ്യോഗസ്ഥരേയും നേരിൽ കണ്ടു പരാതി ബോധിപ്പിച്ചിട്ടും തന്റെ മകൻ ഏതു ജയിലിൽ ആണെന്നോ, എന്തു കാരണത്താലാണ് കസ്റ്റഡി യിൽ എടുക്കപ്പെട്ടതെന്നോ ആരും അറിയിക്കുകയുണ്ടായില്ല. അതു കൊണ്ടാണ് അടിയന്തരാവസ്ഥ നീക്കം ചെയ്ത ഉടനെ ഹർജിക്കാരൻ ഹൈക്കോടതിയിൽ എത്തിയത്. തന്റെ മകനെ അന്യായമായി തടവിൽ വെച്ചവരോട്, ഈ കോടതിയിൽ നിക്ഷിപ്തമായ അധികാരം ഉപയോഗിച്ച്, മകനെ തിരിച്ചു തരണമെന്ന് ആജ്ഞാപിക്കുവാൻ, ആ അച്ഛൻ അപേക്ഷി ക്കുന്നു.

എന്നാൽ ഗവൺമെന്റിന് നേരത്തെ ചെയ്ത തെറ്റുകൾ തിരുത്തുവാൻ ഇനിയും അവസരമുണ്ട്."

38. "അവസാന നിമിഷത്തിൽ, തെറ്റുകളെല്ലാം അമിതോത്സുകരായ ചില പൊലീസ് ഉദ്യോഗസ്ഥന്മാരുടെ തലയിൽ കെട്ടിവെക്കുവാൻ അഡീ ഷണൽ അഡ്വക്കേറ്റ് ജനറൽ നടത്തിയ ശ്രമങ്ങളോടും കോടതിക്ക് ഒട്ടും മതിപ്പില്ല."

41. "ഇനി ഈ കേസിൽ സ്വീകരിക്കേണ്ട നടപടിക്രമത്തിലേക്ക് കട ക്കുകയാണ്.

അടിയന്തരാവസ്ഥയ്ക്കു ശേഷം ഈ കേസ് വിദ്യാർത്ഥികളുടെ ഇടയിൽ വലിയ അസ്വസ്ഥത സൃഷ്ടിച്ചതായി കാണുന്നു. മുഖ്യമന്ത്രിയുടെ പ്രസ്താവനയ്ക്കെതിരെ റീജണൽ എൻജിനീയറിങ് കോളേജിലെ വിദ്യാർത്ഥി യൂണിയൻ പ്രമേയം പാസ്സാക്കിയതായി അറിയുന്നു.

ഗവൺമെന്റിന് രാജൻ ഇപ്പോൾ ആരുടെ കസ്റ്റഡിയിൽ ഉണ്ട് എന്ന വസ്തുത ഈ കോടതിയെ അറിയിക്കുവാൻ കഴിയുകയില്ല എങ്കിൽ അത് അങ്ങേയറ്റം ഖേദകരമാണ്.

കോടതിയുടെ ഉത്തരവു പാലിക്കുവാൻ കഴിഞ്ഞില്ല എങ്കിൽ എതിർ കക്ഷികൾ കോടതിയലക്ഷ്യം ചെയ്തതായി കണക്കാക്കും."

42. "ശ്രീ.രാജനെ 1977 ഏപ്രിൽ 21ന് ഈ കോടതിയിൽ ഹാജരാക്കു വാൻ പ്രതികളോട് കോടതി ഹേബിയസ് കോർപ്പസ് റിട്ട് നൽകുന്നു."

രാജനെ ഹാജരാക്കുവാൻ സാധ്യമല്ല എങ്കിൽ:

43. "ഏതെങ്കിലും കാരണവശാൽ രാജനെ ഹാജരാക്കുവാൻ സാധ്യ മല്ല എന്ന് എതിർകക്ഷികൾക്കു തോന്നുന്നു എങ്കിൽ, ആ കാര്യം ഏപ്രിൽ 19-ാം തീയതി ഹൈക്കോടതി രജിസ്ട്രാറെ രേഖാമൂലം അറിയിക്കേണ്ട താണ്.

അങ്ങനെയങ്കിൽ കേസ് മധ്യവേനൽ അവധി കഴിഞ്ഞ് ഹൈക്കോ ടതി തുറക്കുന്ന മേയ് 23-ാം തീയതി കേസ് അവധിക്കു വെക്കും. അന്നേ ദിവസം കോടതി ഉത്തരവു പാലിച്ചു രാജനെ ഹാജരാക്കുവാൻ ഗവൺമെന്റ് കൈക്കൊണ്ട നടപടികൾ ബോധിപ്പിക്കേണ്ടതാണ്. കേസിൽ തുടർന്നു കൈക്കൊള്ളേണ്ട നടപടികൾ കോടതി അന്നു തീരു മാനിക്കുന്നതാണ്. അതിനാൽ ഈ കേസ് അവസാനിച്ചതായി കണക്കാ ക്കേണ്ടതില്ല.

സമാനതയോ കീഴ്വഴക്കമോ ഇല്ലാത്ത ഒരു അസാധാരണ നടപടി ആണ് ഇതെന്നു ഞങ്ങൾക്കറിയാം. ഇതുപോലെ ഒരു നടപടി ഇതിനു മുൻപ് ഹൈക്കോടതി കൈക്കൊണ്ടിട്ടില്ല. എന്നാൽ കോടതിയുടെ മനസ്സാക്ഷിയെ തൃപ്തിപ്പെടുത്തുന്ന, ഇതിലും മെച്ചമായ ഒരു നടപടി, ഞങ്ങൾക്കു കണ്ടെത്തുവാൻ കഴിയുന്നില്ല."

കുറ്റക്കാർക്കു ശിക്ഷ ലഭിക്കുമെന്ന് കോടതി ആശിക്കുന്നു:

43 (എ). "ഗുരുതരമായ ഒരു സ്ഥിതിവിശേഷത്തിലേക്ക് പ്രതികളുടെ ശ്രദ്ധ ആകർഷിച്ചതിനു ശേഷമെങ്കിലും അവർ കാണിക്കേണ്ടിയിരുന്ന ഉത്തരവാദിത്വത്തോടെ അവർ പ്രസ്തുത കാര്യം പരിഗണിച്ചില്ല എന്നത് ദൗർഭാഗ്യകരമാണ്. ഏതോ ചില പൊലീസ് ഉദ്യോഗസ്ഥർ എവിടെ വെച്ചോ ചെയ്ത ഒറ്റപ്പെട്ട പ്രവൃത്തിയാണെന്ന മട്ടിൽ ഉത്തരവാദിത്വം കൈയൊഴിയുവാൻ ആവുകയില്ല എന്നത് ഒരിക്കൽ കൂടി എടുത്തു പറ യട്ടെ.

ഈ കേസിലെ കുറ്റക്കാർക്കു ശിക്ഷ വിധിക്കുക ഞങ്ങളുടെ അധി കാര പരിധിയിൽ പെട്ടതല്ലെങ്കിലും അവർക്കു ശിക്ഷ ലഭിക്കുമെന്ന് കോടതി അതിയായി ആശിക്കുന്നു."

ജസ്റ്റിസ് ഖാലിദിന്റെ വിധി:

ജസ്റ്റിസ് പോറ്റിയുടെ പ്രധാന വിധിയോട് യോജിപ്പു പ്രകടിപ്പിച്ചു കൊണ്ട് ജസ്റ്റിസ് ഖാലിദ് സ്വന്തമായ വിധിന്യായം നൽകി. അദ്ദേഹം പറയുന്നു:

1. "ഈ കേസിന്റെ പ്രാധാന്യവും അനുപമമായ സ്വഭാവവും കണക്കിലെടുക്കുമ്പോൾ എന്റെ സഹോദരൻ പറഞ്ഞതിനോട് അല്പം ചിലതു കൂട്ടിച്ചേർക്കുവാൻ ഞാൻ ആഗ്രഹിക്കുന്നു."
2. "പ്രതികളുടെ സഹായകരമല്ലാത്ത മനോഭാവം കാരണം പരിഹാരം പ്രയാസമുള്ളതായി തീർന്നിരിക്കുന്നു. ഈ കേസിൽ ഉൾപ്പെട്ടിട്ടുള്ള പ്രശ്നം നിയമപരം എന്നതിനേക്കാൾ ഉപരി മനുഷ്യത്വപരമാണ്."
3. "തന്റെ ഒരേയൊരു മകന്റെ തിരോധാനം കാരണം മാനസിക നില തെറ്റിയ ഭാര്യയും ആ ദുരന്തത്തിന്റെ അടിയേറ്റു ദുഃഖിതരായ രണ്ടു പെൺമക്കളുമുള്ള ഹൃദയം തകർന്ന ഒരച്ഛൻ, സംസ്ഥാനത്തിലേയും കേന്ദ്രത്തിലേയും ഉന്നതധികാരികളെ സമീപിച്ചതിൽ പിന്നെ, കാണാതായ തന്റെ മകനെ ഹാജരാക്കുവാൻ ഈ കോടതിയുടെ കടമ നിർവഹിക്കണമെന്ന് അപേക്ഷിച്ചുകൊണ്ട്, അവസാനത്തെ പോംവഴിയായി ഈ കോടതിയെ ശരണം പ്രാപിച്ചിരിക്കുകയാണ്."
5. "വേദനയോടെ ഞങ്ങൾ പറയട്ടെ, പ്രതികൾ ഈ കോടതിയിൽ നിന്നും സത്യം മറച്ചു വെക്കാൻ ശ്രമിച്ചിട്ടുണ്ട്."
9. "രാജനെ അവസാനമായി കണ്ടത് 02.03.1976ൽ പൊലീസ് അയാളെ പീഡിപ്പിക്കുന്നതായും അബോധാവസ്ഥയിൽ എടുത്തു കൊണ്ടു പോകുന്നതായും ആണ്."
10. "പുറപ്പെടുവിക്കേണ്ട ഉത്തരവിന്റെ രൂപത്തിൽ ഞാൻ എന്റെ സഹോദരനോട് ആദരപൂർവം യോജിക്കുന്നു."

"ഹേബിയസ് കോർപ്പസിന്റെ ചരിത്രത്തിലെ അനുപമമായ, എക്കാലവും ഓർമ്മിക്കപ്പെടേണ്ടതായ ഒരു വിധിന്യായം" എന്നാണ് ഒരു നിയമ പണ്ഡിതൻ ഈ വിധിന്യായത്തെ വിശേഷിപ്പിച്ചത്.

പന്ത്രണ്ട്
വിധിയുടെ പ്രത്യാഘാതങ്ങൾ

ഹേബിയസ് കോർപ്പസ് കേസിൽ രാജനെ പൊലീസ് കസ്റ്റഡിയിൽ എടുത്തതായി സംശയാതീതമായി തെളിഞ്ഞിരിക്കുന്നു. ഏപ്രിൽ 21ന് അയാളെ കോടതിയിൽ ഹാജരാക്കണം. കോടതിയുടെ ഉത്തരവു പാലിക്കുവാൻ കഴിഞ്ഞില്ല എങ്കിൽ എതിർകക്ഷികൾ കോടതിയലക്ഷ്യം ചെയ്തതായി കണക്കാക്കും എന്നും പറഞ്ഞിരിക്കുന്നു.

ഒരു വർഷം മുൻപ് കസ്റ്റഡിയിൽ കൊല്ലപ്പെട്ട ആളെ കോടതിയിൽ എങ്ങനെ ഹാജരാക്കും?

കേരള സർക്കാർ കൈ പുറകിൽ കെട്ടിയ അവസ്ഥയിലായി.

ഏപ്രിൽ 16:

കുരുക്കഴിക്കാനായി തിരുവനന്തപുരത്തു തിരക്കിട്ട ചർച്ചകൾ നടന്നു. സുപ്രീംകോടതിയിൽ അപ്പീൽ സമർപ്പിക്കുവാൻ തീരുമാനമായി.

അതോടൊപ്പം തന്നെ രാജനെ കസ്റ്റഡിയിൽ എടുത്തതായി പറയുന്ന പൊലീസ് ഉദ്യോഗസ്ഥർക്കെതിരെ കേസെടുത്ത് അന്വേഷിക്കുവാൻ തീരുമാനമായി.

രാജനെ കണ്ടുപിടിക്കുകയോ കണ്ടുപിടിക്കുവാൻ സഹായിക്കുകയോ ചെയ്യുന്നവർക്ക് പാരിതോഷികം പ്രഖ്യാപിക്കാനും ആലോചന ഉണ്ടായി.

എന്നാൽ സർക്കാർ ഔദ്യോഗിക പ്രഖ്യാപനങ്ങൾ ഒന്നും നടത്തിയില്ല.

ഏപ്രിൽ 17:

രാജന്റെ അറസ്റ്റും മർദ്ദനവുമായി ബന്ധപ്പെടുത്തി കോടതി പേരെടുത്തു പറഞ്ഞ പൊലീസ് ഉദ്യോഗസ്ഥരെ ഗവൺമെന്റ് സസ്പെന്റു ചെയ്തു. അവർക്കെതിരെ ക്രിമിനൽ കേസ് എടുക്കുമെന്ന് അഭ്യന്തര മന്ത്രി വെളിപ്പെടുത്തി. കോഴിക്കോട് പൊലീസ് സൂപ്രണ്ട് കെ. ലക്ഷ്മണ, ക്രൈം

ബ്രാഞ്ച് സർക്കിൾ ഇൻസ്പെക്ടർ ശ്രീധരൻ, പേരാമ്പ്ര സബ് ഇൻസ്പെക്ടർ പുലിക്കോടൻ നാരായണൻ, കോൺസ്റ്റബിൾ രാഘവൻ നായർ എന്നീ ഉദ്യോഗസ്ഥരെ ആണ് സസ്പെന്റ് ചെയ്തത്. ജയറാം പടിക്കലിനെ സസ്പെന്റ് ചെയ്തില്ല എന്നത് ശ്രദ്ധേയമാണ്.

രാജനെ കണ്ടുപിടിക്കുവാനായി അന്വേഷണം നടത്തുവാൻ സംസ്ഥാനത്തെ എല്ലാ പൊലീസ് ഉദ്യോഗസ്ഥന്മാർക്കും നിർദ്ദേശം നൽകിയതായി മന്ത്രി വെളിപ്പെടുത്തി. സംഘടിതമായ ഒരു തിരച്ചിൽ തന്നെ സംസ്ഥാന മൊട്ടുക്കു നടത്തും എന്ന് അദ്ദേഹം പറഞ്ഞു.

ജയറാം പടിക്കലിനെ ഡി.ഐ.ജി. ട്രെയിനിംഗ് ആയി സ്ഥലം മാറ്റി.

കേരള രാഷ്ട്രീയം അനിശ്ചിതാവസ്ഥയിലേക്ക് കൂപ്പു കുത്തി. കെ. കരുണാകരൻ മുഖ്യമന്ത്രി പദത്തിൽനിന്നും രാജി വെക്കണം എന്നു ശക്തമായ സമ്മർദ്ദം ഉണ്ടായി. കരുണാകരൻ മന്ത്രിസഭ അധികാരത്തിൽ വന്നിട്ട് ഒരു മാസം പോലും തികഞ്ഞിട്ടില്ല.

ഏപ്രിൽ 19:

ഹൈക്കോടതിയിൽ വെളിച്ചത്തു വന്ന തെളിവുകളുടെ അടിസ്ഥാനത്തിൽ, രാജനെ നിയമവിരുദ്ധമായി കസ്റ്റഡിയിൽ വെച്ചു മർദ്ദിച്ച പൊലീസ് ഉദ്യോഗസ്ഥർക്കെതിരെ ക്രൈംബ്രാഞ്ച് കേസ് ചാർജ് ചെയ്തു.

ഒന്നാം പ്രതി: ക്രൈംബ്രാഞ്ച് ഡിറ്റക്ടീവ് ഇൻസ്പെക്ടർ ശ്രീധരൻ

രണ്ടാം പ്രതി: പൊലീസ് കോൺസ്റ്റബിൾ രാഘവൻ നായർ

മൂന്നാം പ്രതി: സബ് ഇൻസ്പെക്ടർ പുലിക്കോടൻ നാരായണൻ

നാലാം പ്രതി: പൊലീസ് സുപ്രണ്ട് കെ. ലക്ഷ്മണ

മറ്റു പ്രതികൾ: ഒരു സർക്കിൾ ഇൻസ്പെക്ടറും കണ്ടാൽ അറിയാവുന്ന അഞ്ച് പൊലീസ് കോൺസ്റ്റബിൾമാരും.

കേസ് ചാർജ് ചെയ്തത് ഇപ്രകാരമാണ്:

1976 മാർച്ച് ഒന്നിന് ആർ.ഇ.സി. ക്യാമ്പസിൽ നിന്നും രാജനെ കസ്റ്റഡിയിൽ എടുത്ത് ഇൻസ്പെക്ടർ ശ്രീധരനും കോൺസ്റ്റബിൾ രാഘവൻ നായരും കയറിയ ടെമ്പോവാനിൽ കയറ്റി അടുത്തുള്ള ലോഡ്ജിലേക്കു കൊണ്ടു പോയി. അവിടെ നിന്നും കരച്ചിൽ കേട്ടു. പിന്നീടു കക്കയം ടൂറിസ്റ്റു ബംഗ്ലാവിലേക്കു കൊണ്ടുപോയി. മാർച്ച് രണ്ടിന് സബ് ഇൻസ്പെക്ടർ പുലിക്കോടൻ നാരായണൻ ഉൾപ്പെടെയുള്ള മേൽപ്പറഞ്ഞ പൊലീസുകാർ രാജനെ മർദ്ദിച്ചു.

രാജനെ കോടതിയിൽ ഹാജാക്കുവാൻ ആവില്ല.

അതേ ദിവസം കേരള സർക്കാർ ഹൈക്കോടതിയിൽ ബോധിപ്പിച്ചു,

"രാജനെ എപ്പോഴെങ്കിലും നിയമവിരുദ്ധമായി തടങ്കലിൽ വെക്കുക ഉണ്ടായിട്ടില്ല. രാജൻ ഇപ്പോൾ പൊലീസ് കസ്റ്റഡിയിൽ ഇല്ല. രാജനെ

കണ്ടുപിടിക്കുവാൻ രാജ്യവ്യാപകമായ തിരച്ചിൽ തുടങ്ങിയിട്ടുണ്ട്. ഇക്കാരണത്താൽ ഹേബിയസ് കോർപ്പസ് റിട്ട് പ്രകാരം രാജനെ കോടതിയിൽ ഹാജാക്കുവാൻ ആവില്ല."

ഹേബിയസ് കോർപ്പസ് കേസിലെ തുടർനടപടികൾ മെയ് 23ന് പരിഗണിക്കുന്നതാണ് എന്നു ഹൈക്കോടതി പ്രഖ്യാപിച്ചു.

കേരള സർക്കാരിന്റെ വിചിത്രമായ വാദങ്ങൾ:

ഹൈക്കോടതി വിധിക്കെതിരെ സുപ്രീം കോടതിയിൽ അപ്പീലിനു പോകുവാൻ അനുമതി തേടിക്കൊണ്ട് കേരള സർക്കാർ ഹൈക്കോടതിയെ സമീപിച്ചു. ആരെയും അതിശയിപ്പിക്കുവാൻ പോന്ന നിരുത്തരവാദപരമായ വാദങ്ങളായിരുന്നു സർക്കാർ നിരത്തിയത്. സാധാരണക്കാരന്റെ ജീവൻ സംരക്ഷിക്കുവാൻ ചുമതലയുള്ള സർക്കാർ പൊലീസ് കസ്റ്റഡിയിൽ എടുത്ത ആളെ കോടതിയിൽ ഹാജരാക്കണം എന്ന കോടതിവിധിക്കെതിരെ അഡ്വക്കേറ്റ് ജനറൽ സർക്കാരിനു വേണ്ടു സമർപ്പിച്ച വാദങ്ങൾ:

1. ഹേബിയസ് കോർപ്പസ് റിട്ടിൽ ഹൈക്കോടതിയുടെ അധികാര പരിധിയിൽ പെടാത്ത കാര്യങ്ങളാണ് ഹൈക്കോടതിവിധിയിൽ പറഞ്ഞിരിക്കുന്നത്.
2. റിട്ട് ഫയൽ ചെയ്ത സമയത്ത് രാജൻ പൊലീസ് കസ്റ്റഡിയിൽ ഉണ്ടോ എന്നു മാത്രമേ ഹൈക്കോടതി പരിശോധിക്കുവാൻ പാടുള്ളായിരുന്നു.
3. 1976 മാർച്ച് ഒന്നാം തീയതി രാജനെ പൊലീസ് അറസ്റ്റു ചെയ്തുവോ ഇല്ലയോ എന്ന കാര്യം കോടതി പരിശോധിച്ചതു തെറ്റായ നടപടിയാണ്.
4. അന്നേ ദിവസം പൊലീസ് അറസ്റ്റു ചെയ്തിരുന്നു എന്നു കണ്ടാൽ തന്നെ, രാജൻ ഇപ്പോൾ പൊലീസ് കസ്റ്റഡിയിൽ തുടരുന്നു എന്നു സ്ഥാപിക്കാത്തിടത്തോളം, കോടതി ഇത്തരത്തിൽ ഒരു റിട്ട് പുറപ്പെടുവിക്കുവാൻ പാടില്ലായിരുന്നു.
5. അറസ്റ്റു ചെയ്തു എന്നു കണ്ടശേഷം അതിൽ നിന്നുള്ള നിഗമനം വെച്ചുകൊണ്ട് രാജൻ കസ്റ്റഡിയിൽ തുടരുന്നു എന്നു കോടതി പറഞ്ഞ രീതി തെറ്റായിപ്പോയി.
6. മന്ത്രിയെപ്പറ്റിയും മറ്റും കോടതി നടത്തിയ പരാമർശങ്ങൾ അസ്ഥാനത്താണ്.
7. പൊലീസ് വകുപ്പ് ഇക്കാര്യത്തിൽ നടത്തിയ അന്വേഷണം നിഷ്പക്ഷം ആണ് എന്നു കാണേണ്ടതായിരുന്നു.
8. രാജനെ കോടതിയിൽ ഹാജരാക്കണം എന്ന റിട്ട് കോടതിയലക്ഷ്യത്തിന് വിധേയമായേക്കാവുന്ന അസാദ്ധ്യമായ കാര്യമാണ്.

(ലേഖകന്റെ കുറിപ്പ്: അതായത്, രാജൻ മരിച്ചു എന്നു സർക്കാരി നറിയാം).

അസാദ്ധ്യമായ കാര്യത്തിൽ റിട്ട് പുറപ്പെടുവിക്കുവാൻ കോടതിക്ക് അധികാരമില്ല.

9. ഒന്നാം സാക്ഷിയുടെ (പ്രിൻസിപ്പാളിന്റെ) മൊഴി വെറും കേട്ടു കേൾവിയെ അടിസ്ഥാനമാക്കിയാണ്. അയാൾക്കു സംഭവത്തെ പറ്റി നേരിട്ട് അറിവൊന്നുമില്ല.

ഈ സർക്കാർ ആരുടെ പക്ഷത്താണ്? കസ്റ്റഡിയിൽ കൊല്ലപ്പെട്ട സാധാരണക്കാരന്റെ കൂടെയാണോ, അതോ കൊലപാതകത്തിന് കാരണക്കാരായ കുറ്റവാളികളുടെ കൂടെയാണോ?

സർക്കാരിന്റെ വിചിത്രമായ ഈ വാദങ്ങൾ തള്ളിക്കളഞ്ഞുകൊണ്ട് ഏപ്രിൽ 23നു ഹൈക്കോടതി അപ്പീൽ അനുമതി നിഷേധിച്ചു. ഹൈക്കോടതിയുടെ ഡിവിഷൻ ബഞ്ച് ഉത്തരവ്:

1. കോടതി തെളിവെടുക്കുന്നതിൽ സർക്കാരിനു തർക്കമില്ല എന്നാണ് വാദസമയത്തു ബോധിപ്പിച്ചത്.

2. റിട്ട് പുറപ്പെടുവിപ്പിച്ച സമയത്ത് രാജൻ എതിർകക്ഷികളുടെ കസ്റ്റഡിയിൽ ഉണ്ടോ എന്നു കോടതി പരിശോധിക്കേണ്ടിയിരുന്നു എന്ന അഡ്വക്കേറ്റ് ജനറലിന്റെ വാദത്തിൽ കഴമ്പൊന്നുമില്ല.

3. അറസ്റ്റു തെളിയിക്കപ്പെട്ടു കഴിഞ്ഞാൽ പിന്നെ അയാൾക്ക് എന്തുപറ്റി എന്നു തെളിയിക്കേണ്ട ചുമതല സർക്കാരിനാണ്.

4. രാജൻ ഇപ്പോൾ കസ്റ്റഡിയിൽ ഇല്ലെന്നാണ് വാദമെങ്കിൽ അത്തരത്തിൽ ഒരു വിശദീകരണം നൽകേണ്ടതായിരുന്നു. വിശദീകരണത്തിന് മതിയായ അവസരം നൽകിയിട്ടും അത്തരത്തിൽ ഒന്നുമുണ്ടായില്ല എന്നതാണ് പരമാർത്ഥം.

5. മന്ത്രി കരുണാകരനെ കാണുകയുണ്ടായി എന്ന ഹർജിക്കാരന്റെ ആരോപണം നിഷേധിക്കപ്പെട്ടിട്ടില്ല. ഇക്കാര്യത്തിൽ മന്ത്രി തൃപ്തികരമായ വിശദീകരണം തന്നിട്ടില്ല.

ഏപ്രിൽ 25: കെ. കരുണാകരൻ രാജി വെക്കുന്നു

1976 മാർച്ച് ഒന്നാം തീയതി പുലർച്ചെ ആർ.ഇ.സി. ക്യാമ്പസിൽ വീശിയ ഇളംകാറ്റ് 1977 ഏപ്രിൽ ആയപ്പോഴേക്കും കൊടുങ്കാറ്റായി മാറിയിരുന്നു. ആടിയുലഞ്ഞ കാറ്റിൽ വന്മരങ്ങൾ കടപുഴകി വീണു.

കേരള രാഷ്ട്രീയത്തെ രാജൻ കേസ് ഉഴുതു മറിച്ചു. 1977 ഏപ്രിൽ 25ന് കെ.കരുണാകരൻ മുഖ്യമന്ത്രി പദം രാജി വെച്ചു. മാർച്ച് 25നായിരുന്നു ഭരണമേറ്റത്, വെറും ഒരു മാസം നീണ്ടു നിന്ന ഭരണം.

രാജി വെച്ച ശേഷമുള്ള പത്രസമ്മേളനത്തിൽ കരുണാകരൻ പറഞ്ഞു:

"രാജിവെക്കുവാൻ ഞാൻ ബാദ്ധ്യസ്ഥനല്ല എങ്കിലും ഉത്തമ കീഴ്‌വഴക്കം സൃഷ്ടിക്കുന്നതിനായാണ് രാജിവെക്കുന്നത്. സാമൂഹിക വിരുദ്ധശക്തികളെ നിയന്ത്രിക്കുന്നതിനും രാജ്യത്തിന്റെ പുരോഗതി ഭദ്രമാക്കുന്നതിനും വേണ്ടിയാണ് അടിയന്തരാവസ്ഥ പ്രഖ്യാപിച്ചത്. അടിയന്തരാവസ്ഥക്കാലത്ത് രാജ്യത്തിന് അദ്ഭുതകരമായ നേട്ടങ്ങൾ കൈവരിക്കുവാൻ കഴിഞ്ഞു എന്ന കാര്യത്തിൽ സംശയമില്ല."

(അടിയന്തരാവസ്ഥയുടെ നാല്പതാം വാർഷികമായിരുന്നു 2016. 'ഇന്ത്യയുടെ കറുത്ത അദ്ധ്യായം' എന്നാണ് അടിയന്തരാവസ്ഥയെ ഇന്നു വിശേഷിപ്പിക്കുന്നത്. അടിയന്തരാവസ്ഥയിലൂടെ എന്തെങ്കിലും നേട്ടങ്ങൾ കൈവരിച്ചതായി ഇന്ന് ആരും അവകാശപ്പെടുന്നില്ല).

കരുണാകരൻ തുടർന്നു, "നിയമവിധേയവും ഭദ്രവും പരിഷ്കൃതവും ആയിരുന്നു കഴിഞ്ഞ ആറു വർഷത്തെ നിയമപാലന വ്യവസ്ഥ."

(കക്കയത്തു ഭീകരമായ മർദ്ദനക്യാമ്പു നടക്കുമ്പോൾ ഇദ്ദേഹം ആഭ്യന്തരമന്ത്രി ആയിരുന്നു).

"എന്നിൽ അർപ്പിതമായ ചുമതല കൃത്യമായും നീതിപൂർവമായും ജനക്ഷേമപരമായും നടപ്പിലാക്കി എന്ന ചാരിതാർത്ഥ്യത്തോടെയാണ് ഞാൻ വിരമിക്കുന്നത്."

മെയ് 23: ഗവൺമെന്റ് നിലപാടു മാറ്റുന്നു: രാജൻ മരിച്ചു

കക്കയം പൊലീസ് ക്യാമ്പിൽ കസ്റ്റഡിയിൽ ഇരിക്കെ രാജൻ മരിച്ചതായി അഡ്വ.ജനറൽ ഹൈക്കോടതിയെ അറിയിച്ചു.

ഗവൺമെന്റിന്റെ പുതിയ നിലപാട്:

ഡി.ഐ.ജിയുടെ റിപ്പോർട്ടിനെ അടിസ്ഥാനമാക്കിയാണ് മുതിർന്ന അധികാരികൾ രാജനെ കസ്റ്റഡിയിൽ എടുത്തിട്ടില്ല എന്നു പറഞ്ഞത്.

(എന്നു വെച്ചാൽ പി. രാജന്റെ മരണത്തിന്റെ ഉത്തരവാദിത്തം ഡി.ഐ.ജി. മുതൽ താഴോട്ടുള്ളവരുടേതാണ്. മുകളിലുള്ള അധികാരികൾ അത് അറിഞ്ഞിട്ടില്ല).

സംസ്ഥാന ആഭ്യന്തര സെക്രട്ടറി കോടതിയിൽ സമർപ്പിച്ച പുതിയ സത്യവാങ്മൂലത്തിൽ പറയുന്നു:

1976 മാർച്ച് ഒന്നാം തീയതി വെളുപ്പിനു പൊലീസ് രാജനെ കസ്റ്റഡിയിൽ എടുത്തു. കക്കയം ക്യാമ്പിൽ കൊണ്ടുപോയി അന്യായമായി തടങ്കലിൽ വെച്ചു. ഇരുമ്പുകൊണ്ടോ തടികൊണ്ടോ ഉള്ള റോളറുകൾ ഉപയോഗിച്ച് നിരന്തരമായി കഠോരദണ്ഡനം നടത്തിയതിന്റെ ഫലമായി രാജൻ രണ്ടാം തീയതി വൈകിട്ടു മരിച്ചു. തെളിവുകൾ നശിപ്പിക്കുവാനായി മൃത

ശരീരം നശിപ്പിച്ചു എന്നു തീരുമാനിക്കാവുന്നതാണ്. സി.ഐ.ഡി. ക്രൈം 304/77 ആയി പേരാമ്പ്ര ഫസ്റ്റ്ക്ലാസ്സ് ജുഡീഷ്യൽ മജിസ്ട്രേറ്റ് കോടതി യിൽ മെയ് 17നു അന്വേഷണ ഉദ്യോഗസ്ഥന്മാർ രജിസ്റ്റർ ചെയ്ത കേസിൽ ഇതു വ്യക്തമാക്കിയിട്ടുണ്ട്.

കരുണാകരൻ മാപ്പു ചോദിക്കുന്നു

പുതിയ സത്യവാങ്മൂലത്തിൽ ഡി.ഐ.ജിയുടെ റിപ്പോർട്ടിനെ അടി സ്ഥാനമാക്കി കോടതിയിൽ തെറ്റായ വിവരങ്ങൾ ഉൾക്കൊണ്ട സത്യവാങ് മൂലം നൽകുവാൻ ഇടയായതിൽ കെ.കരുണാകരൻ, സംസ്ഥാന ആഭ്യ ന്തര സെക്രട്ടറി എസ്.നാരായണസ്വാമി, ഐ.ജി.പി. വി.എൻ.രാജൻ എന്നിവർ ഹൈക്കോടതിയോട് മാപ്പു ചോദിച്ചു.

"1977 ഏപ്രിൽ 13നു ഹൈക്കോടതി പുറപ്പെടുവിച്ച വിധി വായിച്ച ശേഷ മാണ് രാജൻ മരിച്ചതായി ബോദ്ധ്യപ്പെട്ടത്."

കരുണാകരൻ സമർപ്പിച്ച പുതിയ സത്യവാങ്മൂലത്തിൽ രാജന്റെ അച്ഛൻ ഈച്ചരവാര്യരെ 1976 മാർച്ച് 10നു കണ്ടതായി സമ്മതിക്കുന്നുണ്ട്. (ആദ്യമായാണ് കരുണാകരൻ ഈ കാര്യം കോടതിയിൽ സമ്മതിക്കു ന്നത്).

മൂന്നാം ചേരി:

രാഷ്ട്രീയത്തിൽ എന്ന പോലെ ഇതൊരു മൂന്നാം ചേരിയെ സൃഷ്ടിച്ചു. ഡി.ഐ.ജി. ജയറാം പടിക്കലും എസ്.പി. ലക്ഷ്മണയും ഒറ്റപ്പെട്ടു. സ്വയ രക്ഷയ്ക്കായി മേലധികാരികൾ അവരെ തള്ളിപ്പറഞ്ഞു. അവർ പുതിയ സത്യവാങ്മൂലങ്ങൾ നൽകി.

ജയറാം പടിക്കലിന്റെ സത്യവാങ്മൂലത്തിൽ പറയുന്നു:

"ഏപ്രിൽ 13നു ഹൈക്കോടതി പുറപ്പെടുവിച്ച റിട്ടിന്റെ അടിസ്ഥാന ത്തിൽ രാജൻ എവിടെയാണെന്ന് കണ്ടുപിടിക്കുവാനായി ഊർജ്ജിതമായി അന്വേഷണം നടത്തി. അന്വേഷണത്തിന്റെ ഭാഗമായി ക്രൈംബ്രാഞ്ച് എസ്.പിമാർക്കും ഇന്ത്യയിലെ എല്ലാ ഡി.ഐ.ജിമാർക്കും സന്ദേശങ്ങൾ അയച്ചിട്ടുണ്ട്. എന്നെ ക്രൈംബ്രാഞ്ചിൽ നിന്നും സ്ഥലം മാറ്റിയതിനാൽ പിന്നീടുള്ള വിവരങ്ങൾ അറിഞ്ഞുകൂടാ."

ലക്ഷ്മണയും "രാജനെ കണ്ടുപിടിക്കുവാനായി ഊർജ്ജിതമായി അന്വേഷിക്കുവാൻ കീഴുദ്യോഗസ്ഥരോട് ആവശ്യപ്പെടുകയുണ്ടായി. മെയ് 18നു വൈകുന്നേരം 5.30 വരെ രാജനെ കണ്ടെത്തുവാൻ കഴിഞ്ഞി ട്ടില്ല."

ലക്ഷ്മണ തന്റെ അടുത്ത സത്യവാങ്മൂലത്തിൽ പറയുന്നു, "കരു ണാകരൻ, ആഭ്യന്തര സെക്രട്ടറി, ഐ.ജി.പി. എന്നിവരുടെ സത്യവാങ് മൂലത്തിലെ കാര്യങ്ങൾ തെളിവായി എടുക്കരുത്."

മേൽപറഞ്ഞ മൂന്നുപേരെയും എതിർവിസ്താരം നടത്തുവാൻ അനുവദിക്കാത്തിടത്തോളം അവരുടെ സത്യവാങ്മൂലങ്ങളെ അടിസ്ഥാനമാക്കി തനിക്കെതിരെ നടപടി എടുക്കരുതെന്നു ജയറാം പടിക്കലും വാദിച്ചു.

സർക്കാർ ജാലവിദ്യ: പ്രതി വാദിയാകുന്നു

രാജൻ മരിച്ചതായി സർക്കാർ സമ്മതിച്ചിരിക്കുന്നു. എന്നു വെച്ചാൽ രാജനെ കൊന്നതിനു പുതിയ കേസു വരും. പെട്ടിക്കുള്ളിലിരുന്ന ജാലവിദ്യക്കാരൻ കാണികളുടെ ഇടയിൽ നിന്നും ഇറങ്ങി വരുന്നതു പോലെ, ഹേബിയസ് കോർപ്പസ് കേസിൽ പ്രതിസ്ഥാനത്തായിരുന്ന സർക്കാർ, കൊലക്കേസിൽ വാദിസ്ഥാനത്താണ്. ഇതുവരെ സർക്കാരിനോടൊപ്പം നിന്ന ജയറാം പടിക്കൽ, ലക്ഷ്മണ എന്നിവർ പ്രതിസ്ഥാനത്തും. രാജൻ കേസ് ഒരു പുതിയ വഴിത്തിരിവിൽ എത്തിയിരിക്കുന്നു.

ജൂൺ 1: കരുണാകരന്റെ ചാഞ്ചാട്ടത്തിൽ കോടതിക്ക് അതൃപ്തി

"ശ്രീ. കെ. കരുണാകരൻ ഓരോ സത്യവാങ്മൂലത്തിൽ പറയുന്നതിനും വിപരീതമായി ആണ് തന്റെ അടുത്ത സത്യവാങ്മൂലത്തിൽ പറയുന്നത്. ഞങ്ങൾക്ക് ഇതു ഗൗരവമായി കാണേണ്ടി വരും", ഹൈക്കോടതി താക്കീതു നൽകി.

തന്റെ മുൻ സത്യവാങ്മൂലങ്ങൾ അപൂർണ്ണമായിരുന്നതിൽ ഖേദം പ്രകടിപ്പിച്ചു കൊണ്ടും കോടതിയോടു മാപ്പ് അപേക്ഷിച്ചുകൊണ്ടും കരുണാകരൻ വീണ്ടും സത്യവാങ്മൂലം നൽകി.

ജൂൺ 11: ഐ.ജി.പിയെ വിവരങ്ങൾ അറിയിച്ചിരുന്നു: പടിക്കൽ

"ഐ.ജി.പിയുടെ ആജ്ഞപ്രകാരമാണ് ഞാൻ കായണ്ണ ആക്രമണ കേസ് ഏറ്റെടുത്തത്. ഏപ്രിൽ 29ന് ഐ.ജി.പി. കക്കയം ക്യാമ്പ് സന്ദർശിച്ചിരുന്നു. അന്വേഷണത്തിന്റെ വിവരങ്ങൾ എല്ലാം വയർലസ്സിലൂടെ അപ്പപ്പോൾ ഐ.ജി.പി.യെ അറിയിക്കുന്നുണ്ടായിരുന്നു. ഇപ്പോൾ അദ്ദേഹം അജ്ഞത നടിക്കുകയാണ്", ജയറാം പടിക്കൽ കോടതിയെ അറിയിച്ചു.

പ്രതികളുടേത് കള്ളസത്യവാങ്മൂലങ്ങൾ, ശിക്ഷിക്കണം

പ്രൊഫ. ഈച്ചരവാര്യർ പുതിയ ഹർജി ഫയൽ ചെയ്തു, "പ്രതികൾ കോടതിയിൽ സമർപ്പിച്ചത് കള്ള സത്യവാങ്മൂലങ്ങൾ ആണ്. അവർ സത്യം മറച്ചുവെച്ച് ഈ കോടതിയെ തെറ്റിദ്ധരിപ്പിച്ചതിനാൽ അവരെ പ്രോസിക്യൂട്ടു ചെയ്യണം."

പ്രതികൾ കോടതിയിൽ കള്ളസാക്ഷി പറഞ്ഞോ എന്നു പരിശോധിച്ച ശേഷം ജൂൺ 13നു അന്തിമവിധി പറയുന്നതാണെന്ന് കോടതി പ്രഖ്യാപിച്ചു.

പതിമ്മൂന്ന്
രാജന്റെ തിരോധാനം: പൊലീസ് അന്വേഷണങ്ങൾ

രാജന്റെ തിരോധാനത്തെപ്പറ്റി അന്വേഷിക്കുവാൻ കേരള സർക്കാർ അന്വേഷണ സംഘത്തെ നിയമിച്ചു. ഡി.ഐ.ജി. രാജഗോപാൽ നാരായണനാണ് അന്വേഷണത്തിന്റെ ചുമതല. പൊലീസ് സൂപ്രണ്ട് കെ. മൊയ്തീൻ കുഞ്ഞി, എറണാകുളം അസി. കമ്മീഷണർ സി.ടി.ആന്റണി മുതലായവർ സംഘത്തിലുണ്ട്.

ഏപ്രിൽ 29: ജയറാം പടിക്കലിനെ സസ്പെൻഡ് ചെയ്തു

ഏപ്രിൽ 29ന് രാജൻ കേസുമായി ബന്ധപ്പെട്ട് ഡി.ഐ.ജി. ജയറാം പടിക്കലിനെ സസ്പെൻഡ് ചെയ്തു. 1976 മാർച്ച് ഒന്നു മുതൽ അഞ്ചു വരെ പടിക്കൽ കക്കയത്തു താമസിച്ചിരുന്നതായി അന്വേഷണത്തിന്റെ അടിസ്ഥാനത്തിൽ തെളിഞ്ഞിട്ടുണ്ട്. അദ്ദേഹത്തിന്റെ പേരിൽ അച്ചടക്ക നടപടികൾ എടുക്കുവാൻ സർക്കാർ തീരുമാനിച്ചു.

മെയ് 15: രാജൻ മരിച്ചതായി തെളിവുകൾ

രാജന്റെ തിരോധാനത്തെപ്പറ്റി അന്വേഷിക്കുവാൻ ഉണ്ടാക്കിയ അന്വേഷണ സംഘത്തിനു രാജൻ മരിച്ചതായി തെളിവുകൾ ലഭിച്ചു. കക്കയം ക്യാമ്പിലെ മർദ്ദന ഫലമായി രാജൻ ബോധരഹിതൻ ആകുകയും മരിക്കുകയും ചെയ്തതിന്റെ തെളിവുകളാണ് ലഭിച്ചത്. സംഭവം നടക്കുമ്പോൾ ഡി.ഐ.ജി. ജയറാം പടിക്കൽ, ഡി.ഐ.ജി. ടി.വി. മധുസൂധനൻ, എസ്.പി. ലക്ഷ്മണ, എസ്.പി. മുരളികൃഷ്ണദാസ് എന്നിവർ കക്കയം ഇൻസ്പെക്ഷൻ ബംഗ്ലാവിൽ താമസിച്ചിരുന്നതിനുള്ള തെളിവുകളും അന്വേഷണ സംഘത്തിനു ലഭിച്ചു. ബംഗ്ലാവിലെ രജിസ്റ്ററിൽ സംഭവ ദിവസം ഇവരുടെ പേരുണ്ട്. ഇൻസ്പെക്ടർ പുലിക്കോടൻ നാരായണൻ ഈ ദിവസം കക്കയത്തു സ്പെഷ്യൽ ഡ്യൂട്ടിയിൽ നിയുക്തനായിരുന്നു എന്നതിനും തെളിവുണ്ട്.

കക്കയം ക്യാമ്പിൽ പൊലീസ് കസ്റ്റഡിയിൽ ഉണ്ടായിരുന്ന ചാത്തമംഗലം സ്വദേശി കെ. രാജൻ, രാജനെ പൊലീസ് മർദ്ദിക്കുന്നതും അയാൾ ബോധരഹിതൻ ആകുന്നതും കണ്ടിരുന്നു.

(പി. രാജനെ ജീവനോടെ കണ്ട പൊലീസുകാരനല്ലാത്ത അവസാനത്തെ ആൾ കെ. രാജനാണ്).

ക്യാമ്പിലുണ്ടായിരുന്ന പല പൊലീസുകാരും സംഭവത്തെപറ്റി അന്വേഷണ സംഘത്തിനു മൊഴി കൊടുത്തു.

(ഇവർ എല്ലാം കോടതിയിൽ മൊഴി മാറ്റി പറയും).

അന്വേഷണ സംഘത്തിന്റെ തലവൻ രാജഗോപാൽ നാരായണൻ പറഞ്ഞു, "ആരൊക്കെയാണ് രാജനെ മർദ്ദിച്ചതെന്നും മൃതദേഹം എന്തു ചെയ്തു എന്നും തെളിവുകൾ നശിപ്പിക്കുന്നതിൽ ആർക്കൊക്കെ പങ്കുണ്ട് എന്നും കണ്ടുപിടിക്കുന്നതോടെ മാത്രമേ അന്വേഷണം പൂർത്തിയാവുകയുള്ളൂ."

മെയ് 17: കൂടുതൽ തെളിവുകൾ

പേരാമ്പ്ര ഫസ്റ്റ്ക്ലാസ്സ് ജുഡിഷ്യൽ മജിസ്ട്രേറ്റ് കോടതിയിൽ അന്വേഷണ സംഘം സമർപ്പിച്ച റിപ്പോർട്ടിൽ നിന്ന്:

"1976 മാർച്ച് ഒന്നിന് വൈകിട്ട് പി.രാജനെ, ജോസഫ് ചാലി അബോധാവസ്ഥയിൽ കാണുകയുണ്ടായി എന്ന് അന്വേഷണത്തിൽ തെളിഞ്ഞിട്ടുണ്ട്. രണ്ടാം തീയതി കക്കയം ക്യാമ്പിലെ മറ്റൊരു മുറിയിൽ കെ. രാജനും പി. രാജനെ അതേ അവസ്ഥയിൽ കണ്ടു.

ക്യാമ്പിൽ ഡ്യൂട്ടിയിൽ ഉണ്ടായിരുന്ന സബ് ഇൻസ്പെക്ടർമാരായ കെ.എസ്. ജയപ്രകാശ്, ടി. രാമരാജ് എന്നിവരും മാർച്ച് രണ്ടാം തീയതി വൈകുന്നേരം ക്യാമ്പിൽ വെച്ചു രാജനെ കാണുകയുണ്ടായി.

1976 മാർച്ച് രണ്ടിന്, രാജൻ ബോധരഹിതൻ ആയശേഷം, ഉദ്ദേശം ആറു മണിക്കോ ആറര മണിക്കോ കക്കയം ഗവൺമെന്റ് ഡിസ്പെൻസറിയിലെ അസി.സർജൻ ഡോ. വിശാലാക്ഷമേനോനെ അടിയന്തരമായി ക്യാമ്പിൽ വരുത്തി. എന്നാൽ ആർക്കെങ്കിലും വൈദ്യസഹായം നൽകുന്നതിന് ആവശ്യപ്പെടാതെ അദ്ദേഹത്തോട് മടങ്ങിപ്പോയ്ക്കൊള്ളുവാൻ പറഞ്ഞു."

(അതിനകം രാജന്റെ മരണം സംഭവിച്ചതിനാലാകാം മടങ്ങിപ്പൊയ്ക്കൊള്ളുവാൻ പറഞ്ഞത്).

"കക്കയം ഇൻസ്പെക്ഷൻ ബംഗ്ലാവിലെ വാച്ച്മാനോട് ചില പൊലീസുകാർ മാർച്ച് രണ്ടാം തീയതി രാത്രി കാലിച്ചാക്ക് ആവശ്യപ്പെട്ടതായി അന്വേഷണത്തിൽ വെളിപ്പെട്ടിട്ടുണ്ട്. പിന്നീട് പൊലീസുകാർ അവിടെ കാന്റീൻ നടത്തുന്ന ദാമോദരന്റെ പക്കൽ നിന്നും ചാക്കു വാങ്ങി.

രണ്ടാം തീയതി വൈകിട്ട് ആറര മണിക്കും ഏഴുമണിക്കും മദ്ധ്യേ ഒരു മൃതദേഹം ചാക്കിൽ കെട്ടി കൊണ്ടുപോകുന്നത് കക്കയം ക്യാമ്പിനു സമീപം താമസിക്കുന്ന, ഇലക്ട്രിസിറ്റി ബോർഡിലെ ജീവനക്കാരനായ പി.ജെ.തോമസ് കണ്ടു. തോമസ്, തന്റെ വീട്ടിലെ മുറിയിൽ കിടക്കുമ്പോൾ ക്യാമ്പിൽ നിന്ന് ഒരു മൃതശരീരം പൊലീസ് വാനിലേക്കു കയറ്റുന്നതായി കണ്ടു. തോമസ് തന്റെ കിടക്ക മുറിയിൽ നിന്നാണ് ഈ ദൃശ്യം കണ്ടത്. അയൽപക്കത്തുള്ള മറിയം ലോനപ്പനും ഇതു സംബന്ധിച്ചു മൊഴി നൽകി.

അന്വേഷണം നടത്തുന്ന പൊലീസ് ഉദ്യോഗസ്ഥന്മാരും ഡ്യൂട്ടിയിൽ ഉണ്ടായിരുന്ന പൊലീസുകാരും കസ്റ്റഡിയിൽ എടുത്തിരുന്നവരും മാത്ര മാണ് ക്യാംപിൽ ഉണ്ടായിരുന്നത്. രാത്രിയും പകലും ക്യാമ്പിനു ചുറ്റും പൊലീസ് കാവൽ ഏർപ്പെടുത്തിയിരുന്നു.

മേൽ വിവരിച്ച വസ്തുതകളിൽ നിന്നും രാജൻ മാർച്ച് രണ്ടാം തീയതി പൊലീസ് പീഡനങ്ങൾക്കു വിധേയനായി മരിച്ചു എന്ന അപ്രതിരോധ്യ മായ അനുമാനത്തിൽ മാത്രമാണ് എത്തിച്ചേരുവാൻ കഴിയുക. തെളിവു കൾ ഇല്ലാതാക്കുവാനായി മൃതശരീരം നശിപ്പിച്ചു എന്നുവേണം കരുതേ ണ്ടത്."

മെയ് 18: ബെഞ്ചും ഉലക്കയും

കക്കയം പൊലീസ് ക്യാമ്പിൽ കസ്റ്റഡിയിൽ ഉണ്ടായിരുന്നവരെ മർദ്ദി ക്കുവാൻ ഉപയോഗിച്ച ബെഞ്ചും ഉലക്കയും അന്വേഷണ സംഘം കണ്ടെ ടുത്തു.

രാജന്റെ മരണത്തിൽ അറുപതോളം പേർക്കു പങ്കുള്ളതായി അന്വേ ഷണ സംഘം സംശയിക്കുന്നു. മരണം സംഭവിച്ച മാർച്ച് രണ്ടാം തീയ തിയും അതിന്റെ അടുത്ത ദിവസവും കക്കയം ക്യാമ്പിൽ ഡ്യൂട്ടിയിൽ ഉണ്ടായിരുന്ന പൊലീസുകാരുടെ പട്ടിക തയ്യാറാക്കിയിട്ടുണ്ട്. ഇവരിൽ ചിലർ മൃതദേഹം മറവു ചെയ്യുവാൻ സഹായം നൽകിയിട്ടുണ്ടാകും എന്ന കണക്കുകൂട്ടലിൽ അവരെ ഒറ്റക്കൊറ്റയ്ക്കു ചോദ്യം ചെയ്യുവാനാണ് ഉദ്ദേശ്യം.

രാജന്റെ മൃതദേഹം കത്തിച്ചിട്ട് അവശിഷ്ടങ്ങൾ ഊരക്കുഴിയിൽ കൊണ്ടുപോയി ഇട്ടു എന്ന് അന്വേഷണ സംഘം കരുതുന്നു.

(കക്കയം വനത്തിനുള്ളിൽ പാറക്കൂട്ടങ്ങൾ നിറഞ്ഞ അഗാധമായ ഒരു ഗർത്തമാണ് ഊരക്കുഴി. ഈ ഗർത്തത്തിലേക്ക് കാട്ടുചോല ഒഴുകുന്നതി നാൽ വഴുക്കലും ഉണ്ട്).

ഊരക്കുഴി ഭാഗത്ത് നിന്നും വരികയായിരുന്ന ഒരു പൊലീസ് വാൻ അവിടെ 'സ്റ്റക്ക്' ആയി നിന്നതിനു തെളിവുകളുണ്ട്.

മെയ് 19: സുപ്രീം കോടതി അപ്പീൽ തള്ളി

കേരള ഹൈക്കോടതി വിധിന്യായത്തിൽ നടത്തിയ പരാമർശങ്ങൾക്ക് എതിരെ അപ്പീൽ ബോധിപ്പിക്കുവാൻ പ്രത്യേക അനുമതി തേടിക്കൊണ്ട് ജയറാം പടിക്കലും ലക്ഷ്മണയും സമർപ്പിച്ച ഹർജികൾ സുപ്രീം കോടതി തള്ളി. ഇതേ പോലെ കെ. കരുണാകരൻ കൊടുത്ത ഹർജി നേരത്തെ സുപ്രീം കോടതി തള്ളിയിരുന്നു.

മെയ് 21: സസ്പെൻഷൻ

രാജന്റെ തിരോധാനവുമായി ബന്ധപ്പെട്ട് സർക്കിൾ ഇൻസ്പെക്ടർ എൻ.ടി. മോഹനൻ, ഹെഡ് കോൺസ്റ്റബിൾ ബീരാൻ, കോൺസ്റ്റബിൾ സോമൻ, കോൺസ്റ്റബിൾ ബാലകൃഷ്ണൻ എന്നിവരെ സസ്പെൻഡു ചെയ്തു. നക്സലൈറ്റുകൾ ആക്രമിച്ച കായണ്ണ പൊലീസ് സ്റ്റേഷനിൽ ജോലിയിലിരുന്ന ഇവർ കക്കയം ക്യാമ്പിൽ കസ്റ്റഡിയിൽ എടുത്ത ആളുകളെ 'ഉരുട്ടൽ' ഉൾപ്പെടെയുള്ള പീഡനങ്ങൾക്കു വിധേയരാക്കിയതായി അന്വേഷണ സംഘം കണ്ടെത്തിയിട്ടുണ്ട്.

മെയ് 22: ജയറാം പടിക്കൽ അറസ്റ്റിൽ

ഡി.ഐ.ജി. ജയറാം പടിക്കലിനെ അറസ്റ്റു ചെയ്തു. പടിക്കലിന്റെയും മറ്റ് ഉദ്യോഗസ്ഥരുടെയും പേരിൽ കൊലക്കുറ്റം ചാർത്തി.

കെ. കരുണാകരൻ തലേ ദിവസം ആഭ്യന്തരവകുപ്പു സെക്രട്ടറി നാരായണസ്വാമിയുമായി എറണാകുളം ടി.ബിയിൽ വെച്ച് കൂടിക്കാഴ്ച നടത്തിയിരുന്നു.

(എന്തായിരുന്നു കരുണാകരന്റെ ഉത്കണ്ഠ? രാജന്റെ മരണം തന്നെ അറിയിച്ചിരുന്നതായി ജയറാം പടിക്കൽ വെളിപ്പെടുത്തും എന്നോ?)

മെയ് 23: ജയറാം പടിക്കലും പുലിക്കോടനും ജയിലിൽ

തലേ ദിവസം എറണാകുളത്തു നിന്നും അറസ്റ്റു ചെയ്ത ജയറാം പടിക്കലിനെയും അന്നു കാലത്തു കോഴിക്കോട്ടു നിന്നും അറസ്റ്റു ചെയ്ത പുലിക്കോടൻ നാരായണനെയും മെയ് 23നു പെരാമ്പ്ര ഫസ്റ്റ്ക്ലാസ്സ് ജുഡീഷ്യൽ മജിസ്ട്രേറ്റ് കോടതിയിൽ ഹാജരാക്കി. രാജന്റെ മരണത്തിന്റെ ഉത്തരവാദികൾ ഇവരാണ് എന്നു പ്രോസിക്യൂഷൻ ആരോപിച്ചു.

"കുറ്റങ്ങളുടെ കാഠിന്യം കാരണം" കോടതി ഇവർക്കു ജാമ്യം നിഷേധിച്ചു. പ്രതികളെ കോഴിക്കോടു സബ് ജയിലിൽ അടച്ചു. ഇന്ത്യയുടെ ചരിത്രത്തിൽ ആദ്യമായി ആണ് ഒരു ഡി.ഐ.ജി. ജയിൽ അഴിക്കുള്ളിൽ അടയ്ക്കപ്പെടുന്നത്.

പ്രതികളെ കാണുവാനായി കോടതി പരിസരത്ത് ആയിരക്കണക്കിനു ജനങ്ങൾ തടിച്ചു കൂടിയിരുന്നു. "പുലിക്കോടനെ ഉരുട്ടുക, പടിക്കലിനെ

വിലങ്ങു വെക്കുക", എന്ന് അവർ മുദ്രാവാക്യം വിളിച്ചു. ഒരു സംഘർഷ ത്തിന്റെ അന്തരീക്ഷം ഉരുണ്ടു കൂടി. ഇളകിമറിഞ്ഞ ജനക്കൂട്ടത്തിന്റെ ഇടയിൽ കൂടി പ്രതികളെ പുറത്തെത്തിക്കുവാൻ പൊലീസിനു നന്നേ പാടു പെടേണ്ടി വന്നു. ജയറാം പടിക്കലിനെയും പുലിക്കോടനെയും ജയിലി ലേക്കു കൊണ്ടു പോയ ജീപ്പിനു നേരെ ജനം കല്ലെറിഞ്ഞു.

കേരളജനത തന്റെ കാൽച്ചുവട്ടിലാണെന്ന് അഹങ്കരിക്കുകയും, ഇരു നൂറോളം പേരെ കക്കയം ക്യാമ്പിൽ ക്രൂരമായി പീഡിപ്പിക്കുകയും ചെയ്ത ജയറാം പടിക്കലിന്റെ പതനം ആയിരുന്നു അത്.

മെയ് 27: ജയറാം പടിക്കലിനും പുലിക്കോടനും ജാമ്യം നിഷേധിച്ചു

ജയറാം പടിക്കലും പുലിക്കോടനും കോഴിക്കോട് സെഷൻസ് കോടതി യിൽ ജാമ്യ അപേക്ഷ സമർപ്പിച്ചു.

പ്രതിഭാഗം വക്കീൽ വാദിച്ചു, "റോളറും മറ്റും ഉപയോഗിച്ചുള്ള മർദ്ദനം ഏറ്റിട്ടും പലരും മരിക്കാതെ പുറത്തു വന്നിട്ടുള്ളതിനാൽ, മർദ്ദനം മൂല മാണ് രാജൻ മരിച്ചതെന്നു പറയുവാൻ സാധിക്കില്ല."

കോടതി, "കത്തിക്കുത്തേറ്റവരും മരിക്കാതിരിക്കുന്നുണ്ട്."

വക്കീൽ, "ഉലക്കയും ബെഞ്ചും പേരാമ്പ്ര സി.ഐ. മോഹനൻ ശേഖ രിച്ചു കൊണ്ടുവന്നു എന്നു പറയുന്നു എങ്കിലും, അത് എന്തിനാണെന്നു പറയുന്നില്ല."

കോടതി, "നെല്ലു കുത്തുവാൻ ആയിരിക്കില്ലല്ലോ?"

പ്രോസിക്യൂഷന്റെ എതിർവാദം:

"പ്രതികൾ സ്വാധീനമുള്ള പൊലീസ് ഉദ്യോഗസ്ഥരാണ്. വകുപ്പ് 302 അനുസരിച്ചുള്ള കൊലപാതക കുറ്റമാണ് ഇവരുടെ മേൽ ചുമത്തിയിരി ക്കുന്നത്. കൂടാതെ മൃതദേഹവും തെളിവുകളും നശിപ്പിച്ചതിനും (201), അന്യായമായി തടങ്കലിൽ വെച്ചതിനും (348) കുറ്റം ചാർത്തിയിട്ടുണ്ട്.

ജയറാം പടിക്കൽ 1977 ഫെബ്രുവരി 28 മുതൽ മാർച്ച് 4 വരെ കക്കയം ടി.ബിയിൽ താമസിച്ചിരുന്നതായി രജിസ്റ്ററിൽ രേഖയുണ്ട്. മർദ്ദനങ്ങൾ നടക്കുമ്പോൾ ജയറാം പടിക്കൽ തൊട്ടടുത്ത മുറിയിൽ ഉണ്ടായിരുന്നു. മുറി ആസ്ബസ്റ്റോസ് കൊണ്ടു മാത്രമേ വേർതിരിച്ചിട്ടുണ്ടായിരുന്നുള്ളൂ. 'ഗോഓൺ ഉരുട്ട്' എന്ന് പടിക്കൽ പറഞ്ഞതായി ജോസഫ് ചാലിയുടെ മൊഴിയുണ്ട്.

പുലിക്കോടൻ നാരായണൻ നേരിട്ടു മർദ്ദനത്തിനു നേതൃത്വം കൊടു ത്തതായി മർദ്ദനത്തിന് ഇരയായവർ മൊഴി നൽകിയിട്ടുണ്ട്. ജാമ്യത്തെ ശക്തമായി എതിർക്കുന്നു."

പ്രതികളുടെ ജാമ്യ അപേക്ഷ തള്ളിക്കൊണ്ടുള്ള ഉത്തരവിൽ കോടതി ചൂണ്ടിക്കാട്ടി, "കേസ് ഡയറി പ്രകാരം ഈ പ്രതികൾ കൊലപാതക

കുറ്റത്തിനോ ജീവപര്യന്തം തടവിനു ശിക്ഷിക്കപ്പെടാവുന്നതോ ആയ കുറ്റം ചെയ്തിരിക്കാമെന്നു വിശ്വസിക്കുന്നതിനു മതിയായ കാരണങ്ങൾ ഉള്ളതു കൊണ്ട് പ്രതികൾക്കു ജാമ്യം കിട്ടുവാൻ അവകാശം ഇല്ല. മാത്രമല്ല, ഈ രണ്ടു പ്രതികളും സ്വാധീനമുള്ള പൊലീസ് ഉദ്യോഗസ്ഥരാണ്. ഈ പരിതഃസ്ഥിതിയിൽ ഇവർക്കു ജാമ്യം നൽകുകയാണെങ്കിൽ കേസ് അന്വേഷണത്തെ ഇത് സാരമായി ബാധിച്ചേക്കാൻ ഇടയുണ്ട്."

കോടതി തുടരുന്നു, "നിയമസമാധാനത്തിന്റെ കാവൽക്കാരായ ഇവർ ഇത്തരം വേദനാജനകവും മൃഗീയവുമായ കൊല നടത്തിയത് നിയമ ഭഞ്ജകരെ ഭയപ്പെടുത്തുവാൻ വേണ്ടിയാണെന്നു സംശയിക്കാം. കസ്റ്റഡി യിൽ വെച്ച് അബദ്ധത്തിൽ മരണപ്പെട്ടതായിരുന്നു എങ്കിൽ വിവരം മജി സ്ട്രേറ്റിനെ അറിയിക്കുകയും ഇൻക്വസ്റ്റ് നടത്തിക്കുകയും ചെയ്യേണ്ടതാ യിരുന്നു."

മധുസൂദനൻ, ലക്ഷ്മണ, മുരളികൃഷ്ണദാസ് എന്നിവർ ജയിലിൽ

രാജന്റെ തിരോധാനവുമായി ബന്ധപ്പെട്ട് അറസ്റ്റു ചെയ്ത ഡി.ഐ.ജി. ടി.വി. മധുസൂദനൻ, എസ്.പി. കെ.ലക്ഷ്മണ, എസ്.പി. മുരളികൃഷ്ണ ദാസ് എന്നിവർക്കു ജാമ്യം നിഷേധിക്കപ്പെട്ടതിനാൽ അവരെ ജയിലിൽ അടച്ചു. മധുസൂദനൻ, ലക്ഷ്മണ എന്നിവരെ സർക്കാർ സസ്പെൻഡു ചെയ്തു. എന്നാൽ മുരളികൃഷ്ണദാസിനെ സർവീസിൽ നിന്നും പിരിച്ചു വിട്ടു.

മൃതദേഹം എന്തു ചെയ്തു?

കോടതി തുടരുന്നു, "രാജന്റെ മൃതദേഹം എന്തു ചെയ്തു എന്ന് പ്രതി കൾക്കും അവരുടെ ആളുകൾക്കും മാത്രമേ ഇപ്പോൾ അറിയുകയുള്ളൂ എന്ന് പ്രോസിക്യൂഷൻ സമർത്ഥിക്കുന്നു. നൂറു കണക്കിനാളുകളെ വിജന മായ വനാന്തരത്തിൽ പീഡിപ്പിച്ചതും റോളർ മുതലായ ആയുധങ്ങൾ കൊണ്ടു പരിക്കേൽപ്പിച്ചതും മജിസ്ട്രേറ്റിന്റെ മുമ്പാകെ മരണം റിപ്പോർട്ടു ചെയ്യാതിരുന്നതും കുറ്റകൃത്യത്തിന്റെ ഗൗരവം വർദ്ധിപ്പിക്കുന്നു.

അംഗീകാരത്തിനു വേണ്ടിയുള്ള അഭിവാഞ്ഛ, അസ്ഥാനത്തുള്ള പ്രയത്നം, കർത്തവ്യ നിർവഹണത്തിനുള്ള അമിതാസക്തി, ഇവയെല്ലാം പോലീസ് ഉദ്യോഗസ്ഥരെ താളം തെറ്റിച്ചതായി സംശയിക്കാം."

രാജനെ കക്കയം ഡാമിൽ മുങ്ങിത്തപ്പുന്നു

രാജന്റെ മൃതദേഹ അവശിഷ്ടങ്ങൾ കണ്ടെത്തുവാനായി നേവിയുടെ മുങ്ങൽ വിദഗ്ധന്മാർ കക്കയം ഡാമിൽ രണ്ടേകാൽ മണിക്കൂർ മുങ്ങിത്തപ്പി. മുപ്പത് അടി താഴ്ചയിലായിരുന്നു പരിശോധന. വെള്ളത്തിനടിയിൽ വെളിച്ചം തെളിയിച്ചുകൊണ്ട് അടുത്തദിവസവും തിരച്ചിൽ തുടർന്നു.

പതിന്നാല്

കള്ളത്തെളിവ്

കഥ ഇതുവരെ

1977 മാർച്ച് 25. പ്രൊ.ഈച്ചരവാര്യർ കേരള ഹൈക്കോടതിയിൽ ഹേബിയസ് കോർപസ് റിട്ട് ഹർജ് ഫയൽ ചെയ്യുന്നു:

"എന്റെ പുത്രൻ പി.രാജൻ എന്ന വിദ്യാർത്ഥിയെ പൊലീസ് കസ്റ്റഡിയിൽ എടുത്തു. അതിനുശേഷം അയാളെപ്പറ്റി യാതൊരു വിവരവും ലഭിച്ചിട്ടില്ല. രാജനെ കോടതി മുൻപാകെ ഹാജരാക്കണമെന്ന് പൊലീസ് അധികാരികളോട് ആജ്ഞാപിക്കണം."

മുഖ്യമന്ത്രി കെ.കരുണാകരൻ, സംസ്ഥാന ആഭ്യന്തര സെക്രട്ടറി എസ്.നാരായണസ്വാമി, ഐ.ജി.പി. വി.എൻ.രാജൻ, ഡി.ഐ.ജി. ജയറാം പടിക്കൽ, എസ്.പി. ലക്ഷ്മണ എന്നീ പ്രതികൾ പി.രാജൻ എന്നൊരു വിദ്യാർത്ഥിയെ 1976 മാർച്ച് ഒന്നിനോ അതിനു ശേഷമോ പൊലീസ് കസ്റ്റഡിയിൽ എടുത്തിട്ടില്ല", എന്നു കോടതിയിൽ സത്യവാങ്മൂലം കൊടുക്കുന്നു.

രാജനെ പൊലീസ് കസ്റ്റഡിയിൽ എടുത്തു എന്നു കോടതി തെളിവെടുപ്പിലൂടെ കണ്ടെത്തുന്നു. കോടതി ഉത്തരവ്,

'രാജനെ 1977 ഏപ്രിൽ 21ന് കോടതിയിൽ ഹാജരാക്കുവാൻ പ്രതികൾക്കു റിട്ട് നല്കുന്നു. കോടതിയുടെ ഉത്തരവു പാലിക്കുവാൻ കഴിഞ്ഞില്ല എങ്കിൽ എതിർകക്ഷികൾ കോടതിയലക്ഷ്യം ചെയ്തതായി കണക്കാക്കും."

ഏപ്രിൽ 19ന് പ്രതികൾ പറയുന്നു,

'രാജൻ ഇപ്പോൾ പൊലീസ് കസ്റ്റഡിയിൽ ഇല്ല. രാജനെ കോടതിയിൽ ഹാജാക്കുവാൻ ആവില്ല."

മെയ് 23ന് 'പൊലീസ് കസ്റ്റഡിയിൽ ഇരിക്കെ രാജൻ മരിച്ചതായി'

കെ. കരുണാകരൻ, ആഭ്യന്തര സെക്രട്ടറി, ഐ.ജി.പി. എന്നിവർ കോടതിയെ അറിയിക്കുന്നു.

“കള്ള സത്യവാങ്മൂലങ്ങൾ നൽകുക മൂലം പ്രതികൾ കോടതിയെ തെറ്റിദ്ധരിപ്പിച്ചതിനാൽ അവരെ പ്രോസിക്യൂട്ടു ചെയ്യണം”, എന്ന് പ്രൊ. ഈച്ചരവാര്യർ ഹർജി കൊടുക്കുന്നു.

എന്താണ് കള്ളത്തെളിവ്?

പീനൽ കോഡ് 1860 എസ്.191 കള്ളത്തെളിവു നൽകുക:

ഒരു വ്യക്തി കോടതിയിൽ സത്യവാങ്മൂലം സമർപ്പിക്കുമ്പോൾ സത്യമാണ് പറയുന്നത് എന്നു ശപഥം ചെയ്യുന്നുണ്ട്.

സത്യവാങ്മൂലത്തിലെ പ്രസ്താവം കള്ളമാണ് എന്നതുകൊണ്ട് അതു കള്ളത്തെളിവ് ആകുന്നില്ല.

കള്ളത്തെളിവ് ആകണമെങ്കിൽ,

1. സത്യവാങ്മൂലത്തിലെ പ്രസ്താവം കള്ളമാണ് എന്ന് അറിഞ്ഞിരുന്നു, അല്ലങ്കിൽ വിശ്വസിച്ചിരുന്നു, അഥവ,

2. അത് നേരാണ് എന്ന് വിശ്വസിച്ചിരുന്നില്ല എന്നു തെളിയണം.

ജൂൺ 13: ഹൈക്കോടതി വിധി (സംക്ഷിപ്ത രൂപം)

ജസ്റ്റിസ് പി.സുബ്രമണ്യം പോറ്റി,

1. “ഇനി നമ്മൾ ഈ ദുരന്തകഥയുടെ അന്ത്യത്തിലേക്കു കടക്കുകയാണ്.”

2. “പീഡനഗ്രഹങ്ങളും പീഡനാഗാരങ്ങളും സിനിമകളിലും ആഖ്യായികകളിലും ചിത്രീകരിക്കപ്പെട്ടിട്ടുണ്ട്. എന്നാൽ ഞങ്ങളുടെ മുന്നിൽ അനാവൃതമായ കരാളകഥ, ഈ സംസ്ഥാനത്തെ ഉന്നത റാങ്കിനുള്ള പൊലീസ് ഉദ്യോഗസ്ഥർ സംഘടിപ്പിച്ച ക്യാമ്പിൽ അരങ്ങേറിയ ക്രൂരവും അമാനുഷികവുമായ പീഡനത്തെക്കുറിച്ചു പറയുന്നു. ഗവണ്മെന്റിന്റെ ആഭ്യന്തരവകുപ്പ് സെക്രട്ടറിയും പൊലീസ് ഇൻസ്പെക്ടർ ജനറലും അവർ നേരത്തെ കൈക്കൊണ്ട നിലപാടിനു കടകവിരുദ്ധമായി, രാജനെ പൊലീസ് കസ്റ്റഡിയിൽ എടുത്തിരുന്നു എന്ന് ഞങ്ങളോടു പറഞ്ഞിരിക്കുന്നു. എന്നാൽ പീഡനത്തിന്റെ ഫലമായി രാജൻ മരണപ്പെട്ടതിനാൽ ഹാജരാക്കുവാനായി രാജൻ ലഭ്യനല്ല എന്നും അറിയിച്ചിട്ടുണ്ട്. പരപീഡനാനന്ദികളായ പൊലീസുകാരുടെ ലോകത്തുനിന്നും അയാൾ എന്നന്നേക്കുമായി പോയതിനാൽ ഹേബിയസ് കോർപസ് നടപടികൾക്ക് ഇനി പ്രസക്തി ഇല്ല. അത് അവസാനിപ്പിക്കുന്നു.”

3. "...രാജൻ ജീവിച്ചിരിപ്പില്ലാത്തതിനാൽ കോടതിയുടെ ഉത്തരവനുസരിച്ച് അയാളെ ഹാജരാക്കാനാവില്ല എന്നത് അംഗീകരിക്കുന്നു. അതിനാൽ കോടതിയലക്ഷ്യ നടപടികൾ അവസാനിപ്പിക്കുന്നു."

4. "പ്രതികൾ ഉന്നതവും ഉത്തരവാദിത്വവുമുള്ള പദവികൾ വഹിക്കുന്ന വ്യക്തികളാണ്. നാലാം പ്രതി സംസ്ഥാനത്തെ മുഖ്യമന്ത്രിയും ഒന്നാം പ്രതി ആഭ്യന്തരവകുപ്പ് സെക്രട്ടറിയും രണ്ടാംപ്രതി പൊലീസ് ഇൻസ്പെക്ടർ ജനറലും മൂന്നും അഞ്ചും പ്രതികൾ ഉയർന്ന പൊലീസ് ഉദ്യോഗസ്ഥരും ആയിരുന്നു. ഓരോ വാതിൽക്കലും മുട്ടിയിട്ടും അന്യായമായി തടവിൽ വെച്ച തന്റെ മകന് എന്തു സംഭവിച്ചു എന്നു പറഞ്ഞില്ല എന്ന ഗൗരവമായ കുറ്റാരോപണത്തിന് മറുപടി പറയുവാൻ ഈ കോടതി അവരോട് ആവശ്യപ്പെടുകയുണ്ടായി. മകന്റെ അറസ്റ്റിനു തൊട്ടുപിന്നാലെ അന്ന് ആഭ്യന്തരമന്ത്രി ആയിരുന്ന കരുണാകരനോടു പരാതിപ്പെട്ടിരുന്നതായി പ്രത്യേകമായ ഒരു ആരോപണവുമുണ്ട്. പ്രതികൾ ഇരിക്കുന്ന ഉന്നത പദവി, പൊതുജനങ്ങളോടും കോടതിയോടും ശരിയും പൂർണ്ണവുമായ വസ്തുതകൾ ബോധിപ്പിക്കുവാൻ അവരെ കടമപ്പെടുത്തുന്നു. വാദിയുടെ പരാതിയിന്മേൽ കാരണം കാണിക്കുവാൻ ഈ കോടതി പ്രതികളോട് ആവശ്യപ്പെട്ടപ്പോൾ, ഋജുവും സത്യസന്ധവുമായ പ്രസ്താവനകളാണ് അവരിൽ നിന്നും പ്രതീക്ഷിച്ചത്. എന്നാൽ ഖേദപൂർവം പറയട്ടെ, അവർ കൈക്കൊണ്ട നിലപാട് സത്യം കണ്ടെത്തുവാൻ സഹായകമായില്ല. അവരെ മറികടന്ന് ഞങ്ങൾ സത്യം കണ്ടെത്തേണ്ടതായി വന്നു. ഈ സാഹചര്യങ്ങൾ കണക്കിലെടുത്ത്, വാദിയുടെ ഹർജി കൂടാതെ തന്നെ, പ്രതികൾ സത്യം മറച്ചുവെച്ചുവോ എന്ന കാര്യം സ്വയം പ്രേരിതരായി (suomoto) പരിഗണിക്കുമായിരുന്നു. പ്രതികൾക്കെതിരെ എസ്. 340 അനുസരിച്ചുള്ള നടപടി ഉചിതമാണോ എന്നു A പരിശോധിക്കേണ്ടത് ആവശ്യമാണ്."

5. "ഇൻഡ്യൻ പീനൽകോഡിലെ എസ്.191, കള്ളത്തെളിവിന് ഏഴു വർഷം വരെ തടവും പുറമെ പിഴയും വ്യവസ്ഥ ചെയ്യുന്നുണ്ട്....."

10. ".......ആഭ്യന്തരവകുപ്പു സെക്രട്ടറി ബോധിപ്പിക്കുന്നത് 07.01.1977ൽ ഐ.ജി.പി. അയച്ച റിപ്പോർട്ടിന്റെ അടിസ്ഥാനത്തിലാണ് 'രാജനെ അറസ്റ്റു ചെയ്തിട്ടില്ല' എന്ന സത്യവാങ്മൂലം താൻ നൽകിയത് എന്നാണ്. ഫയലുകളിൽ നിന്നു സമ്പാദിക്കാനായതല്ലാതെ മറ്റൊരു വിവരവും തനിക്കുണ്ടായിരുന്നില്ലെന്ന് അദ്ദേഹം വാദിക്കുന്നു. ആ വാദം തെറ്റാണെന്നു തെളിവുകളൊന്നുമില്ല. അതിനാൽ ആഭ്യന്തരവകുപ്പു സെക്രട്ടറിക്കെതിരെ എസ്. 340 പ്രകാരം നടപടി എടുക്കുവാൻ മതിയായ കാരണം ഞങ്ങൾ കാണുന്നില്ല."

11–16. “തന്റെ വകുപ്പിൽ സംഘടിതമായി നടന്ന ഒരു പ്രവർത്തിയുടെ ഉത്തരവാദിത്വം കൈയൊഴിയുവാൻ പൊലീസ് ഇൻസ്പെക്ടർ ജനറലിനു കഴിയുക എന്നതു വളരെ വിചിത്രമായി ഞങ്ങൾക്കു തോന്നുന്നു. കക്കയത്തെ യാത്രാബത്തയുടെയും ദിനബത്തയുടെയും ബില്ലുകൾ അദ്ദേഹമാണ് ഒപ്പിട്ടിരുന്നത്. ഈ കേസിൽ അദ്ദേഹം പറയുംപോലെ, വെറുമൊരു റബ്ബർ സ്റ്റാമ്പായും പോസ്റ്റോഫീസായും ആണ് അദ്ദേഹം പ്രവർത്തിച്ചിരുന്നത് എങ്കിൽ, അദ്ദേഹത്തിന്റെ ദുരവസ്ഥയിൽ ഞങ്ങൾ സഹതപിക്കണം. വാദിയുടെ പരാതികൾ തന്റെ കൈയിൽ കിട്ടിയപ്പോൾ ഐ.ജി.പിക്ക് അതു ഗൗരവപൂർവ്വം കൈകാര്യം ചെയ്യാമായിരുന്നു.

എന്നാൽ ഇതൊന്നും ഐ.ജി.പി. കള്ളത്തെളിവു നൽകിയോ എന്നു പരിശോധിക്കുന്നിടത്തു പ്രസക്തമല്ല.

ഐ.ജി.പി. ബോധിപ്പിക്കുന്നത് ഡി.ഐ.ജി. ക്രൈംബ്രാഞ്ച് തനിക്ക് അധീനൻ ആയിരുന്നില്ല, അദ്ദേഹം നേരിട്ടു ഗവണ്മെന്റുമായി ഇടപെടുകയായിരുന്നു എന്നാണ്. കക്കയത്തെ അന്വേഷണത്തെപ്പറ്റി തന്നെ അറിയിച്ചിരുന്നില്ല. ഈ വാദത്തെ സമർത്ഥിക്കുന്ന ചില ഫയലുകൾ ഞങ്ങളുടെ ശ്രദ്ധയിൽപെടുത്തിയിട്ടുണ്ട്. സർക്കാരിന് ഇക്കാര്യത്തിൽ എതിരഭിപ്രായം ഉള്ളതായി കാണുന്നില്ല. അന്വേഷണത്തെപ്പറ്റിയുള്ള വിവരങ്ങൾ അപ്പപ്പോൾ ഐ.ജി.പി.യെ വയർലസ്സിൽ കൂടി അറിയിച്ചിരുന്നു എന്ന് ഡി.ഐ.ജി. വാദിക്കുന്നു എങ്കിലും പരിശോധിക്കാവുന്ന തെളിവുകളൊന്നും ഹാജരാക്കിയിട്ടില്ല. വാദി ഈച്ചരവാര്യർ ഐ.ജി.പി.യെ എപ്പോഴെങ്കിലും കണ്ടതായി പറയുന്നില്ല എന്നതും ശ്രദ്ധേയമാണ്.

ഐ.ജി.പി.ക്കെതിരെ എസ്.340 പ്രകാരം നടപടി എടുക്കുവാൻ ഞങ്ങൾ വിസമ്മതിക്കുന്നു.”

17–18. “ഇനി ഞങ്ങൾ ജയറാം പടിക്കൽ, ലക്ഷ്മണ എന്നിവരുടെ കാര്യം പരിശോധിക്കുന്നു. രാജനെ അറസ്റ്റു ചെയ്തില്ല എന്ന അവരുടെ വാദം കള്ളമാണെന്നും ആ പ്രസ്താവന ചെയ്തപ്പോൾ അതു കള്ളമാണെന്ന് അവർക്ക് അറിയാമായിരുന്നു എന്നുമാണ് ഈ കോടതിയുടെ തീരുമാനം. മൂന്നാം പ്രതി കക്കയം ക്യാമ്പിന്റെ ഈ ചുമതലക്കാരൻ ആയിരുന്നു. അഞ്ചാം പ്രതി രാജനെ പീഡിപ്പിച്ച സമയത്ത് അവിടെ സന്നിഹിതനായിരുന്നു. ഐ.പി.സി.എസ്. 191 അനുസരിച്ചുള്ള കുറ്റത്തിന് അവർക്കെതിരെ അന്വേഷണം നടത്തുന്നത് നീതിനിർവഹണ താത്പര്യത്തിന് അത്യാവശ്യമാണെന്ന് ഞങ്ങൾ കാണുന്നു.”

19–23. “ഇനി ഞങ്ങൾ നാലാംപ്രതി ശ്രീ. കരുണാകരനെതിരെ നടപടി എടുക്കേണ്ടതുണ്ടോ എന്നതിലേക്കു വരുന്നു.”

കരുണാകരന്റെ സത്യവാങ്മൂലങ്ങൾ സത്യസന്ധമല്ല എന്നും അദ്ദേഹം കോടതിയെ തെറ്റിദ്ധരിപ്പിക്കുവാൻ മനഃപ്പൂർവം ശ്രമിച്ചു എന്നും കോടതി കണ്ടെത്തിയത് താഴെ പറയുന്ന കാരണങ്ങളാലാണ്.

1. ശ്രീ. ഈച്ചരവാര്യർ 1976 മാർച്ച് 10നോ മറ്റോ തന്നെ വന്നു കണ്ടതായും രാജന്റെ അറസ്റ്റിനെപ്പറ്റി സംസാരിച്ചതായും കരുണാകരൻ 1977 മെയ് 23ന് സമർപ്പിച്ച സത്യവാങ്മൂലത്തിൽ പറയുന്നു. അതായത്, 1976 മാർച്ചിൽ രാജന്റെ അറസ്റ്റിനെപ്പറ്റി കരുണാകരന് അറിയാമായിരുന്നു. അതിനാൽ 1977 ഏപ്രിൽ 4ന് സമർപ്പിച്ച സത്യവാങ്മൂലത്തിലെ, 'രാജൻ പൊലീസ് കസ്റ്റഡിയിൽ എപ്പോഴെങ്കിലും ഉണ്ടായിരുന്നതായി എനിക്ക് ഇന്നോളം ഒരറിവുമില്ല' എന്ന പ്രസ്താവം കള്ളമാണ് എന്നു തെളിയുന്നു.
2. കോടതിയുടെ തെളിവെടുപ്പിനു മുൻപു തന്നെ 'രാജൻ എവിടെയുണ്ട് എന്നു കണ്ടു പിടിക്കുവാനായി ഒരു അന്വേഷണ കമ്മീഷനെ വെക്കുവാൻ ഗവണ്മെന്റ് തയ്യാറാണ്' എന്ന് കരുണാകരൻ അഡീഷണൽ അഡ്വ. ജനറലിനോടു നിർദ്ദേശിച്ചിരുന്നതായി കോടതിയെ അറിയിക്കുന്നു. അന്വേഷണ കമ്മീഷനെ വെക്കണം എന്നു തോന്നിയെങ്കിൽ, രാജനെ അറസ്റ്റു ചെയ്തുവോ എന്ന കാര്യത്തിൽ ഉറപ്പില്ല എന്നു സിദ്ധിക്കുന്നു. അതിനാൽ 1977 ഏപ്രിൽ 4ന് സമർപ്പിച്ച സത്യവാങ്മൂലത്തിലെ, 'രാജനെ കസ്റ്റഡിയിൽ എടുത്തിട്ടില്ല' എന്ന പ്രസ്താവം സത്യമാണ് എന്നു കരുണാകരൻ വിശ്വസിച്ചിരുന്നില്ല.
3. 1977 മെയ് 23ന് കരുണാകരൻ ഫയൽ ചെയ്ത സത്യവാങ്മൂലത്തിൽ പറയുന്നു, 'രാജൻ പൊലീസ് കസ്റ്റഡിയിൽ ഇല്ല എന്നു ഞാൻ നിയമസഭയിൽ പറഞ്ഞത് പൊലീസ് ഇൻസ്പെക്ടർ ജനറലിന്റെ റിപ്പോർട്ടിനെ അടിസ്ഥാനമാക്കിയാണ്. ഇക്കാര്യത്തെക്കുറിച്ചറിയാൻ എനിക്ക് ഈയൊരു റിപ്പോർട്ടല്ലാതെ മറ്റു മാർഗ്ഗമൊന്നുമില്ലായിരുന്നു."

   സംഭവം നടക്കുമ്പോൾ കരുണാകരൻ ആഭ്യന്തരമന്ത്രി ആയിരുന്നു. തന്നോടു നേരിട്ടു കക്കയം ക്യാമ്പിൽ നിന്നും റിപ്പോർട്ടു ചെയ്തിരുന്ന ഡി.ഐ.ജി.യോടു ചോദിച്ചാൽ അറസ്റ്റിന്റെ വിവരങ്ങൾ അറിയാമായിരുന്നു. അപ്പോൾ 'ഇൻസ്പെക്ടർ ജനറലിന്റെ റിപ്പോർട്ടല്ലാതെ മറ്റു മാർഗ്ഗമൊന്നുമില്ലായിരുന്നു', എന്നത് സത്യമല്ല. അദ്ദേഹത്തിന് മറ്റു വഴികൾ എല്ലാം തന്നെ ലഭ്യമായിരുന്നു.

24. "ചുരുക്കത്തിൽ, ശ്രീ.കരുണാകരന് 1976 മാർച്ച് പത്തിനോ, അതിനടുത്തോ തന്നെ രാജന്റെ അറസ്റ്റിനെ കുറിച്ച് അറിവുണ്ടായിരുന്നു."

    ഈ കാര്യം മറച്ചു വെച്ചുകൊണ്ട് അദ്ദേഹം കോടതിയെ തെറ്റിദ്ധരിപ്പിക്കുവാൻ ശ്രമിച്ചതായി കോടതി കരുതുന്നു.

26. “ഇവിടെ സൂചിപ്പിച്ച സാഹചര്യങ്ങളിൽ നാലാംപ്രതിക്കെതിരെ ’കള്ള ത്തെളിവു നൽകിയതിന്’ പ്രധമദൃഷ്ട്യാ കേസുണ്ടെന്നു ഞങ്ങൾ കരുതുന്നു.”

27. “മൂന്ന്, നാല്, അഞ്ച് എന്നീ പ്രതികൾക്കെതിരെ (ജയറാം പടിക്കൽ, കരുണാകരൻ, ലക്ഷ്മണ) കള്ളത്തെളിവു നൽകിയതിന് നടപടി ആ വശ്യമാണ് എന്നു ഞങ്ങൾ തീരുമാനിക്കുന്നു.

ഇവർക്കെതിരെ പീനൽ കോഡ് എസ്.191, എസ്.193 എന്നീ വകുപ്പു കൾ പ്രകാരം എറണാകുളം ചീഫ് ജുഡിഷ്യൽ മജിസ്ട്രേറ്റ് കോടതി യിൽ കേസ് ഫയൽ ചെയ്യുവാൻ ഹൈക്കോടതി രജിസ്ട്രാരെ ചുമ തലപ്പെടുത്തുന്നു.”

എന്നാൽ കള്ളത്തെളിവു കേസിലെ വാദി സർക്കാരാണ്. പ്രോസി ക്യൂഷനെ നിയമിക്കുന്നതും സർക്കാരാണ്. ഭരിക്കുന്ന പാർട്ടിയുടെ ഉന്നത നേതാവായ കെ.കരുണാകരനാണ് പ്രതികളിൽ പ്രധാനി. കേസു നടത്തു വാൻ സർക്കാരിനുണ്ടാകുന്ന താത്പര്യം എന്തായിരിക്കും എന്നത് ഊഹി ക്കാമല്ലോ.

കള്ളത്തെളിവു കേസിലെ പ്രതികളാരും ശിക്ഷിക്കപ്പെടുകയില്ല.

1982-ൽ കെ.കരുണാകരൻ വീണ്ടും കേരള മുഖ്യമന്ത്രിയായി. കള്ള ത്തെളിവു കേസിൽ തന്നെ കുറ്റവിമുക്തനാക്കിയ മജിസ്ട്രേറ്റ് കെ.എൻ. നാരായണ മേനോനെ 1983-ൽ പി.എസ്.സി. മെമ്പറാക്കി. താമസിയാതെ താൽക്കാലിക പി.എസ്.സി. ചെയർമാനും ആക്കി. ഈ നിയമനങ്ങൾ വലിയ വിവാദമായി. ‘കള്ളനെ പിടിച്ചു’ എന്ന തലക്കെട്ടോടെ മാതൃഭൂമി പത്രം ഇതിനെതിരെ മുഖപ്രസംഗം എഴുതി. കള്ളത്തെളിവു കേസിലെ വിധിയുടെ പ്രതിഫലമാണ് മെമ്പർ സ്ഥാനം എന്ന് ആരോപിച്ച് നവാബ് രാജേന്ദ്രൻ കോടതിയിൽ കേസു കൊടുത്തു. വിവാദം മൂത്തപ്പോൾ ജസ്റ്റിസ് നാരായണ മേനോൻ പി.എസ്.സി. മെമ്പർ സ്ഥാനം രാജിവെച്ചു.

പതിനഞ്ച്

കൊലപാതകക്കേസ്

കുറ്റപത്രം

കുറ്റപത്രത്തിന്റെ സംക്ഷിപ്ത രൂപം:

മാർച്ച് ഒന്നിന് അഞ്ചരമണി സമയത്ത് ഫറൂക്കിൽ നാടകപരിപാടി കഴിഞ്ഞ് ഹോസ്റ്റലിലേക്കു തിരിക്കുകയായിരുന്ന ആർ.ഇ.സി. വിദ്യാർത്ഥി പി.രാജനെ പൊലീസ് കസ്റ്റഡിയിലെടുത്തു. ആർ.ഇ.സി. ഹോസ്റ്റലിൽ നിന്നും ജോസഫ് ചാലിയെയും പൊലീസ് കസ്റ്റഡിയിലെടുത്തു. കക്കയം ക്യാമ്പിൽ ഇവരെ ഉരുട്ടൽ, ചങ്ങലകൊണ്ടുള്ള മർദ്ദനങ്ങൾ എന്നിവയ്ക്കു വിധേയനാക്കി. മാർച്ച് രണ്ടിനു രാജൻ മർദ്ദനത്തിന്റെ ആഘാതത്താൽ മരിച്ചു. വൈകിട്ട് ആറര മണിക്കും ഏഴുമണിക്കും മദ്ധ്യേ മൃതദേഹം ചാക്കിൽ കെട്ടി കൊണ്ടുപോയി മറവു ചെയ്തു; തെളിവുകൾ നശിപ്പിച്ചു. എസ്.ഐ. പുലിക്കോടൻ നാരായണൻ, എസ്.പി. ലക്ഷ്മണ, ഡി.ഐ.ജി. ജയറാം പടിക്കൽ, ഡി.ഐ.ജി. മധുസൂദനൻ, എസ്.പി. മുരളികൃഷ്ണ ദാസ്, ഡി.വൈ.എസ്.പി. കുഞ്ഞിരാമൻ നമ്പ്യാർ, സി.ഐ. മോഹനൻ എന്നീ ഏഴു പ്രതികൾ രാജന്റെ മരണത്തിന് ഉത്തരവാദികൾ ആണെന്ന് പോസിക്യൂഷൻ സമർത്ഥിക്കുന്നു.

കേസിന്റെ ചരിത്രം

ഹൈക്കോടതിയിലെ ഹേബിയസ് കോർപസ് വിധിയുടെ പശ്ചാത്തല ത്തിൽ, ക്രിമിനൽ കേസ് ആദ്യം ഫയൽ ചെയ്തത് പേരാമ്പ്ര ഒന്നാം ക്ലാസ് മജിസ്ട്രേറ്റ് കോടതിയിലായിരുന്നു. നിയമവിരുദ്ധമായ കസ്റ്റഡി, മാര കായുധം ഉപയോഗിച്ചുള്ള മർദ്ദനം എന്നിവയായിരുന്നു കുറ്റങ്ങൾ. ഹൈ ക്കോടതി പേരെടുത്തു പറഞ്ഞ കോഴിക്കോടു ജില്ലാ പൊലീസ് സൂപ്രണ്ട് കെ.ലക്ഷ്മണ, സബ് ഇൻസ്പെക്ടർ പുലിക്കോടൻ നാരായണൻ, സർ ക്കിൾ ഇൻസ്പെക്ടർ കെ.ശ്രീധരൻ, കോൺസ്റ്റബിൾ രാഘവൻ നായർ

എന്നിവരായിരുന്നു പ്രതികൾ. (ഹൈക്കോടതി പേരെടുത്തു പറഞ്ഞ ഡി.ഐ.ജി. ജയറാം പടിക്കൽ പ്രതി ആയിരുന്നില്ല).

അന്വേഷണ സംഘത്തിന്റെ കണ്ടെത്തലുകൾ പ്രകാരം 1977 മെയ് 17ന് കൊലക്കുറ്റം ഉൾപ്പെടുത്തി. മെയ് 22ന് ജയറാം പടിക്കലിനെ അറസ്റ്റു ചെയ്യുകയും പ്രതിപ്പട്ടികയിൽ ഉൾപ്പെടുത്തുകയും ചെയ്തു.

1977 ജൂൺ മൂന്നിലെ തിരിച്ചറിയൽ പരേഡിനു ശേഷം ഡി.ഐ.ജി. മധുസൂദനൻ, എസ്.പി. കെ.ലക്ഷ്മണ എന്നിവരെ അറസ്റ്റു ചെയ്തു. ഇൻസ്പെക്ടർ കെ.ശ്രീധരൻ, കോൺസ്റ്റബിൾ രാഘവൻ നായർ എന്നിവരെ, അവർക്കെതിരെ തെളിവില്ല എന്ന കാരണം പറഞ്ഞ്, ജൂൺ 17ന് കേസിൽ നിന്നും ഒഴിവാക്കി.

രാജന്റെ തിരോധാനവുമായി ബന്ധപ്പെട്ട് സർക്കിൾ ഇൻസ്പെക്ടർ എൻ.ടി.മോഹനൻ, ഹെഡ്കോൺസ്റ്റബിൾ ബീരാൻ, കോൺസ്റ്റബിൾ സോമൻ, കോൺസ്റ്റബിൾ ബാലകൃഷ്ണൻ എന്നിവരെ മെയ് 21ന് സസ്പെന്റ് ചെയ്തിരുന്നു. നക്സലൈറ്റുകൾ ആക്രമിച്ച കായണ്ണ പൊലീസ് സ്റ്റേഷനിൽ ജോലിയിലിരുന്ന ഇവർ കക്കയം ക്യാമ്പിൽ കസ്റ്റഡിയിൽ എടുത്ത ആളുകളെ 'ഉരുട്ടൽ' ഉൾപ്പെടെയുള്ള പീഡനങ്ങൾക്കു വിധേയരാക്കിയതായി അന്വേഷണസംഘം കണ്ടെത്തി എന്നാണ് സസ്പെൻഷൻ ഓർഡറിൽ പറയുന്നത്. ഇവരെ കൂടാതെ എസ്.ഐ. റാങ്കിലുള്ള പുലിക്കോടൻ നാരായണൻ, അബൂബക്കർ, വി.റ്റി. തോമസ് എന്നിവരും കോൺസ്റ്റബിൾ വേലായുധൻ, ജയദേവൻ, ലോറൻസ്, ബാലഗോപാൽ എന്നിവരും തങ്ങളെ മർദ്ദിക്കുകയും ഉരുട്ടുകയും ചെയ്തതായി കക്കയം ക്യാമ്പിൽ തടവിലായിരുന്നവർ മൊഴി കൊടുത്തിരുന്നു.

എന്നാൽ പുലിക്കോടൻ നാരായണൻ ഒഴികെ, രാജനെ മർദ്ദിക്കുകയും ഉരുട്ടുകയും ചെയ്ത ആരുംതന്നെ പ്രതികളുടെ പട്ടികയിൽ ഇല്ല എന്നതു ശ്രദ്ധേയമാണ്. കോടതി വിധിയിൽ ജഡ്ജി ഈ വീഴ്ച എടുത്തുകാട്ടും.

പ്രതികളെ കാണുവാനായി പേരാമ്പ്ര കോടതിയിൽ ആയിരക്കണക്കിനു ജനം തടിച്ചുകൂടി. ജനക്കൂട്ടത്തെ നിയന്ത്രിക്കുവാൻ പേരാമ്പ്രയിൽ പ്രയാസമാണെന്നു കണ്ടതിനാൽ കോഴിക്കോട് ചീഫ് ജുഡീഷ്യൽ മജിസ്ട്രേറ്റ് കോടതിയിലേക്കു കേസു മാറ്റി. 1977 ജൂൺ 21ന് കേസിന്റെ അന്വേഷണം പൂർത്തിയാക്കി ചാർജ് ഷീറ്റ് ഫയൽ ചെയ്തു. പ്രഥമ വിചാരണയ്ക്കു ശേഷം കേസ് സെഷൻസിലേക്കു കമ്മിറ്റു ചെയ്തു.

കേരളത്തിലെ വികാരനിർഭരമായ അന്തരീക്ഷത്തിൽ നീതി ലഭിക്കുകയില്ല എന്നു പറഞ്ഞ് പ്രതികൾ സുപ്രീംകോടതിയെ സമീപിച്ചു. 1977 ഡിസംബർ 12ന് കോയമ്പത്തൂർ വെസ്റ്റ് ഡിസ്ട്രിക്റ്റ് ആൻഡ് സെഷൻസ് കോടതിയിലേക്കു സുപ്രീംകോടതി കേസു മാറ്റി. 1978 ഏപ്രിൽ 12ന് കോയമ്പത്തൂർ കോടതി കേസ് വിചാരണക്കെടുത്തു.

തെളിവുകൾ

ഡി.ഐ.ജി. രാജഗോപാൽ നാരായണൻ, പൊലീസ് സൂപ്രണ്ട് കെ. മൊയ്തീൻ കുഞ്ഞി, എറണാകുളം അസി. കമ്മീഷണർ സി.റ്റി. ആന്റണി മുതലായ ഉന്നതരായ പൊലീസ് ഉദ്യോഗസ്ഥർ അടങ്ങിയ അന്വേഷണ സംഘമാണ് കേസ് അന്വേഷിച്ചത്. നൂറിൽപരം സാക്ഷികളാണ് കേസിൽ ഉണ്ടായിരുന്നത്. എൺപത്തിയേഴ് പേരെ വിസ്തരിച്ചു. ക്യാമ്പിലുണ്ടായിരുന്ന പല പൊലീസുകാരും സംഭവത്തെപറ്റി അന്വേഷണ സംഘത്തിനു മൊഴി കൊടുത്തിരുന്നു. ഇവർ എല്ലാംതന്നെ കോടതിയിൽ പ്രതികൾക്കനുകൂലമായി മൊഴി മാറ്റിപ്പറഞ്ഞു. "അന്വേഷണ ഉദ്യോഗസ്ഥർ പൊലീസുകാരായ തങ്ങളെ മർദ്ദിച്ച് അവശരാക്കിയതിനാലാണ് മൊഴി കൊടുത്തതെന്നും അതൊന്നും വാസ്തവമല്ല" എന്നും അവർ മൊഴി നൽകി. അതേസമയം പൊലീസുകാരല്ലാത്ത എൺപതോളം വരുന്ന സാക്ഷികൾ, പലരും കക്കയം ക്യാമ്പിൽ പീഡനമേറ്റവർ, ആരും തന്നെ കോടതിയിൽ മൊഴി മാറ്റി പറഞ്ഞില്ല.

ജോസഫ് ചാലിയുടെ മൊഴി, "1976 മാർച്ച് ഒന്നിന് വൈകിട്ട് എന്നെയും രാജനെയും കക്കയം ക്യാമ്പിൽ മർദ്ദിച്ചു, രാജൻ അബോധാവസ്ഥയിലായി."

രണ്ടാം തീയതി കക്കയം ക്യാമ്പിലെ മറ്റൊരു മുറിയിൽ തന്നെയും പി.രാജനെയും ഉലക്ക ഉപയോഗിച്ച് ഉരുട്ടിയതായും രാജൻ അബോധാവസ്ഥയിലായതായും കാനങ്ങോട്ടു രാജൻ മൊഴി കൊടുത്തു.

കക്കയം ഗവണ്മെൻറ് ഡിസ്പെൻസറിയിലെ അസി.സർജൻ ഡോ.വിശാലാക്ഷമേനോന്റെ മൊഴി, "മാർച്ച് രണ്ടാം തീയതി വൈകിട്ട് ഉദ്ദേശ്യം ആറു മണിക്ക് എന്നെ അടിയന്തരമായി പൊലീസ് ക്യാമ്പിൽ വരുത്തി. അവിടെ അസാധാരണമായ മൂകത തളം കെട്ടി നിന്നിരുന്നു. അഞ്ചു മിനിട്ടിനകം ആരെയങ്കിലും പരിശോധിക്കുന്നതിനോ ആർക്കെങ്കിലും വൈദ്യസഹായം നല്കുന്നതിനോ ആവശ്യപ്പെടാതെ എന്നോട് മടങ്ങി പൊയ്ക്കൊള്ളുവാൻ പറഞ്ഞു."

പൊലീസുകാർ തന്നോട് മാർച്ച് രണ്ടാം തീയതി രാത്രി കാലിച്ചാക്ക് ആവശ്യപ്പെട്ടതായി കക്കയം ഇൻസ്പെക്ഷൻ ബംഗ്ലാവിലെ വാച്ച്മാൻ സാക്ഷ്യപ്പെടുത്തി. പൊലീസുകാർ തന്റെ പക്കൽ നിന്നും ചാക്ക് വാങ്ങിയതായി അവിടെ കാന്റീൻ നടത്തുന്ന ദാമോദരനും മൊഴി പറഞ്ഞു.

കക്കയം ക്യാമ്പിനു സമീപം താമസിക്കുന്ന വി.ജെ.തോമസ്, തന്റെ വീട്ടിലെ മുറിയിൽ കിടക്കുമ്പോൾ ക്യാമ്പിൽ നിന്ന് ഒരു മൃതശരീരം പൊലീസ് വാനിലേക്കു കയറ്റുന്നതായി കണ്ടതായി മൊഴി പറഞ്ഞു. മൃതദേഹം നീക്കം ചെയ്യുന്നതു കണ്ടതായി മറിയം ലോനപ്പൻ എന്ന സ്ത്രീയും സാക്ഷ്യപ്പെടുത്തി.

എന്നാൽ രാജന്റെ മൃതദേഹം എങ്ങനെ നശിപ്പിച്ചു എന്നോ, മൃതദേഹത്തിന്റെ അവശിഷ്ടങ്ങൾ എവിടെ ഒളിപ്പിച്ചു എന്നോ കണ്ടുപിടിച്ചു കോടതിയിൽ തെളിയിക്കുന്നതിൽ അന്വേഷണ ഉദ്യോഗസ്ഥന്മാർ പരാജയപ്പെട്ടു. ഈ തെളിവുകളുടെ അഭാവമാണ് 'കൊലക്കുറ്റം സംശയാതീതമായി തെളിയിച്ചിട്ടില്ല', എന്നു വിധിക്കുമ്പോൾ കോടതി കാരണമായി പറയുന്നത്.

പ്രോസിക്യൂഷൻ

പ്രതികൾക്കെതിരെ സർക്കാരിനു വേണ്ടി കൊലക്കേസ് വാദിച്ചത് അഡ്വക്കേറ്റ് കെ.സി.അച്യുതമേനോൻ ആയിരുന്നു. സാക്ഷിവിസ്താര സമയത്ത് കേസുമായി ബന്ധമുള്ള ഒന്നും തന്നെ വക്കീൽ രാജന്റെ പിതാവിനോടു ചോദിച്ചില്ല. സർക്കാരിന്റെ കേസ് നടത്തൽ കേസ് തോൽക്കുവാൻ വേണ്ടിയാണെന്ന് ഈച്ചരവാര്യർക്കു ബോധ്യമായി. അതേസമയം, കേസിൽ കക്ഷിചേരുവാൻ അദ്ദേഹം നടത്തിയ ശ്രമങ്ങൾ എല്ലാം കേരള സർക്കാർ തടഞ്ഞു.

മായാത്ത ദൃശ്യം

ഈ കേസിലും ഞാൻ സാക്ഷിയായിരുന്നു. മുപ്പത്തിയെട്ടു വർഷങ്ങൾക്കു ശേഷവും ഒരു ദൃശ്യം മായാതെ മനസ്സിലുണ്ട്. പ്രതികളെ എല്ലാം കോയമ്പത്തൂർ കോടതിയിലെ പ്രതിക്കൂട്ടിൽ കയറ്റി നിർത്തിയിരിക്കുന്നു. ജയറാം പടിക്കലും പുലിക്കോടനും ലക്ഷ്മണയും,മുരളികൃഷ്ണദാസും കുഞ്ഞിരാമൻ നമ്പ്യാരും എല്ലാം ചതുരാകൃതിയുള്ള ആ കൂടിനുള്ളിൽ ഉണ്ടായിരുന്നു. അടിയന്തരാവസ്ഥ നിലനിന്ന കാലത്തു ജനത്തെ വിറപ്പിച്ചു നടന്ന ശൂരപരാക്രമികൾ പാവത്താന്മാരായി തലകുനിച്ചു കൂട്ടിൽ നിൽക്കുന്നു.

1978 സെപ്റ്റംബർ 4 വിധി

പണം, സ്ഥാനമാനങ്ങൾ മുതലായ പ്രലോഭനങ്ങൾക്ക് അതീതനായ, സത്യസന്ധനായ ന്യായാധിപനായാണ് കോയമ്പത്തൂർ കോടതിയിലെ ജഡ്ജി എം.എ.പക്കീരി മുഹമ്മദ് അറിയപ്പെട്ടിരുന്നത്.

വിധിയുടെ പ്രസക്തമായ ഭാഗങ്ങൾ:

'ചാത്തമംഗലം റീജണൽ എൻജിനീയറിംങ് കോളേജ് വിദ്യാർത്ഥികളായ പി.രാജൻ, ജോസഫ് ചാലി എന്നിവരെ കസ്റ്റഡിയിൽ എടുക്കുകയും നിയമവിരുദ്ധമായി തടവിൽ വയ്ക്കുകയും തെളിവു ശേഖരിക്കുന്നതിനും കുറ്റസമ്മതം ചെയ്യിക്കുന്നതിനുമായി 'ഉരുട്ടൽ' എന്ന മർദ്ദനമുറയ്ക്കു വിധേയരാക്കുകയും പി.രാജനെ സംബന്ധിച്ച തെളിവുകൾ നശിപ്പിച്ചു

കൊണ്ട് കുറ്റകൃത്യത്തിൽ നിന്നും ഒഴിഞ്ഞുമാറാൻ ശ്രമിക്കുകയും ചെയ്തു എന്നു സംശയാതീതമായി തെളിഞ്ഞിട്ടുണ്ട്.

എന്നാൽ കായണ്ണ പൊലീസ് സ്റ്റേഷൻ ആക്രമണത്തിൽ സംശയിക്കപ്പെടുന്നവരെ അന്യായമായി തടങ്കലിൽ വെച്ചു മർദ്ദിച്ചു തെളിവു ശേഖരിക്കുവാൻ പ്രതികൾ ഗൂഢാലോചന നടത്തി എന്ന ആരോപണം തികച്ചും അടിസ്ഥാനരഹിതമാണ്.

തീവ്രവാദികളായ സാമൂഹ്യവിരുദ്ധന്മാർ ഒരു പൊലീസ് സ്റ്റേഷന്റെ നേരെ ക്രൂരവും പ്രാകൃതവുമായ രീതിയിൽ ആക്രമണം നടത്തുകയും മൂന്നു കോൺസ്റ്റബിൾമാരെ നിഷ്ഠുരമായി പരിക്കേൽപ്പിക്കുകയും നിറതോക്കുകളും വെടിക്കോപ്പുകളും തട്ടിക്കൊണ്ടുപോവുകയും ചെയ്തപ്പോൾ, അതിനെ നേരിടാൻ കൃത്യബോധത്തോടെ കുതിച്ചെത്തിയ പൊലീസ് ഓഫീസർമാർ നടത്തുന്ന ചർച്ചയെ ഗൂഢാലോചന എന്നു വിശേഷിപ്പിക്കുന്നത് നിയമദൃഷ്ടിയിൽ ന്യായീകരിക്കത്തക്കതല്ല.

പുലിക്കോടൻ നാരായണനെ കക്കയം ക്യാമ്പിലേക്കു വിളിച്ചു വരുത്തിയതും ഗൂഢാലോചന നടന്നു എന്നതിന്റെ തെളിവല്ല. കുറ്റ്യാടി പ്രദേശത്തു തീവ്രവാദികളെ അമർച്ച ചെയ്യുന്നതിൽ അദ്ദേഹത്തിനു മുൻപരിചയമുണ്ട്.

ഗൂഢാലോചനയുമായി പുലിക്കോടൻ നാരായണനെ ബന്ധപ്പെടുത്തുന്ന തെളിവ് അദ്ദേഹത്തെ മർദ്ദനമുറിയിൽ കണ്ടു എന്ന ജോസഫ് ചാലിയുടെയും കാനങ്ങോട്ടു രാജന്റെയും മൊഴിയാണ്. ഇവരുടെ മൊഴിയിൽ ധാരാളം വൈരുദ്ധ്യങ്ങൾ ഉണ്ടുതാനും. പുലിക്കോടൻ നാരായണൻ മാർക്സിസ്റ്റുകളുടെയും നക്സലൈറ്റുകളുടെയും ബദ്ധശത്രുവായതിനാൽ പുലിക്കോടനെ കേസിൽ കുടുക്കുവാൻ ഇവർ ശ്രമിക്കുകയാണ് എന്നു വേണം കരുതുവാൻ. ഇവരുടെ മൊഴിയുടെ അടിസ്ഥാനത്തിൽ പുലിക്കോടനെ കുറ്റക്കാരനായി കാണുന്നതു ശരിയല്ല.

മരംകൊണ്ടോ ഇരുമ്പുകൊണ്ടോ നിർമ്മിച്ച ഉലക്കമൂലം ഉരുട്ടിയ യഥാർത്ഥവ്യക്തികൾ ആരുംതന്നെ കേസിലെ പ്രതികളല്ല എന്നു പ്രോസിക്യൂഷൻ തന്നെ സമ്മതിക്കുന്നു.

ജോസഫ് ചാലിയെയും പി.രാജനെയും ആർ.ഇ.സി. ക്യാമ്പസിൽ നിന്നും 1976 മാർച്ചു പുലർച്ചെ പൊലീസ് കസ്റ്റഡിയിൽ എടുത്തു കക്കയം ക്യാമ്പിൽ കൊണ്ടുപോയതായി സംശയലേശമെന്യേ തെളിഞ്ഞിട്ടുണ്ട്. ആരാണ് കസ്റ്റഡിയിൽ എടുത്തതെന്നാണ് ഇനി പരിഗണിക്കേണ്ടത്.

ചാലിയെ കസ്റ്റഡിയിൽ എടുത്തത് സി.ഐ.ഡി. ഇൻസ്പെക്ടർ ശ്രീധരൻ ആണെന്നാണു തെളിവ്. അദ്ദേഹം ചാലിയെ കക്കയം ക്യാമ്പിൽ ഏല്പിച്ചെന്നു തെളിഞ്ഞതിനാൽ പ്രതിപ്പട്ടികയിൽ നിന്നും ഒഴിവാക്കി. രാജനെ കസ്റ്റഡിയിൽ എടുത്തത് ഏഴാം പ്രതി എൻ.ടി.മോഹനനാണെന്ന്

രാജൻ കേസ്: അണിയറരഹസ്യങ്ങൾ അവസാനിക്കുന്നില്ല

കെ.വി.സത്യൻ മൊഴി നൽകുന്നു. സാക്ഷി സത്യൻ സിദ്ധാപ്പൂരിൽ ഒരു വിശ്വാസ വഞ്ചനാക്കേസിൽ പ്രതിയായിരുന്ന കാര്യം കോടതിയിൽ നിന്നും മറച്ചു വെച്ചതിനാൽ അയാളെ വിശ്വസിക്കരുതെന്നു പ്രതിഭാഗം വാദിച്ചു. എന്നാൽ ഒരു മോഷ്ടാവിന്റെ മൊഴി പോലും കൊലക്കേസിൽ അവിശ്വസിക്കേണ്ടതില്ല എന്നാണ് നിയമം അനുശാസിക്കുന്നത്. പക്ഷേ ചാലിക്കൊപ്പം രാജനെയും കക്കയം ക്യാമ്പിൽ എത്തിച്ചു എന്നതിനാൽ ശ്രീധരനോടൊപ്പം മോഹനനും കുറ്റവാളി ആകുന്നില്ല.

ചാലിയെയും പി.രാജനെയും അന്യായമായി തടങ്കലിൽ വെച്ചതിന് ആരാണ് ഉത്തരവാദി എന്നാണ് അടുത്തതായി പരിഗണിക്കേണ്ടത്. കായണ്ണ പൊലീസ് സ്റ്റേഷൻ ആക്രമണ കേസിന്റെയും കക്കയം ക്യാമ്പിന്റെയും മേധാവി മൂന്നാംപ്രതി ജയറാം പടിക്കൽ ആയിരുന്നതായി തെളിഞ്ഞിട്ടുണ്ട്. പ്രിൻസിപ്പൽ ബഹാവുദ്ദീൻ കക്കയത്തു ചെന്നപ്പോൾ സംസാരിച്ചതും ശകാരിച്ചതും പടിക്കലാണ്. പതിന്നാലാം സാക്ഷിയായ ആർ.ഇ.സി. വിദ്യാർത്ഥിയുടെ പിതാവ് കക്കയത്തു ചെന്നപ്പോൾ, "നിങ്ങളുടെ മകനെ തൊട്ടിട്ടുപോലുമില്ല, സംശയമുണ്ടെങ്കിൽ ചോദിച്ചോളൂ", എന്നു പറഞ്ഞതും ജയറാം പടിക്കലാണ്. കായണ്ണ കേസ് അന്വേഷണത്തിന്റെ, ചുമതല ജയറാം പടിക്കലിന് ആയിരുന്നതായി പൊലീസ് ഐ.ജി. ഹൈക്കോടതിയിൽ ബോധിപ്പിച്ചിട്ടുണ്ട്. തന്നെയല്ല, നക്സലൈറ്റുകളെ സംബന്ധിച്ച എല്ലാ കേസുകളും അന്വേഷിക്കേണ്ട ചുമതല ക്രൈംബ്രാഞ്ചിനു മാത്രമാണെന്നു പറയുന്ന ഗവണ്മെന്റ് ഉത്തരവും ഹാജരാക്കിയിട്ടുണ്ട്. ആയതിനാൽ കക്കയം ക്യാമ്പിന്റെ ചുമതല ക്രൈംബ്രാഞ്ചിനാണ്. അപ്പോൾ അന്യായമായ തടങ്കലിന്റെയും മർദ്ദനത്തിന്റെയും ഉത്തരവാദിത്വവും ക്രൈംബ്രാഞ്ചിനാണെന്നു വരുന്നു.

പി.രാജൻ മർദ്ദനത്തെ തുടർന്ന് കക്കയം ക്യാമ്പിൽ മരിച്ചു എന്ന് സാഹചര്യത്തെളിവുകളിൽ നിന്നും അനുമാനിക്കാം. എങ്കിലും കൊലക്കുറ്റം സംശയാതീതമായി തെളിയിച്ചിട്ടില്ല. മൃതദേഹം കണ്ടെടുത്തിട്ടില്ല. അതു നശിപ്പിച്ചതായും തെളിയിച്ചിട്ടില്ല. അതുകൊണ്ട് മൃതദേഹം നീക്കം ചെയ്യുന്നതു കണ്ടതായി പറയുന്ന മറിയം ലോനപ്പൻ, വി.ജെ.തോമസ് എന്നിവരുടെ സാക്ഷ്യങ്ങൾക്കു പ്രസക്തിയില്ല.

ഉരുട്ടിയാൽ ആന്തരിക രക്തസ്രാവത്താൽ മരണം സംഭവിക്കാം എന്നു ഡോക്ടർ പി.വി.ഗുഹരാജ്, ഡോക്ടർ കാന്തസ്വാമി എന്നീ വിദഗ്ധർ കോടതിയിൽ സാക്ഷ്യപ്പെടുത്തി. എന്നാൽ ഉരുട്ടൽ മൂലം കഠിനമായ വേദന ഉണ്ടാകാമെന്നല്ലാതെ മരണം സംഭവിക്കണമെന്നില്ല. ഉരുട്ടലിനു വിധേയരായ ചാലിയും കെ.രാജനും മരിച്ചില്ലല്ലോ.

കഠിനമായ പരിക്കേൽപ്പിച്ചു എന്നു നിയമദൃഷ്ട്യാ പറയാവുന്ന ഘടകങ്ങൾ കേസിൽ ഉണ്ടായിട്ടില്ല. കായണ്ണക്കേസ് അന്വേഷണവേളയിൽ ഉണ്ടായ പീഡനങ്ങളിൽ പ്രതികൾക്കു ദുരുദ്ദേശ്യം ഉണ്ടായിരുന്നില്ല.

കുറ്റവാളികളെ കണ്ടെത്തുവാൻ അവർ കാണിച്ച ഉത്സാഹം ചിലപ്പോൾ അതിരുകടന്നു എന്നു മാത്രം.

പി.രാജൻ, ജോസഫ് ചാലി എന്നിവരുടെ അന്യായമായ തടങ്കലിന്റെയും മർദ്ദനത്തിന്റെയും ഉത്തരവാദിത്വവും ക്രൈംബ്രാഞ്ചിനാണെന്ന് സംശയാതീതമായി തെളിഞ്ഞിട്ടുണ്ട്. താഴേക്കിടയിലുള്ള പൊലീസുകാരാണ് ഉരുട്ടൽ നടത്തിയത്. പക്ഷേ മർദ്ദനങ്ങൾ അവരുടെ മേലുദ്യോഗസ്ഥരായ മൂന്നും അഞ്ചും ആറും പ്രതികൾ (ജയറാം പടിക്കൽ, മുരളികൃഷ്ണദാസ്, കുഞ്ഞിരാമൻ നമ്പ്യാർ) അറിയാതെ നടക്കുകയില്ല. ഈ മർദ്ദനങ്ങൾക്കു പ്രേരണ നൽകിയിരിക്കയാൽ അവർ ഈ കുറ്റത്തിൽ തുല്യ പങ്കാളികളാണ്. അതിനാൽ ഇൻഡ്യൻ ശിക്ഷാനിയമം 109 നോടു ചേർത്ത 330 അനുസരിച്ച് പ്രതികൾ ശിക്ഷാർഹരാണ്.

രാജനെ കസ്റ്റഡിയിൽ എടുത്തു എന്നു തെളിഞ്ഞ നിലയ്ക്ക് ആ യുവാവിന് എന്തുപറ്റി എന്നു വിശദീകരിക്കേണ്ട ഉത്തരവാദിത്വം പ്രതികൾക്കുണ്ടായിരുന്നു. തങ്ങൾക്ക് ഒന്നുമറിയില്ല എന്നാണ് അവർ പറഞ്ഞത്. പ്രഗദ്ഭരായ ഉദ്യോഗസ്ഥർ പ്രതിക്കൂട്ടിൽ വന്നപ്പോൾ സത്യം അവർക്ക് അപൂർവ്വ വസ്തുവായി മാറി. കുറ്റകൃത്യത്തെപ്പറ്റിയും അതിന്റെ ഭവിഷ്യത്തുക്കളെപ്പറ്റിയും പൂർണബോദ്ധ്യമുള്ളവരാണ് പ്രതികൾ. കുറ്റവാളികളെ കണ്ടെത്തുവാനായി അവർ നിയമത്തെ മറികടക്കുകയും കസ്റ്റഡിയിൽ ഉണ്ടായിരുന്നവരെ പീഡിപ്പിക്കുകയും ചെയ്തു. കുറ്റകൃത്യങ്ങളിൽ നിന്നും രക്ഷപ്പെടുവാനായി തെളിവുകൾ നശിപ്പിച്ചതിനും പ്രതികൾ ശിക്ഷാർഹരാണ്.

ഇവരുടെ പ്രവർത്തികൾ ഭരണഘടനയുടെ ഇരുപത്തി ഒന്നാം ഖണ്ഡിക പൗരന്മാർക്ക് ഉറപ്പു നൽകുന്ന മൗലികാവകാശങ്ങളുടെ മേലുള്ള കടന്നു കയറ്റമാണ്. പൗരന്മാരുടെ മൗലികാവകാശങ്ങൾ ഏതാനും പൊലീസ് ഓഫീസർമാരുടെ ഇഷ്ടാനുഷ്ടങ്ങൾക്കു വിട്ടുകൊടുക്കുവാൻ ഉള്ളതല്ല.

മൂന്നും അഞ്ചും ആറും പ്രതികൾക്ക് (ജയറാം പടിക്കൽ, മുരളികൃഷ്ണദാസ്, കുഞ്ഞിരാമൻ നമ്പ്യാർ) താഴെപ്പറയുന്ന ശിക്ഷകൾ വിധിക്കുന്നു:

ഇൻഡ്യൻ ശിക്ഷാനിയമത്തിലെ 34നോടു ചേർന്ന 348 (കുറ്റസമ്മതമോ തെളിവോ ശേഖരിക്കാൻ വേണ്ടി അന്യായമായി തടങ്കലിൽ വെക്കൽ) അനുസരിച്ച് ആറുമാസം കഠിനതടവ്.

ഇന്ത്യൻ ശിക്ഷാനിയമത്തിലെ 109 നോടു ചേർന്ന 344 (കുറ്റസമ്മതമോ തെളിവോ ശേഖരിക്കാൻ വേണ്ടി മർദ്ദിക്കൽ) അനുസരിച്ച് ഒരു വർഷം കഠിനതടവ്.

മുകളിൽ പറഞ്ഞ ശിക്ഷകൾ പി.രാജൻ, ജോസഫ് ചാലി എന്നിവരെ പീഡിപ്പിച്ചതിനാൽ രണ്ടു തവണ വിധിക്കുന്നു.

പി.രാജന് എന്തുപറ്റി എന്നതിന്റെ എല്ലാ തെളിവുകളും നശിപ്പിച്ചതിന് ഇൻഡ്യൻ ശിക്ഷാനിയമത്തിലെ 201 (മൂന്നാം ഭാഗം) അനുസരിച്ച് നാലുമാസം കഠിനതടവ്.

പ്രതികൾക്ക് ഓരോരുത്തർക്കും മൊത്തത്തിൽ മൂന്നു കൊല്ലവും നാലു മാസവും ശിക്ഷ വിധിച്ചിട്ടുണ്ടെങ്കിലും ഒന്നിച്ചു ചേർത്ത് ഒരു വർഷം ശിക്ഷ അനുഭവിച്ചാൽ മതി.

പ്രതികൾക്ക് അപ്പീൽ കൊടുക്കുവാനായി രണ്ടു മാസം സമയം അനുവദിക്കുന്നു. അതുവരെ ഈ ഉത്തരവ് മരവിപ്പിക്കുന്നു.

മറ്റു പ്രതികളായ റ്റി.വി.മധുസൂദനൻ, കെ.ലക്ഷ്മണ, പുലിക്കോടൻ നാരായണൻ, എൻ.ടി.മോഹനൻ എന്നിവരെ എല്ലാ കുറ്റാരോപണങ്ങളിൽ നിന്നും വിമുക്തരാക്കുന്നു."

ജയറാം പടിക്കൽ, മുരളികൃഷ്ണദാസ്, കുഞ്ഞിരാമൻ നമ്പ്യാർ എന്നിവർ മദ്രാസ് ഹൈക്കോടതിയിൽ അപ്പീൽ കൊടുക്കുകയും കുറ്റാരോപണങ്ങളിൽ നിന്നും വിമുക്തരാകുകയും ചെയ്തു.

പതിനാറ്
നഷ്ടപരിഹാരം

രാജന്റെ കൊലപാതകത്തിന് ഉത്തരവാദികളായവർ തനിക്കു നഷ്ടപരി ഹാരം നൽകണമെന്നു കാണിച്ച് രാജന്റെ പിതാവ് ഈച്ചരവാര്യർ വടകര കോടതിയിൽ കേസു കൊടുത്തു. കേരള ഗവണ്മെന്റ്, ജയറാം പടിക്കൽ, ലക്ഷ്മണ, പുലിക്കോടൻ നാരായണൻ, കുഞ്ഞിരാമൻ നമ്പ്യാർ എന്നി വർക്കെതിരെ ആയിരുന്നു കേസ്. പ്രതികൾ ആവശ്യപ്പെട്ടതനുസരിച്ചു കേസ് കോഴിക്കോട്ടേക്കു മാറ്റുവാൻ കോടതി അനുവദിച്ചു.

വാദിയായ ഈച്ചരവാര്യർ ഒരു ലക്ഷം രൂപ കോടതിയിൽ ഫീസ് കെട്ടി വെക്കേണ്ടതുണ്ടായിരുന്നു. ഈ പണം ഇല്ലാഞ്ഞതിനാൽ പാപ്പർസ്യൂട്ടാ യിട്ടാണ് കൊടുത്തത്.

രാജൻ പൊലീസ് കസ്റ്റഡിയിൽ ഇരിക്കെ മർദ്ദനമേറ്റു മരിച്ചു എന്നും മരണത്തിന്റെ ഉത്തരവാദിത്വം പ്രതികളായ കേരള സർക്കാർ, ജയറാം പടിക്കൽ, ലക്ഷ്മണ, പുലിക്കോടൻ നാരായണൻ, കുഞ്ഞിരാമൻ നമ്പ്യാർ എന്നിവരാണ് എന്നുമുള്ള വാദം കോടതി അംഗീകരിച്ചു. പ്രതികൾ ഒറ്റയ്ക്കോ, കൂട്ടായോ, ഓരോരുത്തരായോ ഈച്ചരവാര്യർക്ക് ആറു ലക്ഷം രൂപ നൽകണമെന്നു കോടതി വിധിച്ചു.

വിധി വന്ന ദിവസം ഈച്ചരവാര്യരുടെ എറണാകുളത്തുള്ള വീടു ജപ്തി ചെയ്തു കോടതി ഫീസ് വസൂലാക്കുവാനായി സർക്കാർ നടപടി ഉണ്ടായി. എന്നാൽ ഈ വിവരം അന്നു മുഖ്യമന്ത്രി ആയിരുന്ന നായനാ രുടെ ശ്രദ്ധയിൽപെട്ടു. കോടതി വിധിപ്രകാരം സർക്കാർ നൽകുവാൻ ബാദ്ധ്യതപ്പെട്ട തുക അന്നുതന്നെ ഈച്ചരവാര്യർക്കു നൽകുവാനായി നായ നാർ ഉത്തരവിട്ടു. ആ തുകയിൽ നിന്നും കോടതി ഫീസായി ഒരു ലക്ഷം രൂപ സർക്കാരിനു കൊടുത്ത് ഈച്ചരവാര്യർ ജപ്തി ഒഴിവാക്കി.

ഏതു സർക്കാർ ഭരിച്ചാലും രാഷ്ട്രീയത്തിലും ഔദ്യോഗിക തലത്തിലും സ്വാധീനമുള്ള വ്യക്തികൾക്ക് ഏതെല്ലാം രീതിയിൽ ഒരു സാധാരണക്കാരനെ ഉപദ്രവിക്കുവാൻ കഴിയും എന്നതിന്റെ ഉത്തമ

ഉദാഹരണമാണ് ഇത്. ആരായിരിക്കണം ഈച്ചരവാര്യരുടെ വീടു ജപ്തി ചെയ്യുവാനുള്ള കരുക്കൾ നീക്കിയത്?

ആർ.ഇ.സിയിൽ രാജന്റെ സ്മരണ നിലനിർത്തുന്നതിനായി നഷ്ട പരിഹാരത്തുകയിൽ നിന്നും ഒരു ചെറിയ തുക ഈച്ചരവാര്യർ കോളേജിനു കൊടുത്തു. എല്ലാ വർഷവും അവിടെ നടത്തുന്ന 'രാഗം ഫെസ്റ്റിവൽ' കോളേജു തലത്തിൽ ഇൻഡ്യയിലെ ഉന്നതമായ കലാമേളയായി അറിയപ്പെടുന്നു.

ചിലവു കഴിഞ്ഞു ബാക്കി വന്ന നാലു ലക്ഷം രൂപ ഉപയോഗിച്ച്, സർക്കാർ അനുമതിയോടെ, ഈച്ചരവാര്യർ എറണാകുളം ജില്ലാ ആശുപത്രിയിൽ 'ക്രിട്ടിക്കൽ കെയർ വാർഡ്' പണിയുവാൻ തുടങ്ങി. പണി പകുതി ആയപ്പോൾ കെട്ടിടം പൊളിച്ചിട്ട് അവിടെ ബസ്സ് സ്റ്റാന്റ് പണിയുവാൻ ഗൂഢശ്രമം നടന്നു. ആശുപത്രി വികസന സമിതി ഈ വിവരം ഈച്ചരവാര്യരെ ധരിപ്പിച്ചു. വാര്യർ ഈ നീക്കത്തിനെതിരെ ഹൈക്കോടതിയിൽ നിന്നു സ്റ്റേ ഓർഡർ വാങ്ങി. ഒരു വൃദ്ധൻ സ്വന്തം കാശുപയോഗിച്ച് സമൂഹനന്മയ്ക്കായി ആശുപത്രി പണിഞ്ഞു കൊടുക്കുമ്പോൾ അതു തകർക്കുവാൻ ശ്രമിക്കുന്ന സാമൂഹ്യവിരുദ്ധർ ആയിരുന്നു ഈച്ചരവാര്യരുടെ എതിരാളികൾ.

'തീവ്ര പരിചരണ വാർഡ്' പണിയുവാൻ പണം തികയാതെ വന്നു. ഇതറിഞ്ഞ് ആർ.ഇ.സി. പൂർവ വിദ്യാർത്ഥി സംഘടന മുന്നോട്ടു വന്നു. വാർഡിന്റെ പണി തീർക്കുവാൻ വേണ്ടുന്ന മുഴുവൻ തുകയും നൽകി അവർ പ്രശ്നം പരിഹരിച്ചു. പണിയുടെ മേൽനോട്ടം നടത്തിയത് ആറാം ക്ലാസ് മുതൽ ആർ.ഇ.സി. വരെ രാജനോടൊപ്പം പഠിച്ച ആത്മസുഹൃത്തായ കർമ്മചന്ദ്രൻ ആയിരുന്നു.

പതിനേഴ്
അന്വേഷണം എന്ന പ്രഹസനം

ഒരു ക്രിമിനൽ കുറ്റാന്വേഷണത്തിൽ പൊലീസിന്റെ ചുമതല എന്തെല്ലാമാണ്?

1. നിയമപ്രകാരം അന്വേഷണം നടത്തുക:
പ്രതികൾ എന്നു സംശയമുള്ളവരെ കസ്റ്റഡിയിൽ എടുക്കുക, ചോദ്യം ചെയ്യുക. കുറ്റകൃത്യത്തിന്റെ സമയത്തും അതിന്റെ മുൻപും പിൻപും അവർ എവിടെയായിരുന്നു എന്നു കണ്ടുപിടിക്കുക.

2. തെളിവുകൾ ശേഖരിക്കുക:
കുറ്റം ചെയ്യുവാനുള്ള കാരണം, ചെയ്ത രീതി, ഉപയോഗിച്ച ആയുധങ്ങൾ, ഗൂഢാലോചന, സാഹചര്യത്തെളിവുകൾ എന്നിവയെല്ലാം ശേഖരിക്കുക. സംഭവസ്ഥലം പരിരക്ഷിച്ച് അവിടെയുള്ള തെളിവുകൾ ശേഖരിക്കുക, റെക്കോർഡു ചെയ്യുക. ദൃക്സാക്ഷികളിൽ നിന്നും തെളിവുകൾ ശേഖരിക്കുക.

3. തെളിവുകൾ കോർത്തിണക്കി കോടതിയിൽ ഹാജരാക്കി കുറ്റവാളികൾക്കു ശിക്ഷ ഉറപ്പാക്കുക.

എന്നാൽ, 1970 കാലഘട്ടത്തിൽ, പ്രമാദമായ ക്രിമിനൽ കേസുകളിൽ പോലും പൊലീസ് അന്വേഷണം ഒരു പ്രഹസനമായിരുന്നു. കായണ്ണ പൊലീസ് സ്റ്റേഷൻ ആക്രമണക്കേസുതന്നെ ഉത്തമ ഉദാഹരണം. അടിയന്തരാവസ്ഥക്കാലത്ത് നടന്ന പൊലീസ് സ്റ്റേഷൻ ആക്രമണമാണ്. സ്റ്റേഷനിലുണ്ടായിരുന്ന പൊലീസുകാർക്കു സാരമായ പരുക്കേറ്റു, തോക്കുകൾ മോഷണം പോയി. ചുരുക്കിപ്പറഞ്ഞാൽ സർക്കാരിനും പൊലീസിനും വളരെയധികം താത്പര്യമുള്ള ഒരു കേസായിരുന്നു ഇത്. വടക്കൻ കേരളത്തിലെ മുഴുവൻ പൊലീസ് സന്നാഹങ്ങളും അന്വേഷണ സംഘത്തിനു ലഭിച്ചു.

എന്നിട്ടും, പൊലീസിനു സംശയമുള്ളവരെ എല്ലാം തല്ലിച്ചതച്ചതല്ലാതെ ശാസ്ത്രീയമായ അന്വേഷണങ്ങൾ ഒന്നും തന്നെ നടത്തിയതായി കാണുന്നില്ല. കക്കയം ക്യാമ്പിലെ മർദ്ദനത്തിലൂടെ പത്തൊൻപത് പ്രതികളെ കണ്ടെത്തി. എന്നാൽ കായണ്ണ പൊലീസ് സ്റ്റേഷൻ ആക്രമണ സമയത്ത് ഓരോ പ്രതിയും എവിടെയായിരുന്നു എന്ന് തെളിയിക്കുവാൻ ശ്രമിച്ചിട്ടില്ല. പൊലീസ് സ്റ്റേഷൻ ആക്രമണത്തിൽ ഇവർ ഓരോരുത്തരും വഹിച്ച പങ്കിനെപ്പറ്റി കുറ്റപത്രത്തിൽ വ്യക്തതയില്ല. പ്രതികൾക്കെ തിരെ സംശയാതീതമായി കേസു തെളിയിക്കുവാൻ പ്രോസിക്യൂഷനു കഴിഞ്ഞില്ല എന്ന കാരണത്താൽ കോഴിക്കോട് സെഷൻസ് കോടതി പ്രതികളെ എല്ലാം വെറുതെ വിട്ടു.

കായണ്ണ പൊലീസ് സ്റ്റേഷൻ ആക്രമണത്തിനു മുൻപുതന്നെ പൊലീസ് കസ്റ്റഡിയിൽ വെച്ചുകൊണ്ടിരുന്ന മുരളി കണ്ണമ്പിള്ളിയെ, അയാൾക്കെതിരെ തെളിവുകൾ ഒന്നും ലഭിക്കാതെയിരുന്നിട്ടും കേസിലെ പ്രതിയാക്കി. കോടതിക്കു വിശ്വാസയോഗ്യമായതും വ്യക്തമായതും ആധികാരികമായതുമായ തെളിവുകൾ ഹാജരാക്കുന്നതിൽ അന്വേഷണ സംഘവും പ്രോസിക്യൂഷനും പരാജയപ്പെട്ടു.

പൊലീസിനു പരമാധികാരം ഉണ്ടായിരുന്ന അടിയന്തരാവസ്ഥ നില നിന്നിരുന്ന കാലമായിരുന്നു അതെന്നോർക്കുക. കേരളത്തിലെ ഒരു പൊലീസ് സ്റ്റേഷൻ ആക്രമിച്ച കേസിലെ ഒരു പ്രതിക്കു പോലും ശിക്ഷ വാങ്ങിക്കൊടുക്കുവാൻ ഡി.ഐ.ജി. ജയറാം പടിക്കലിന്റെ നേതൃത്വത്തിലുള്ള അന്വേഷണസംഘത്തിനു കഴിഞ്ഞില്ല എന്നത് ആ കാലത്തെ പൊലീസ് അന്വേഷണത്തിന്റെ അശാസ്ത്രീയതയെ തുറന്നു കാട്ടുന്നു.

കോടതിയിൽ കേസു തെളിയിക്കുന്നതിനേക്കാൾ പൊലീസിനു താത്പര്യം നക്സലൈറ്റുകളെ ശാരീരികമായി തല്ലി ഒതുക്കുന്നതിലായിന്നു.

പൊലീസ് സ്റ്റേഷൻ ആക്രമണത്തിൽ രാജൻ പങ്കെടുത്തുവോ?

കായണ്ണ പൊലീസ് സ്റ്റേഷൻ ആക്രമണത്തെപ്പറ്റി പൊലീസ് സൂപ്രണ്ട് ലക്ഷ്മണയും ഡി.ഐ.ജി. ജയറാം പടിക്കലും തയ്യാറാക്കിയ റിപ്പോർട്ടുകൾ പരിശോധിക്കാം.

ലക്ഷ്മണ 28.12.1976ൽ ജയറാം പടിക്കലിനു സമർപ്പിച്ച റിപ്പോർട്ടിൽ പറയുന്നു: "കായണ്ണ കേസിലെ ചില പ്രതികൾക്ക് രഹസ്യ സമ്മേളനങ്ങൾ നടത്തുന്നതിനും സംഭവത്തിനുശേഷം ഒളിവിൽ പോയ പ്രതികൾക്കു താമസിക്കുവാനും രാജൻ സൗകര്യം ചെയ്തു കൊടുത്തു."

1976 ഫെബ്രുവരി 28 പുലർച്ചെയാണ് ആക്രമണം നടന്നത്. ആ സമയത്ത് രാജൻ ഫറൂക്ക് കോളേജിലെ ആർട്ട്സ് ഫെസ്റ്റിവലിൽ പങ്കെടുക്കുകയായിരുന്നു. രാജൻ ആക്രമണത്തിൽ പങ്കെടുത്തതായി ലക്ഷ്മണ ആരോപിക്കുന്നില്ല എന്നത് ഇവിടെ പ്രസക്തമാണ്.

മാർച്ച് ഒന്നാം തീയതി രാവിലെ ഫറൂക്ക് കോളേജിൽ നിന്നും വന്നിറങ്ങിയപ്പോൾ രാജനെ പൊലീസ് കസ്റ്റഡിയിൽ എടുത്തതിനാൽ 'സംഭവത്തിനു ശേഷം ഒളിവിൽ പോയ പ്രതികൾക്കു താമസിക്കുവാൻ സൗകര്യം ചെയ്തു കൊടുത്തു', എന്ന ലക്ഷ്മണയുടെ പ്രസ്താവം കള്ളമാണ് എന്നു തെളിയുന്നു.

അതേസമയം, സംഭവത്തിനു മുൻപ് 'രഹസ്യ സമ്മേളനങ്ങൾ നടത്തുന്നതിനു രാജൻ സൗകര്യം ചെയ്തു കൊടുത്തു' എന്ന ആരോപണം ബാക്കി നിൽക്കുന്നു.

ഇതിനേക്കാൾ പ്രസക്തമാണ് ജയറാം പടിക്കലിന്റെ റിപ്പോർട്ട്. പടിക്കലിന്റെ നേതൃത്വത്തിലാണ് കായണ്ണ സ്റ്റേഷൻ ആക്രമണം അന്വേഷിച്ചത്. അതിനു വേണ്ടിയാണ് കക്കയം ക്യാമ്പ് സ്ഥാപിച്ചത്. കക്കയം ക്യാമ്പിൽ കസ്റ്റഡിയിൽ എടുത്തവരെ എല്ലാം ഇടിച്ചു പിഴിഞ്ഞാണ് പടിക്കൽ തെളിവെടുപ്പു നടത്തിയത്. ജയറാം പടിക്കൽ 07.01.1977ൽ ഐ.ജി.പി. ക്കയച്ച റിപ്പോർട്ടി ൽ പറയുന്നു: "രാജൻ തീവ്രവാദികളുമായി ബന്ധം പുലർത്തിയിരുന്നതായി വെളിപ്പെട്ടിട്ടുണ്ട്. സ്റ്റേഷൻ ആക്രമണത്തിനു മുൻപ് കേസിലെ പ്രതികൾക്കു യോഗം ചേരുന്നതിന് രാജൻ സൗകര്യം നൽകി."

ആക്രമണത്തിൽ രാജൻ പങ്കെടുത്തിരുന്നു എങ്കിൽ ജയറാം പടിക്കൽ അക്കാര്യം ഇവിടെ തീർച്ചയായും പറയേണ്ടതാണല്ലോ. കായണ്ണ പൊലീസ് സ്റ്റേഷൻ ആക്രമണത്തിൽ രാജൻ പങ്കെടുത്തിട്ടില്ല എന്ന് ഇതിൽ നിന്നും അനുമാനിക്കാം. ഈ കാര്യത്തിൽ സംശയത്തിനിടമില്ലാത്ത, സുവ്യക്തമായ തെളിവുകൾ പിന്നീടു വെളിവാകും.

രാജനെപ്പറ്റി തന്റെ റിപ്പോർട്ടിൽ പറയുന്ന ആരോപണങ്ങൾക്ക് ജയറാം പടിക്കൽ തെളിവൊന്നും നിരത്തുന്നില്ല. പടിക്കലിന്റെ ആരോപണങ്ങൾ നാം വിശദമായി പരിശോധിക്കുന്നുണ്ട്.

നിയമം ബലികഴിക്കപ്പെടുമ്പോൾ

രാജനെ പൊലീസ് പിടിക്കുന്നു. അയാൾ കുറ്റക്കാരനാണൊ അല്ലയോ എന്ന് അന്വേഷിക്കുകയാണ് ന്യായമായി നടക്കേണ്ട അടുത്ത പ്രക്രിയ. അങ്ങനെ ഒരു അന്വേഷണം നടന്നിട്ടില്ല. കായണ്ണ പൊലീസ് സ്റ്റേഷൻ ആക്രമണം നടന്ന ഫെബ്രുവരി 28ന് പുലർച്ചെ രാജൻ ആർട്സ് ഫെസ്റ്റിവലിൽ പങ്കെടുത്തിരുന്നുവോ എന്നത് അന്വേഷിക്കാമായിരുന്നു.

ചുരുക്കിപ്പറഞ്ഞാൽ വ്യക്തമായോ, വ്യവസ്ഥാപിതമായോ, ശാസ്ത്രീയമായോ തെളിവെടുപ്പു നടത്തിയിട്ടില്ല. പിടിച്ചുകൊണ്ടു പോവുക, മർദ്ദിക്കുക, കൊല്ലുക, അതാണ് ഉണ്ടായത്. രാജന്റെ കാര്യത്തിൽ മാത്രമല്ല, പൊലീസ് പിടിച്ചുകൊണ്ടുപോയ എല്ലാവരേയും ക്രൂരമായി പീഡിപ്പിച്ചു. മറ്റുള്ളവർ മരണത്തിൽ നിന്നും രക്ഷപ്പെട്ടു എന്നു മാത്രം. അപരാധിയാണോ

നിരപരാധിയാണോ എന്ന് അന്വേഷിക്കാതെ, പിടിക്കുന്നവരെയെല്ലാം ക്രൂരമായി മർദ്ദിക്കുക എന്നതായിരുന്നു ജയറാം പടിക്കൽ നടപ്പിലാക്കിയ പൊലീസ് നയം. നിസ്സഹായരെ തല്ലിച്ചതക്കുമ്പോൾ കിട്ടുന്ന ആനന്ദം. സ്കോട്ട്ലാൻഡ് യാർഡിൽ നിന്നും കുറ്റാന്വേഷണത്തിന് പ്രത്യേക പരിശീലനം കിട്ടിയ ആളായിരുന്നു ജയറാം പടിക്കൽ എന്ന് ഓർക്കുക.

ഇനി പ്രതികൾ അപരാധികളാണ് എന്നുതന്നെ ഇരിക്കട്ടെ. ഏത് നിയമ പ്രകാരമാണ് പൊലീസുകാർ മർദ്ദിക്കുന്നത്? മർദ്ദിക്കുവാനും ദേഹോപദ്രവം ചെയ്യുവാനും പൊലീസിന് എന്തവകാശം? കസ്റ്റഡിയിൽ എടുക്കുന്ന നിസ്സഹായകരായ ആളുകളെ മർദ്ദിച്ചാൽ പൊലീസുകാർ ശിക്ഷിക്കപ്പെടും എന്ന് ഉറപ്പു വരുത്താതെ ഈ പ്രശ്നത്തിനു പരിഹാരമില്ല.

കക്കയം ക്യാമ്പിൽ കസ്റ്റഡിയിൽ ഉണ്ടായിരുന്ന വേണു പൂവാട്ടുപറമ്പ് പറയുന്നു, "നിരന്തരമായ മർദ്ദനം, ഭക്ഷണമോ വെള്ളമോ കണ്ടിട്ടു ദിവസ ങ്ങളായി. നാഭിയിൽ വേദന. മൂത്രമൊഴിക്കുവാൻ ശ്രമിക്കുമ്പോൾ ചോര യാണു വരുന്നത്."

ഇന്ത്യക്കാരെ തല്ലുവാനായി ബ്രിട്ടീഷുകാർ ഉണ്ടാക്കിയ പൊലീസ് സേന, അവർ ഇന്നും ജനത്തെ തല്ലിക്കൊണ്ടിരിക്കുന്നു. അത് അവരുടെ ജോലിയുടെ ഭാഗമാണ് എന്ന് അവർ തെറ്റിദ്ധരിച്ചിരിക്കുന്നു.

വാൽക്കുറിപ്പ്

കേരള പൊലീസിന്റെ സൂക്തം: 'മൃദു ഭാവെ, ധൃത കൃത്യെ'

മൃദുവായ ഭാവം? കേരള പൊലീസിന്?

കേൾക്കുന്നവർ ചിരിക്കണോ കരയണോ?

യാഥാർത്ഥ്യത്തോട് കുറേക്കൂടി നീതി പുലർത്തുന്നതു 'ഭീകര ഭാവെ, അനധികൃത കൃത്യെ' അല്ലേ?

പതിനെട്ട്

ഘാതകർ എന്തുകൊണ്ട് ശിക്ഷിക്കപ്പെട്ടില്ല?

സർക്കാർ

രാജൻ കേസിനെ സംബന്ധിച്ചിടത്തോളം ഈ ചോദ്യത്തിന്റെ ഉത്തരം വളരെ വ്യക്തമാണ്. രാജന്റെ ഘാതകർക്ക് ഭരണകക്ഷിയിൽ പിന്തുണയും സ്വാധീനവും ഉണ്ടായിരുന്നു.

കൊലക്കേസിലെ പ്രധാന പ്രതി ജയറാം പടിക്കൽ ആയിരുന്നു. പടിക്കലും കെ.കരുണാകരനും തമ്മിലുള്ള ബന്ധം നവാബ് രാജേന്ദ്രന്റെ കഥ (അനുബന്ധം 2) വായിക്കുമ്പോൾ വ്യക്തമാകും. മുഖ്യമന്ത്രിപദം നഷ്ടപ്പെട്ടതിനു ശേഷവും കരുണാകരനു ഭരണകക്ഷിയിൽ ശക്തമായ സ്വാധീനവും പിൻബലവും ഉണ്ടായിരുന്നു. പ്രതികളെ രക്ഷപ്പെടുത്തുവാൻ പലവഴിക്കും ശ്രമങ്ങൾ നടന്നു.

പരിഷ്കൃത സമൂഹത്തിൽ ജനങ്ങളുടെ സംരക്ഷകനാണ് സർക്കാർ. കൊലക്കേസിന്റെ പ്രോസിക്യൂഷൻ നടത്തേണ്ടത് സർക്കാരിന്റെ ചുമതലയാണ്. അതിനാൽ ഭരണകൂടത്തിന്റെ ഉള്ളിൽനിന്നു ഘാതകർക്ക് പിന്തുണ ലഭിച്ചു എന്നത് ഒരു വിരോധാഭാസമാണ്.

ഹൈക്കോടതിയിലെ ഹേബിയസ് കോർപസ് കേസിൽ സർക്കാരും പൊലീസും പ്രതികളായിരുന്നു, അവർ ഒരുമിച്ചായിരുന്നു. ഹൈക്കോടതി സർക്കാരിന്റെ വാദങ്ങളെല്ലാം തള്ളിക്കളയുകയും കുറ്റവാളികൾ ശിക്ഷിക്കപ്പെടേണ്ടതാണെന്ന് അസന്ദിഗ്ദ്ധമായ ഭാഷയിൽ വ്യക്തമാക്കുകയും ചെയ്തു. അതിനുശേഷം സർക്കാരിനു കൊലക്കുറ്റം ആരോപിക്കപ്പെട്ട പൊലീസുകാരെ പരസ്യമായി പിൻതാങ്ങുവാൻ കഴിയാത്ത അവസ്ഥയായി.

കൊലക്കേസിൽ സർക്കാർ വാദിയും ജയറാം പടിക്കലും കൂട്ടരും പ്രതികളുമാണ്. അതിനാൽ സർക്കാരിനു പ്രോസിക്യൂട്ടറിന്റെ വേഷം ധരിക്കുകയും പ്രതികൾക്കെതിരെ പരസ്യപ്രസ്താവകൾ നടത്തുകയും

ചെയ്യേണ്ടതായി വന്നു. എന്നാൽ ഭരണകൂടത്തിന്റെ അകത്തളങ്ങളിൽ വിദഗ്ദ്ധമായ കരുക്കൾ നീങ്ങി. ഈ രഹസ്യനീക്കങ്ങളുടെ ഫലമായാണ് ഘാതകർ ശിക്ഷിക്കപ്പെടാതെ പോയത്.

പ്രോസിക്യൂഷൻ

ഈ പരിതസ്ഥിതിയിൽ കേസിന്റെ അനന്തരഫലം പ്രവചിക്കുവാൻ ഏറക്കുറെ എളുപ്പമായിരുന്നു. പ്രതികൾക്കെതിരെ സർക്കാരിനു വേണ്ടി കൊലക്കേസ് വാദിച്ചത് അഡ്വക്കേറ്റ് കെ.സി.അച്യുതമേനോൻ ആയിരുന്നു. വക്കീലിന്റെ കേസുവിസ്താരത്തെപ്പറ്റി പ്രൊഫസർ ഈച്ചരവാര്യർ പറയുന്നു:

"അവസാന ദിവസത്തെ വിചാരണയിൽ കേസുമായി ബന്ധമുള്ള ഒന്നുംതന്നെ വക്കീൽ എന്നോടു ചോദിച്ചില്ല. ഞാൻ സാക്ഷി പറയുവാൻ വന്നത് എന്റെ വക്കീൽ രാംകുമാറിനോടൊപ്പമല്ലേ എന്നായിരുന്നു അയാൾക്ക് അറിയേണ്ടത്. പ്രസക്തമായ എന്തെങ്കിലും ചോദിക്കുമെന്നു പ്രതീക്ഷിച്ച് ഞാൻ സാക്ഷിക്കൂട്ടിൽ കുറച്ചുനേരം നിന്നു. എന്നാൽ മറ്റൊന്നും തന്നെ ചോദിക്കാതെ എന്നോട് ഇറങ്ങിപ്പൊയ്ക്കോളാൻ പറഞ്ഞു."

സർക്കാരിന്റെ കേസുനടത്തൽ ഇങ്ങനെയായിരുന്നു.

അതേസമയം, കേസിൽ കക്ഷിചേരുവാൻ രാജന്റെ പിതാവ് നടത്തിയ ശ്രമങ്ങളെല്ലാം സർക്കാർ ഫലപ്രദമായി തടഞ്ഞു.

ഇത്തരം കേസുകളിൽ തൽപരകക്ഷികളെ കക്ഷിചേരുവാൻ അനുവദിക്കുവാനായി നിയമനിർമ്മാണം നടത്തേണ്ടതിന്റെ പ്രാധാന്യമാണ് ഇതു വ്യക്തമാക്കുന്നത്.

ഈ കേസിന്റെ വിധിയിൽ ജഡ്ജി പറഞ്ഞ ഒരു വാചകം മതിയാകും പ്രോസിക്യൂഷനെ മനസ്സിലാക്കുവാൻ:

"മരം കൊണ്ടോ ഇരുമ്പു കൊണ്ടോ നിർമ്മിച്ച ഉലക്കമൂലം ഉരുട്ടിയ യഥാർത്ഥ വ്യക്തികൾ ആരുംതന്നെ കേസിലെ പ്രതികളല്ല എന്നു പ്രോസിക്യൂഷൻ തന്നെ സമ്മതിക്കുന്നു."

കൂടുതൽ വിവരിക്കേണ്ടതില്ലല്ലോ.

പൊലീസ് അന്വേഷണം

തൽപരകക്ഷികളെ കക്ഷിചേരുവാൻ അനുവദിച്ചാലും അന്വേഷണം നടത്തിയിട്ട് കോടതിയിൽ തെളിവു ഹാജരാക്കേണ്ടത് പൊലീസാണ്. ഈ കേസിലെ പ്രതികൾ ഉന്നതരായ പൊലീസ് ഉദ്യോഗസ്ഥരാണ്. (പിൽക്കാലത്ത് അന്വേഷണ ഉദ്യോഗസ്ഥരുടെ മുകളിൽ ഇരിക്കുവാൻ സാദ്ധ്യതയുള്ള പൊലീസ് ഉദ്യോഗസ്ഥർ). ഭാവിയിൽ തന്റെ മേധാവിയാകുവാൻ

സാധ്യതയുള്ള ആളുകൾക്കെതിരെ തെളിവു ഹാജരാക്കുവാൻ എതു പൊലീസ് ഉദ്യോഗസ്ഥനാണ് ധൈര്യപ്പെടുക? അതും ഭരണകക്ഷിയുടെ പിന്തുണയുള്ള ഉദ്യോഗസ്ഥർക്കെതിരെ?

പ്രോസിക്യൂഷന്റെ വാദത്തെപ്പറ്റി ഈച്ചരവാര്യരുടെ വക്കീൽ രാംകുമാർ സർക്കാർ അഭിഭാഷകനോട് പരാതിപ്പെട്ടപ്പോൾ, 'പൊലീസ് സമർപ്പിക്കുന്ന തെളിവിന്റെ അടിസ്ഥാനത്തിലല്ലേ എനിക്കു വാദിക്കുവാൻ കഴിയുകയുള്ളൂ", എന്നായിരുന്നു അഡ്വക്കേറ്റ് അച്യുതമേനോന്റെ മറുപടി.

കോയമ്പത്തൂർ കോടതിയുടെ വിധിയിൽ പറയുന്നു, "കൊലക്കുറ്റം സംശയാതീതമായി തെളിയിച്ചിട്ടില്ല. മൃതദേഹം കണ്ടെടുത്തിട്ടില്ല. അതു നശിപ്പിച്ചതായും തെളിയിച്ചിട്ടില്ല."

രാജന്റെ മൃതദേഹം എങ്ങനെ നശിപ്പിച്ചു എന്നോ, മൃതദേഹത്തിന്റെ അവശിഷ്ടങ്ങൾ എവിടെ ഒളിപ്പിച്ചു എന്നോ കണ്ടുപിടിച്ചു കോടതിയിൽ തെളിവു ഹാജരാക്കുന്നതിൽ അന്വേഷണ ഉദ്യോഗസ്ഥന്മാർ പരാജയപ്പെട്ടു. ഡി.ഐ.ജി. രാജഗോപാൽ നാരായണൻ, പൊലീസ് സൂപ്രണ്ട് കെ.മൊയ്തീൻ കുഞ്ഞി, എറണാകുളം അസി. കമ്മീഷണർ സി.ടി. ആന്റണി മുതലായ ഉന്നത റാങ്കുള്ള പൊലീസ് ഉദ്യോഗസ്ഥർ അടങ്ങിയ അന്വേഷണ സംഘമാണ് കേസ് അന്വേഷിച്ചത്.

എന്നാൽ ഇന്റലിജൻസ് ഓഫീസർ എന്ന താരതമ്യേന താണ തസ്തികയിൽ ജോലി ചെയ്ത കെ.ജി.കെ.കുറുപ്പ് പിന്നീട് മീഡിയ വൺ ചാനലിൽ പറയുന്നു, "രാജന്റെ മൃതശരീരം എവിടെ, എങ്ങനെ നശിപ്പിച്ചു എന്ന് എനിക്കറിയാം." രാജന്റെ മരണം നടക്കുമ്പോൾ കോഴിക്കോട്ടു ജോലി ചെയ്തിരുന്ന കുറുപ്പ് സംഭവശേഷം കക്കയം ക്യാമ്പിൽ പോയിരുന്നതായും അവിടെ എന്തോ അനിഷ്ടസംഭവം നടന്നതായി വ്യക്തമായതായും പറയുന്നു.

"അവിടെ ഉണ്ടായിരുന്ന ഉദ്യോഗസ്ഥരിൽ നിന്നു തന്നെയാണ് പിന്നീടു ഞാൻ വിവരം ശേഖരിച്ചത്. ഞങ്ങൾക്ക് അതൊക്കെ കണ്ടുപിടിക്കുവാൻ മാർഗ്ഗങ്ങളുണ്ട്."

രാജന്റെ മരണവാർത്ത അറിയിച്ചുകൊണ്ട് താൻ തിരുവനന്തപുരത്തേക്ക് ഔദ്യോഗിക കത്ത് അയച്ചിരുന്നു എന്നും കുറുപ്പ് അവകാശപ്പെടുന്നു.

ഒരു സാധാരണ ഇൻറലിജൻസ് ഓഫീസറിന് നിസ്സാരമായി കണ്ടുപിടിക്കുവാൻ സാധിച്ച വിവരങ്ങൾ ഉന്നത റാങ്കുള്ള ഉദ്യോഗസ്ഥർ അടങ്ങിയ അന്വേഷണ സംഘത്തിനു കണ്ടുപിടിക്കുവാൻ കഴിഞ്ഞില്ല എന്നത് അവിശ്വസനീയമല്ലേ? അന്വേഷണ സംഘം കുറുപ്പിന്റെ കത്തു പരിശോധിക്കുകയോ, കുറുപ്പിനെ ചോദ്യം ചെയ്യുകയോ ചെയ്യാഞ്ഞതെന്തേ?

മൃതദേഹം കണ്ടെടുത്തില്ല എന്ന കാരണത്താൽ കൊലപാതകം സംശയാസ്പദമായി തെളിയിച്ചിട്ടില്ല എന്ന നിഗമനത്തിൽ കോടതി

എത്തുന്നു. പ്രതികളെ കൊലപാതകത്തിനു ശിക്ഷിക്കാഞ്ഞതും അതിനാലാണ്.

പൊലീസുകാർക്കെതിരെയുള്ള കേസുകൾ സി.ബി.ഐ. പോലെയുള്ള ഇതര ഏജൻസികളെക്കൊണ്ടു മാത്രം അന്വേഷിപ്പിക്കുകയാണ് ഇതിന്റെ പരിഹാരം. ഇക്കാര്യത്തിനും നിയമനിർമ്മാണം നടത്തേണ്ടത് ആവശ്യമാണ്.

സാക്ഷികൾ

ക്യാമ്പിലുണ്ടായിരുന്ന പല പൊലീസുകാരും സംഭവത്തെപറ്റി അന്വേഷണ സംഘത്തിനു മൊഴി കൊടുത്തിരുന്നു. ഇവരെല്ലാംതന്നെ കോടതിയിൽ പ്രതികൾക്കനുകൂലമായി മൊഴി മാറ്റിപ്പറഞ്ഞു. അന്വേഷണ ഉദ്യോഗസ്ഥർ പൊലീസുകാരായ തങ്ങളെ മർദ്ദിച്ച് അവശരാക്കിയതിനാലാണ് മൊഴി കൊടുത്തതെന്നും അതൊന്നും വാസ്തവമല്ല എന്നും അവർ മൊഴി നൽകി. (എന്നുവെച്ചാൽ, പൊലീസുകാരായ സാക്ഷികളെയെല്ലാം പൊലീസുകാരായ അന്വേഷണ ഉദ്യോഗസ്ഥന്മാർ മർദ്ദിച്ചു എന്നാണ് ഇവർ സമർത്ഥിക്കുന്നത്).

കോയമ്പത്തൂർ കോടതി

കോയമ്പത്തൂർ കോടതിയിലെ ജഡ്ജി എം.എ.പക്കീരി മുഹമ്മദ് ആയിരുന്നു. പണം, സ്ഥാനമാനങ്ങൾ മുതലായ പ്രലോഭനങ്ങൾക്ക് അതീതനായ, സത്യസന്ധനായ ന്യായാധിപൻ.

എന്നാൽ കോയമ്പത്തൂർ കോടതിയുടെ വിധിയിൽ പരസ്പര വിരുദ്ധവും വിചിത്രവുമായ നിരവധി നിരീക്ഷണങ്ങൾ ഉണ്ട്:

1. വിധിയിൽ പറയുന്നു, “ഉരുട്ടൽ മൂലം കഠിനമായ വേദന ഉണ്ടാകാമെന്നല്ലാതെ മരണം സംഭവിക്കണമെന്നില്ല. ഉരുട്ടലിനു വിധേയരായ ചാലിയും കെ.രാജനും മരിച്ചില്ലല്ലോ.”

   കോഴിക്കോട് സെഷൻസ് കോടതിയിൽ ജയറാം പടിക്കലിന്റെയും പുലിക്കോടന്റെയും ജാമ്യം തേടുമ്പോൾ അവരുടെ വക്കീൽ ഇതേ വാദം ഉയർത്തിയിരുന്നു, “റോളറും മറ്റും ഉപയോഗിച്ചുള്ള മർദ്ദനം ഏറ്റിട്ടും പലരും മരിക്കാതെ പുറത്തു വന്നിട്ടുള്ളതിനാൽ, മർദ്ദനം മൂലമാണ് രാജൻ മരിച്ചതെന്നു പറയുവാൻ സാധിക്കില്ല.”

   അതിനു കോഴിക്കോട് സെഷൻസ് കോടതി കൊടുത്ത മറുപടി, “കത്തിക്കുത്തേറ്റവരും മരിക്കാതിരിക്കുന്നുണ്ട്”, എന്നായിരുന്നു.

   ഉരുട്ടിയാൽ ആന്തരിക രക്തസ്രാവത്താൽ മരണം സംഭവിക്കാം എന്നു ഡോക്ടർ പി.വി.ഗുഹരാജ്, ഡോക്ടർ കാന്തസ്വാമി എന്നീ വിദഗ്ധർ കോയമ്പത്തൂർ കോടതിയിൽ സാക്ഷ്യപ്പെടുത്തി.

ഈ വിദഗ്ധ അഭിപ്രായം തള്ളിക്കളഞ്ഞുകൊണ്ട്, "ഉരുട്ടൽ മൂലം കഠിനമായ വേദന ഉണ്ടാകാമെന്നല്ലാതെ മരണം സംഭവിക്കണമെന്നില്ല", എന്ന് കോടതി എങ്ങനെ തീരുമാനിച്ചു?

2. കോയമ്പത്തൂർ കോടതി വിധി തുടരുന്നു, "പി.രാജൻ മർദ്ദനത്തെ തുടർന്ന് കക്കയം ക്യാമ്പിൽ മരിച്ചു എന്ന് സാഹചര്യത്തെളിവുകളിൽ നിന്നും അനുമാനിക്കാം എങ്കിലും കൊലക്കുറ്റം സംശയാതീതമായി തെളിയിച്ചിട്ടില്ല. മൃതദേഹം കണ്ടെടുത്തിട്ടില്ല. അതു നശിപ്പിച്ചതായും തെളിയിച്ചിട്ടില്ല. അതുകൊണ്ട് മൃതദേഹം നീക്കം ചെയ്യുന്നതു കണ്ടതായി പറയുന്ന മറിയം ലോനപ്പൻ, വി.ജെ.തോമസ് എന്നിവരുടെ സാക്ഷ്യങ്ങൾക്കു പ്രസക്തിയില്ല."

   a. 'പി.രാജൻ, മർദ്ദനത്തെ തുടർന്ന് കക്കയം ക്യാമ്പിൽ മരിച്ചു എന്ന് സാഹചര്യത്തെളിവുകളിൽ നിന്നും അനുമാനിക്കാം' എന്നു പറയുന്നതിന് അല്പം മുൻപാണ്, 'മർദ്ദനം മൂലമാണ് രാജൻ മരിച്ചതെന്നു പറയുവാൻ സാധിക്കില്ല' എന്ന് ഇതേ കോടതി പറയുന്നത്.

   b. സാഹചര്യത്തെളിവുകളിൽ നിന്നും രാജൻ മരിച്ചു എന്ന് അനുമാനിക്കാം എങ്കിൽ മൃതദേഹം നീക്കം ചെയ്യുന്നതു കണ്ടതായി പറയുന്ന സാക്ഷ്യങ്ങൾക്കു പ്രസക്തി ഇല്ലാതെയാകുന്നത് എങ്ങനെയാണ്?

3. ഉരുട്ടിയാൽ ആന്തരിക രക്തസ്രാവത്താൽ മരണം സംഭവിക്കാം എന്നു ഡോക്ടർ പി.വി.ഗുഹരാജ്, ഡോക്ടർ കാന്തസ്വാമി എന്നീ വിദഗ്ധർ കോയമ്പത്തൂർ കോടതിയിൽ നൽകിയ സാക്ഷ്യത്തെപ്പറ്റി,

   "കൊലക്കുറ്റം സംശയാതീതമായി തെളിയിച്ചിട്ടില്ലാത്തതിനാൽ ഈ അഭിപ്രായങ്ങൾക്കു പ്രസക്തിയില്ല", എന്നാണ് കോടതിയുടെ വിലയിരുത്തൽ.

4. "കൊടുംകാട്ടിനുള്ളിൽ നിയമവിരുദ്ധമായി പൊലീസ് കസ്റ്റഡിയിൽ വെച്ച് ഇരുമ്പുലക്ക ഉപയോഗിച്ച് ഉരുട്ടി, ചങ്ങല കൊണ്ടു മർദ്ദിച്ചു. മർദ്ദനത്തിൽ ഒരാൾ കൊല്ലപ്പെട്ടു", എന്നാണ് പ്രോസിക്യൂഷൻ കേസ്.

   "പി.രാജൻ മർദ്ദനത്തെ തുടർന്ന് കക്കയം ക്യാമ്പിൽ മരിച്ചു എന്ന് സാഹചര്യത്തെളിവുകളിൽ നിന്നും അനുമാനിക്കാം", എന്നു വിധിയിൽ പറയുന്നുണ്ട്. എന്നാൽ അതേ വിധിയിൽ തന്നെ "കഠിനമായ പരിക്കേൽപ്പിച്ചു എന്നു നിയമദൃഷ്ട്യാ പറയാവുന്ന ഘടകങ്ങൾ കേസിൽ ഉണ്ടായിട്ടില്ല", എന്നും പറയുന്നു.

   കഠിനമായ പരിക്കേൽപ്പിക്കാതെ രാജൻ എങ്ങനെയാണ് മരിച്ചത്?

   ഇരുമ്പുലക്ക ഉപയോഗിച്ച് ഉരുട്ടുന്നതും ചങ്ങല കൊണ്ടു മർദ്ദിക്കുന്നതും എന്തു കൊണ്ടാണ് 'കഠിനമായ' പരിക്കേൽപ്പിച്ചു എന്നു നിയമദൃഷ്ട്യാ പറയാവുന്ന ഘടകങ്ങൾ' അല്ലാത്തത്?

5. വിധി തുടരുന്നു, "കായണ്ണക്കേസ് അന്വേഷണവേളയിൽ ഉണ്ടായ പീഡനങ്ങളിൽ പ്രതികൾക്കു ദുരുദ്ദേശ്യം ഉണ്ടായിരുന്നില്ല."

   സദുദ്ദേശ്യകരമായ പൊലീസ് പീഡനം ഏതു നിയമപ്രകാരമാണ്?

6. സാക്ഷി സത്യൻ സിദ്ധാപ്പൂരിൽ ഒരു വിശ്വാസ വഞ്ചനാക്കേസിൽ പ്രതിയായിരുന്ന കാര്യം കോടതിയിൽ നിന്നും മറച്ചു വെച്ചതിനാൽ അയാളെ വിശ്വസിക്കരുതെന്നു പ്രതിഭാഗം വാദിച്ചു. അതിനുത്തരമായി 'ഒരു മോഷ്ടാവിന്റെ മൊഴി പോലും കൊലക്കേസിൽ അവിശ്വസിക്കേണ്ടതില്ല', എന്ന നിയമ വസ്തുത കോയമ്പത്തൂർ കോടതി എടുത്തു കാട്ടി.

   എന്നാൽ പുലിക്കോടനെ മർദ്ദനമുറിയിൽ കണ്ട കാര്യം ജോസഫ് ചാലിയും കെ.രാജനും സാക്ഷി പറയുമ്പോൾ താൻ തന്നെ ഉദ്ധരിച്ച 'നിയമ വസ്തുത' ജഡ്ജി മറന്നു പോയതായി കാണുന്നു: 'പുലിക്കോടൻ നാരായണൻ മാർക്സിസ്റ്റുകളുടേയും നക്സലൈറ്റുകളുടേയും ബദ്ധശത്രുവായതിനാൽ പുലിക്കോടനെ കേസിൽ കുടുക്കുവാൻ ഇവർ ശ്രമിക്കുകയാണ് എന്നു കരുതണം', എന്നു പറഞ്ഞുകൊണ്ട് ഇവരുടെ മൊഴി അദ്ദേഹം തള്ളിക്കളയുന്നു. കക്കയം ക്യാമ്പിൽ ക്രൂരമായ പീഡനത്തിനിരയായ ഇവരുടെ അതിപ്രധാനമായ മൊഴി തള്ളിയതാണ് പുലിക്കോടൻ കുറ്റവിമുക്തനാകുവാനുള്ള പ്രധാന കാരണം.

   എന്നാൽ കെ.രാജന്റെ മൊഴിയെപ്പറ്റി കേരള ഹൈക്കോടതി പറയുന്നതു ശ്രദ്ധിക്കുക:

   "പ്രോസിക്യൂഷൻ വിറ്റ്നെസ്സ് 9 (രാജൻ) നല്കിയ തെളിവ് വാദിയുടെ കേസ് വാസ്തവമാണെന്നു കാട്ടുന്നതിന് എറെ സഹായകമാണെന്നു കരുതുകയാൽ ഞങ്ങൾ ജിജ്ഞാസയോടെ അതു നന്നായി പരിശോധിച്ചു."

   "താൻ കക്കയം ക്യാമ്പിൽ രാജനെ കണ്ടുവെന്നും രാജനെ പൊലീസ് പീഡിപ്പിച്ചെന്നും അബോധാവസ്ഥയിലായ രാജനെ എടുത്തുകൊണ്ടു പോയി എന്നുമുള്ള അയാളുടെ മൊഴി അവിശ്വസിക്കാൻ ഞങ്ങൾ ഒരു കാരണവും കാണുന്നില്ല."

   കേരള ഹൈക്കോടതി വിശ്വാസയോഗ്യനായി കണ്ട കെ.രാജനെ കോയമ്പത്തൂർ കോടതി വിശ്വസിക്കുന്നില്ല.

7. ക്യാമ്പിലുണ്ടായിരുന്ന പൊലീസുകാർ അന്വേഷണ സംഘത്തിനു കൊടുത്ത മൊഴി കോടതിയിൽ മാറ്റിപ്പറയുന്നു. അന്വേഷണ ഉദ്യോഗസ്ഥർ പൊലീസുകാരായ തങ്ങളെ മർദ്ദിച്ച് അവശരാക്കിയതിനാലാണ് മൊഴി കൊടുത്തതെന്നും അതൊന്നും വാസ്തവമല്ല എന്നുമാണ് കാരണം പറയുന്നത്. പൊലീസുകാരായ സാക്ഷികളെയെല്ലാം പൊലീസുകാരായ അന്വേഷണ ഉദ്യോഗസ്ഥന്മാർ മർദ്ദിച്ചു എന്ന അവിശ്വസനീയമായ പ്രസ്താവം മുഖവിലയ്ക്ക് എടുക്കുവാൻ കോടതി

തയ്യാറായി. ഇവരുടെ മൊഴിമാറ്റത്തിൽ കോടതി അസ്വഭാവികത കാണുന്നില്ല.

8. കോയമ്പത്തൂർ കോടതി അംഗീകരിച്ച തെളിവുകൾ പ്രകാരം,

"കേരള പൊലീസിന്റെ വടക്കൻ മേഖലയിലെ എല്ലാ സന്നാഹങ്ങളും (ആൾക്കാരും വാഹനങ്ങളും ഉൾപ്പെടെ) ജയറാം പടിക്കലിന്റെ അധീനതയിലായിരുന്നു. പ്രതികളെ തിരയുന്നതിനും ചോദ്യം ചെയ്യുന്നതിനുമായി വിവിധ സ്റ്റേഷനുകളിൽ നിന്നും ഉദ്യോഗസ്ഥരെയും പൊലീസുകാരെയും വരുത്തി. മലബാർ റിസേർച്ച് പൊലീസിനെ കാവലിന് ഏർപ്പെടുത്തി. ഡി.ഐ.ജി. (നോർത്ത്) റ്റി.വി.മധുസൂദനൻ, കോഴിക്കോട് എസ്.പി. ലക്ഷ്മണ എന്നിവർ കക്കയം ക്യാമ്പ് തുടങ്ങിയതു മുതൽ അവിടെ താമസം ഉണ്ടായിരുന്നു."

തങ്ങളെ കക്കയം ക്യാമ്പിൽ മർദ്ദിച്ച പൊലീസുകാരിൽ പലരേയും മർദ്ദനമേറ്റവർ കോടതിയിൽ കൊടുത്ത മൊഴിയിൽ പേരെടുത്തു പറഞ്ഞിട്ടുണ്ട്. ഇവർ മിക്കവരും ലോക്കൽ പൊലീസുകാർ ആയിരുന്നു, ക്രൈംബ്രാഞ്ചിലെ പൊലീസുകാർ ആയിരുന്നില്ല. ഈ തെളിവുകൾ എന്തുകൊണ്ട് പരിഗണിച്ചില്ല എന്നു കോടതി പറയുന്നില്ല.

മർദ്ദനത്തിന്റെ ഉത്തരവാദിത്വം ക്രൈംബ്രാഞ്ചിനു മാത്രമാണ് എന്നായിരുന്നു ജഡ്ജിയുടെ തീരുമാനം. അതിനാൽ മർദ്ദനമേറ്റവർ തങ്ങളുടെ മൊഴിയിൽ പേരെടുത്തു പറഞ്ഞ, ഉരുട്ടലിൽ പങ്കെടുത്ത പുലിക്കോടൻ നാരായണൻ, മറ്റു ലോക്കൽ പൊലീസുകാർ, ക്യാമ്പ് തുടങ്ങിയതു മുതൽ അവിടെ താമസം ഉണ്ടായിരുന്ന ഉന്നത പൊലീസുദ്യോഗസ്ഥരായ ഡി.ഐ.ജി. മധുസൂദനൻ, എസ്.പി. ലക്ഷ്മണ എന്നിവരാരും ശിക്ഷിക്കപ്പെട്ടില്ല.

9. വിധിയിൽ പറയുന്നു, "തീവ്രവാദികളായ സാമൂഹികവിരുദ്ധന്മാർ ഒരു പൊലീസ് സ്റ്റേഷന്റെ നേരെ ക്രൂരവും പ്രാകൃതവുമായ രീതിയിൽ ആക്രമണം നടത്തുകയും മൂന്നു കോൺസ്റ്റബിൾമാരെ നിഷ്ഠൂരമായി പരിക്കേൽപ്പിക്കുകയും നിറതോക്കുകളും വെടിക്കോപ്പുകളും തട്ടിക്കൊണ്ടുപോവുകയും ചെയ്തപ്പോൾ, അതിനെ നേരിടാൻ കൃത്യബോധത്തോടെ കുതിച്ചെത്തിയ പൊലീസ്..."

വിധിയുടെ അവസാന ഭാഗത്ത് ശിക്ഷിക്കപ്പെട്ടവരും വിട്ടയക്കപ്പെട്ടവരുമായ പ്രതികളെ അവരുടെ പൂർവകാല സേവനങ്ങളുടെ പേരിൽ ജഡ്ജി ശ്ലാഘിക്കുന്നു.

രണ്ടു വ്യത്യസ്ത കാര്യങ്ങൾ സൂചിപ്പിക്കുവാനായാണ് ഈ കോടതി നിരീക്ഷണങ്ങൾ ഉദ്ധരിച്ചത്.

a. തീവ്രവാദികൾക്കെതിരെയും പൊലീസിനനുകൂലമായും കോടതിയുടെ വാക്കുകളിൽ പക്ഷപാതം കാണുന്നില്ലേ? ഈ മുൻവിധി പ്രതികൾ രക്ഷപ്പെടുന്നതിനു കാരണമായില്ലേ?

b. വിദ്യാർത്ഥികളായ പി.രാജൻ, ജോസഫ് ചാലി എന്നിവരെ നിയമ വിരുദ്ധമായി കസ്റ്റഡിയിൽ വയ്ക്കുകയും തെളിവു ശേഖരിക്കുന്നതിനും കുറ്റസമ്മതം ചെയ്യിക്കുന്നതിനുമായി 'ഉരുട്ടൽ' എന്ന മർദ്ദനമുറയ്ക്കു വിധേയരാക്കുകയും പി.രാജനെ കൊല്ലുകയും ചെയ്തു എന്നതാണ് കോടതിയുടെ മുൻപിലുള്ള കേസ്. കോടതി മുകളിൽ ഉദ്ധരിക്കുന്ന കായണ്ണ സ്റ്റേഷൻ ആക്രമണക്കേസല്ല ഇവിടെ വിചാരണയിലുള്ളത്. തന്നെയല്ല, ഇവിടെ വിചാരണ ചെയ്യുന്ന കേസിൽ പീഡിപ്പിക്കപ്പെട്ട ചാലിയും രാജനും കായണ്ണ കേസിലെ പ്രതികളുമല്ല.

സാധാരണ പൗരനെ സംരക്ഷിക്കുവാൻ ബാദ്ധ്യതയുള്ള പൊലീസുകാർ അതിനു കടകവിരുദ്ധമായി ഒരു പൗരനെ പിടിച്ചുകൊണ്ടുപോയി മർദ്ദിച്ചു കൊന്നു എന്നാണ് പ്രോസിക്യൂഷൻ കേസ്. ഹേബിയസ് കോർപസ് വിധിയിൽ കേരള ഹൈക്കോടതി ഇക്കാര്യം എടുത്തു പറഞ്ഞിട്ടുണ്ട്. എന്നാൽ കോയമ്പത്തൂർ കോടതി കേസിനെ കാണുന്നത് ഈ കാഴ്ചപ്പാടിലല്ല.

അടിയന്തരാവസ്ഥ നിലനിന്ന കാലത്ത്, കാട്ടിനുള്ളിൽ സ്ഥാപിച്ച രഹസ്യ ക്യാമ്പിൽ നടന്ന കൊലപാതകം. രാജനെ കക്കയം ക്യാമ്പിൽ ക്രൂരമായി മർദ്ദിച്ചതിനും രാജൻ അബോധാവസ്ഥയിൽ കിടക്കുന്നതിനും ദൃക്സാക്ഷികളുണ്ട്. മൃതദേഹം ചാക്കിലാക്കി പൊലീസ് ജീപ്പിൽ കയറ്റുന്നതിനും ദൃക്സാക്ഷികളുണ്ട്. ഒരു കൊല്ലത്തിനു ശേഷം നടന്ന അന്വേഷണത്തിൽ മൃതദേഹം കണ്ടെടുത്തില്ല എന്ന ഒറ്റ കാരണത്താൽ, മറ്റു തെളിവുകൾ എല്ലാം തള്ളിക്കൊണ്ട്, 'കൊലക്കുറ്റം സംശയാതീതമായി തെളിയിച്ചിട്ടില്ല' എന്നു കോടതി വിധിക്കുന്നു.

മനസ്സാക്ഷിയിലെ കറ

കുറ്റവാളികളെ ശിക്ഷിക്കുവാൻ ഉതകുന്ന തീരുമാനങ്ങളും നിയമനങ്ങളും നടപ്പാക്കേണ്ട സർക്കാർതലത്തിലും തെളിവുകൾ ശേഖരിച്ചു കുറ്റമറ്റ രീതിയിൽ കോടതിയിൽ ഹാജരാക്കേണ്ട കുറ്റാന്വേഷണ തലത്തിലും കോടതിയിൽ ശക്തമായ വാദങ്ങൾ നിരത്തേണ്ട പ്രോസിക്യൂഷൻ തലത്തിലും എല്ലാം സാരമായ വിഴ്ചകൾ സംഭവിച്ചു. കോടതിയുടെ മനോഭാവവും ഘാതകർക്കു തുണയായി.

ഈച്ചരവാര്യർ പറഞ്ഞു, 'ജനാധിപത്യ കേരളത്തിന്റെ കൊടിക്കൂറയിൽ എക്കാലവും കണ്ണീരിൽ വിരിഞ്ഞ ഒരു പൂവ് വിടർന്നു നില്ക്കും."

നീതിനിഷേധത്തിന്റെ പ്രതീകമായി, കേരളത്തിന്റെ മനസ്സാക്ഷിയിലെ കറയായി രാജൻകേസ് എന്നും ഓർമ്മിക്കപ്പെടും.

പത്തൊൻപത്
രാജന്റെ നക്സലൈറ്റ് ബന്ധങ്ങൾ

ജയറാം പടിക്കൽ 07.01.1977ൽ ഐ.ജി.പി.ക്കയച്ച റിപ്പോർട്ടിൽ പറയുന്നു, "രാജൻ തീവ്രവാദികളുമായി ബന്ധം പുലർത്തിയിരുന്നതായി വെളിപ്പെട്ടിട്ടുണ്ട്. സ്റ്റേഷൻ ആക്രമണത്തിനു മുൻപ് കേസിലെ പ്രതികൾക്കു യോഗം ചേരുന്നതിന് രാജൻ സൗകര്യം നൽകി."

28.12.1976ൽ കോഴിക്കോട് എസ്.പി. ലക്ഷ്മണ ജയറാം പടിക്കലിനു സമർപ്പിച്ച റിപ്പോർട്ടിൽ പറയുന്നു:

'കേസിലെ ചില പ്രതികൾക്ക് രഹസ്യസമ്മേളനങ്ങൾ നടത്തുന്നതിനും സംഭവത്തിനുശേഷം ഒളിവിൽ പോയ പ്രതികൾക്ക് താമസിക്കുവാനും രാജൻ സൗകര്യം ചെയ്തു കൊടുത്തതായി തെളിഞ്ഞു. തനിക്കെതിരെ പൊലീസ് അന്വേഷണം ഉണ്ടാകുമെന്നു ഭയന്ന് മാർച്ചിന്റെ തുടക്കത്തിൽ ഇയാൾ ഒളിവിൽ പോയതായി വ്യക്തമായി. അതിനാൽ രാജനെ അറസ്റ്റു ചെയ്യുവാൻ കഴിഞ്ഞില്ല."

പി.രാജൻ ആർ.ഇ.സി. ഹോസ്റ്റലിൽ ആയിരുന്നു താമസം. ഓരോ ഹോസ്റ്റലിലും അക്കാലത്ത് ഇരുനൂറ്റിയൻപതോളം കുട്ടികൾ താമസമുണ്ടായിരുന്നു. അത്തരം അഞ്ചു ഹോസ്റ്റലുകളാണ് ഈ ക്യാമ്പസ്സിനുള്ളിൽ അന്ന് ഉണ്ടായിരുന്നത്. ആയിരത്തിൽപരം കുട്ടികൾ താമസിക്കുന്ന ഹോസ്റ്റൽ ക്യാമ്പസിൽ പുറത്തു നിന്നും ആളുകൾ കയറിയാൽ ശ്രദ്ധിക്കപ്പെടും. ഇത്തരത്തിലുള്ള ഒരു സ്ഥലത്ത് രാജൻ എങ്ങനെ 'രഹസ്യ സമ്മേളനങ്ങൾ' നടത്തി? എവിടെയാണ് രാജൻ രഹസ്യ സമ്മേളനങ്ങൾ നടത്തുന്നതിനു സൗകര്യം ചെയ്തു കൊടുത്തത്?

ഇതിന്റെ നിജസ്ഥിതി അറിയുവാനായി ആ കാലത്തു രാജനുമായി ബന്ധപ്പെട്ടിരുന്നവരെ തിരഞ്ഞുപിടിച്ചു സംസാരിച്ചു.

ആദ്യമായി ഈ രഹസ്യത്തിന്റെ ചുരുളുകൾ അഴിയുന്നു:

നക്സലൈറ്റ് പ്രസ്ഥാനത്തിന്റെ ദളങ്ങൾ ആ കാലത്തു ചാത്ത മംഗലത്തു രൂപം കൊണ്ടിരുന്നു. വിദ്യാർത്ഥികളും ഹോസ്റ്റലിലെ മെസ് ജീവനക്കാരും അടങ്ങുന്ന, ആറുപേരുടെ ഒരു ദളം ആർ.ഇ.സി. ക്യാമ്പ സിന്റെ ഉള്ളിലും രൂപം കൊണ്ടു. രാജൻ അതിന്റെ അംഗമായിരുന്നു. ക്യാമ്പ സിന്റെ ഏറ്റവും അറ്റത്തുള്ള 'ഇ' ഹോസ്റ്റലിന്റെ പുറകിൽ, മരങ്ങൾക്കിട യിൽ, അവർ രാത്രികാലങ്ങളിൽ സമ്മേളിച്ചിരുന്നു.

എന്നാൽ നക്സലൈറ്റ് പ്രസ്ഥാനത്തെ രാജൻ പൂർണ്ണമായി ഉൾ ക്കൊണ്ടില്ല. രാജന്റെ സംശയങ്ങൾ തീർക്കുവാനായി രാത്രി മുഴുവൻ അയാളുമായി ചെത്തുകടവിലും പുഴക്കരയിലും സംവാദിച്ചു നടക്കാറുണ്ടാ യിരുന്നതായി രാജനുമായി ബന്ധപ്പെട്ടിരുന്നവർ പറയുന്നു.

നക്സലൈറ്റുകളുടെ ലഘുലേഖകൾ അടിച്ചിരുന്ന സൈക്ലോസ്റ്റൈ ലിംഗ് മെഷീൻ നന്നാക്കിയ ശേഷം അതു തിരിച്ചു കൊടുക്കുവാനായി 'ഡി' ഹോസ്റ്റലിലെ രാജന്റെ മുറിയിൽ വന്നിട്ടുള്ളതായി ഒരാൾ പറഞ്ഞു.

പി.രാജൻ നേരിട്ടു തന്നെയാണ് ഇതു നന്നാക്കുവാനായി കാനങ്ങോട്ടു രാജന്റെ ടൈപ്പ്റൈറ്റിംങ് ഇൻസ്റ്റിറ്റ്യൂട്ടിൽ കൊണ്ടു കൊടുത്തത് .

ആർ.ഇ.സി. മെസ് ജീവനക്കാരനായിരുന്ന കോരുവിന്റെ വീട്ടിൽ വെച്ച് നക്സലൈറ്റ് പ്രസ്ഥാനത്തിലെ ഉന്നത നേതാക്കളുടെ ഒരു മീറ്റിങ്ങ് (സ്റ്റേറ്റ് കമ്മറ്റി) നടന്നുവെന്നും അതിനു വേണ്ട ഒരുക്കങ്ങൾ നടത്തിയതു രാജൻ ആയിരുന്നുവെന്നും ഇവർ പറയുന്നു.

അതിനാൽ, 'രാജൻ തീവ്രവാദികളുമായി ബന്ധം പുലർത്തിയിരുന്ന തായി വെളിപ്പെട്ടിട്ടുണ്ട്' എന്ന ജയറാം പടിക്കലിന്റെ റിപ്പോർട്ടും 'രഹസ്യ സമ്മേളനങ്ങൾ നടത്തുന്നതിനു രാജൻ സൗകര്യം ചെയ്തു കൊടുത്തു' എന്ന ലക്ഷ്മണയുടെ പ്രസ്താവവും ശരിയായിരുന്നു.

എന്നാൽ, ലക്ഷ്മണയുടെ റിപ്പോർട്ടിന്റെ ശേഷം ഭാഗങ്ങൾ നോക്കുക:

"തനിക്കെതിരെ പൊലീസ് അന്വേഷണം ഉണ്ടാകുമെന്നു ഭയന്ന് മാർച്ചിന്റെ തുടക്കത്തിൽ ഇയാൾ ഒളിവിൽ പോയതായി വ്യക്തമായി. അതി നാൽ രാജനെ അറസ്റ്റു ചെയ്യുവാൻ കഴിഞ്ഞില്ല."

രാജന്റെ കൊലപാതകം മറച്ചുവെക്കുവാനായി ലക്ഷ്മണ ചമച്ച നുണ ക്കഥയായിരുന്നു ഇത്.

28.02.1976 മുതൽ 12.03.1976 വരെ താൻ കായണ്ണ അന്വേഷണ ക്യാമ്പിൽ നേരിട്ടു ഹാജരായിരുന്നതായി ലക്ഷ്മണ ഹൈക്കോടതയിൽ ബോധിപ്പി ക്കുന്നുണ്ട്. അതായത് 1976 മാർച്ച് രണ്ടാം തീയതി, കക്കയം ക്യാമ്പിൽ രാജൻ കൊല്ലപ്പെടുമ്പോൾ ലക്ഷ്മണ അവിടെ ഉണ്ടായിരുന്നു.

ലക്ഷ്മണയുടെ റിപ്പോർട്ട് കള്ളമാണെന്ന് ഹൈക്കോടതി കണ്ടെത്തി യിരുന്നു. 'രാജനെ അറസ്റ്റു ചെയ്തില്ല' എന്ന ലക്ഷ്മണയുടെ പ്രസ്താ വനയും കള്ളമാണെന്ന് ഹൈക്കോടതി വിധിച്ചു.

ജസ്റ്റിസ് പി.സുബ്രമണ്യം പോറ്റിയുടെ വിധിയിൽ പറയുന്നു, "ജയറാം പടിക്കൽ, കരുണാകരൻ, ലക്ഷ്മണ എന്നിവർക്കെതിരെ കള്ളത്തെളിവു നൽകിയതിന് നടപടി ആവശ്യമാണ് എന്നു ഞങ്ങൾ തീരുമാനിക്കുന്നു. ഇവർക്കെതിരെ പീനൽ കോഡ് എസ്.191, എസ്സ്.193 എന്നീ വകുപ്പുകൾ പ്രകാരം എറണാകുളം ചീഫ് ജുഡിഷ്യൽ മജിസ്ട്രേറ്റ് കോടതിയിൽ കേസ് ഫയൽ ചെയ്യുവാൻ ഹൈക്കോടതി രജിസ്ട്രാരെ ചുമതലപ്പെടുത്തുന്നു."

ആർ.ഇ.സി. വിദ്യാർത്ഥികൾ ആരും തന്നെ കായണ്ണ ആക്രമണത്തിലോ, ആക്രമണത്തിന്റെ ആസൂത്രണത്തിലോ പങ്കെടുത്തിട്ടില്ല. അടുത്ത അദ്ധ്യായത്തിൽ ഇതു വ്യക്തമാകും.

ഇരുപത്

കായണ്ണ പൊലീസ് സ്റ്റേഷൻ ആക്രമണം

കാനങ്ങോട്ടു രാജന്റെ വീടിന്റെ മുകളിലത്തെ നിലയിൽ നക്സലൈറ്റ് (സി.പി.ഐ.എം.എൽ.) സ്റ്റേറ്റ് കമ്മറ്റി കൂടിയിരുന്നു.

കാനങ്ങോട്ടു രാജൻ സി.പി.ഐ.ക്കാരൻ ആയിരുന്നു, നക്സലൈറ്റ് ആയിരുന്നില്ല. വിദ്യാർത്ഥിയായിരുന്നപ്പോൾ മുതൽ അയാൾ സി.പി.ഐ.യുടെ പ്രവർത്തകനായിരുന്നു. രാജന്റെ വീടിന്റെ അടുത്തു മറ്റു വീടുകൾ ഒന്നും ഉണ്ടായിരുന്നില്ല. ചാത്തമംഗലം ഗ്രാമത്തിലെ ഒരു കുന്നിന്റെമുകളിൽ ആയിരുന്നു ഈ വീട്. വീട്ടിലേക്കു വരുന്നവരെ വളരെ ദൂരത്തു നിന്നു തന്നെ കാണുവാൻ കഴിയും. അതിനാൽ രഹസ്യ സമ്മേളനങ്ങൾ നടത്തുന്നതിന് ഉത്തമമായ ഒരു താവളമായി നക്സലൈറ്റുകൾ അതിനെ നോട്ടമിട്ടു. കാനങ്ങോട്ടു രാജനെ നക്സലൈറ്റ് പ്രസ്ഥാനത്തിലേക്ക് ആകർഷിക്കുവാനായി അയാളുടെ പരിചയക്കാരായ സി.പി.ഐ.എം.എൽ. അനുഭാവികളിൽക്കൂടി ശ്രമം നടന്നു. ആദ്യമൊക്കെ മടിച്ചു നിന്ന രാജൻ പതുക്കെ നക്സലൈറ്റ് പ്രസ്ഥാനത്തോട് അനുഭാവം കാട്ടിത്തുടങ്ങി.

നക്സലൈറ്റുകളുടെ ആ കാലത്തെ താത്ത്വിക ആചാര്യനായ കെ.വേണു, എം.ബി.ബി.എസ്. വിദ്യാർത്ഥി വടകരക്കാരൻ വാസു മുതലായ നേതാക്കളുടെ ഷെൽട്ടർ ആയി രാജന്റെ വിടിന്റെ മുകളിലത്തെ നില ഉപയോഗിച്ചു തുടങ്ങി. പിന്നീട് ഈ സ്ഥലം സ്റ്റേറ്റ് കമ്മറ്റി കൂടുവാനായി ഉപയോഗിച്ചു. എന്നാൽ കാനങ്ങോട്ടു രാജൻ സ്റ്റേറ്റ് കമ്മറ്റിയിൽ ഇല്ലായിരുന്നു. സി.പി.ഐ.എം.എൽ. സ്റ്റേറ്റ് കമ്മറ്റി രണ്ടുമൂന്നു ദിവസം വരെ നീണ്ടുപോകും. നേതാക്കൾ പുറത്തേക്കിറങ്ങില്ല. രാജന്റെ അമ്മ മുകളിലേക്കു ഭക്ഷണം കൊടുത്തയയ്ക്കും.

സ്റ്റേറ്റ് കമ്മറ്റി കൂടിയാണ് നക്സലൈറ്റുകൾ കായണ്ണ പൊലീസ് സ്റ്റേഷൻ ആക്രമിക്കുവാൻ തീരുമാനം എടുത്തത്. ഈ കമ്മറ്റിയിൽ മുരളി കണ്ണമ്പിള്ളി പങ്കെടുത്തിരുന്നു. കെ.വേണുവും വടകരക്കാരനായ എം.എം. സോമശേഖരനും ആയിരുന്നു 'ആക്ഷൻ' ആസൂത്രണം ചെയ്തത്.

കൂരാച്ചുണ്ട് ഗ്രാമത്തിലെ ഓടുമേഞ്ഞ ഒരു പഴയ ഷെഡ്ഡിലായിരുന്നു കായണ്ണ പൊലീസ് സ്റ്റേഷൻ. സോമശേഖരന്റെ പ്രവർത്തന മേഖലയായിരുന്നു കൂരാച്ചുണ്ട്.

നക്സലൈറ്റ് വർഗീസിന്റെ അനുസ്മരണ ദിനമായ ഫെബ്രുവരി പതിനെട്ടിന് ആക്രമണം നടത്തുവാനായിരുന്നു ആദ്യം ആലോചിച്ചത്. എന്നാൽ ആ ദിവസം പൂർണ്ണചന്ദ്രൻ ആയിരുന്നതിനാൽ ഫെബ്രുവരി ഇരുപത്തിയേഴു രാത്രിയിലേക്ക് 'ആക്ഷൻ' മാറ്റുകയായിരുന്നു.

കായണ്ണ കേസിലെ ഒന്നാം പ്രതിയായിരുന്ന സോമശേഖരൻ പറയുന്നു:

ആക്ഷന്റെ ചുമതല ഞാനാണ് ഏറ്റെടുത്തത്, സ്ഥലം പരിചയമുള്ളത് എനിക്കു മാത്രമായിരുന്നു. കെ.വേണു, കുന്നേൽ കൃഷ്ണൻ, ഭരതൻ, ദാമോദരൻ മാഷ്, അച്യുതൻ, വത്സരാജൻ, 'ചെറിയ' രാജൻ എന്നു വിളിച്ചിരുന്ന രാമല്ലൂർ രാജൻ, വി.കെ. പ്രഭാകരൻ, റ്റി.റ്റി. സുഗതൻ, അശോകൻ, രാഘവൻ, അപ്പുക്കുട്ടി എന്നിങ്ങനെ ഞങ്ങൾ പതിമ്മൂന്നു പേരാണ് ആക്രമണത്തിൽ പങ്കെടുത്തത്. ആക്ഷന്റെ സമയത്തു പേരു വിളിക്കുവാതെ ഇരിക്കുവാനായി ഓരോരുത്തർക്കും നമ്പർ കൊടുത്തിരുന്നു.

എന്നാൽ ഞങ്ങൾക്കു ചില പിശകുകൾ സംഭവിച്ചു:

രാത്രിയിലെ സിനിമ കഴിഞ്ഞ് ആക്രമണം നടത്തുവാനായിരുന്നു പദ്ധതി. ഞങ്ങളും സിനിമ കാണുവാൻ കൊട്ടകയിൽ കയറി. എന്നാൽ പതിവിനു വിപരീതമായി അന്നു രണ്ടു ഷോ ഉണ്ടായിരുന്നു. ആളുകൾ പിരിഞ്ഞുപോകുവാനായി ഒരേ സിനിമ ഞങ്ങൾ വീണ്ടും കാണേണ്ടതായി വന്നു. ഇത്തരത്തിൽ, ആക്രമണത്തിന്റെ സമയം ഞങ്ങൾ പദ്ധതിയിട്ടതിലും താമസിച്ചു.

സ്റ്റേഷനിൽ നാലു പൊലീസുകാരെ ഉണ്ടാകുകയുള്ളൂ എന്നായിരുന്നു ഞങ്ങളുടെ കണക്കുകൂട്ടൽ. എന്നാൽ അവിടെ പതിനൊന്നു പൊലീസുകാർ ഉണ്ടായിരുന്നു. അതായിരുന്നു രണ്ടാമത്തെ പിശക്.

എന്നാൽ പൊലീസുകാർ മദ്യപിച്ചിട്ട് ഉറക്കമായിരുന്നു. സ്റ്റേഷനിൽ കറണ്ടും ഇല്ലായിരുന്നു. 'ആക്ഷൻ' പത്തുമിനിറ്റേ നീണ്ടുനിന്നുള്ളു. കമ്പിവടിയും കത്തിയുമായിരുന്നു ഞങ്ങളുടെ ആയുധങ്ങൾ. ആക്രമണം തുടങ്ങിയപ്പോൾ പൊലീസുകാർ ഭയചകിതരായി പുറത്തേക്കോടി. സ്റ്റേഷനിൽ ഉണ്ടായിരുന്ന തോക്കുകളും വെടിയുണ്ടകളും ബയണറ്റുകളും എടുത്ത് ഞങ്ങൾ പുറത്തിറങ്ങി.

നേരത്തെ പദ്ധതിയിട്ട പ്രകാരം പല വഴിക്കായി ഞങ്ങൾ പിരിഞ്ഞു തുടങ്ങി. ഇരുട്ടാണ്, എല്ലാവരും പുറത്തിറങ്ങിയോ എന്ന് എനിക്കു സംശയം.

"ആരെങ്കിലും സ്റ്റേഷനിൽ ബാക്കിയുണ്ടോ?" ഞാൻ ഉറക്കെ ചോദിച്ചു.

അപ്പോൾ ഉള്ളിൽ നിന്നും "ക്യാപ്റ്റൻ, ക്യാപ്റ്റൻ", എന്ന വിളി ഉയർന്നു. ഞാനും വേണുവും ഉള്ളിലേക്കു കുതിച്ചു. രണ്ടു പൊലീസുകാർ കൃഷ്ണേട്ടനെ കമഴ്ത്തിക്കിടത്തിയിട്ട് അയാളുടെ മുകളിൽ കയറി ഇരിക്കുന്നു. ഒരാൾ കൃഷ്ണേട്ടന്റെ കൈവിരലിൽ കടിച്ചു പിടിച്ചിട്ടുണ്ട്. ഞങ്ങൾ കടന്നു ചെന്നപ്പോൾ, "അവന്മാർ പിന്നെയും വരുന്നെടാ", എന്ന് ആക്രോശിച്ചു കൊണ്ട് പൊലീസുകാർ ഇറങ്ങി ഓടി. ഞങ്ങൾ രണ്ടു പേരേ ഉണ്ടായിരുന്നുള്ളൂ എന്നത് ഇരുട്ടായിരുന്നതിനാൽ അവർക്കു മനസ്സിലായില്ല. കൃഷ്ണേട്ടനെയും കൂട്ടി ഞങ്ങൾ പുറത്തിറങ്ങി.

മാർച്ച് ഒന്നാം തീയതി രാജനേയും ചാലിയേയും പിടിക്കുവാനായി ആർ.ഇ.സി. ഹോസ്റ്റലിൽ പൊലീസുകാർ വന്നു. അപ്പോൾ ഹോസ്റ്റലിനു തൊട്ട് അപ്പുറത്തുള്ള ഒരു കെട്ടിടത്തിൽ, മുരളിയുടെ മുറിയിൽ, ഞാനും വാസുവും ഉണ്ടായിരുന്നു. രാജനേയും ചാലിയേയും അറസ്റ്റു ചെയ്ത വിവരം (ഡോബി) സത്യനാണ് ഞങ്ങളെ അറിയിച്ചത്. വാസുവും ഞാനും മുറിയിൽ നിന്നിറങ്ങി കട്ടാങ്ങൽ മുക്കിലേക്കു നടന്നു. മാവൂർ റോഡിലേക്കു കയറിപ്പോൾ ദൂരെ നിന്നും പൊലീസുകാർ ഞങ്ങളെ കണ്ടു. വിസിൽ അടിച്ചു കൊണ്ട് അവർ ഞങ്ങളുടെ പുറകെ ഓടി. അടുത്തുള്ള പുരയിടത്തിലേക്കു ചാടിക്കടന്ന് ഞങ്ങൾ ഓടി. ചാലിയാറിന്റെ തീരത്തെത്തി. അവിടെ ഒരു തോണിക്കാരനുണ്ടായിരുന്നു. എന്നാൽ ഞങ്ങളുടെ കൈവശം കടത്തുകൂലി കൊടുക്കുവാനുള്ള പണം ഇല്ലായിരുന്നു.

"ടൂറിസ്റ്റുകളാണ്, പണമില്ല", എന്നു പറഞ്ഞപ്പോൾ അയാൾ പണം വാങ്ങാതെ ഞങ്ങളെ മറുകരയിൽ എത്തിച്ചു. അവിടെ നിന്നും ഞങ്ങൾ ഫറൂക്കിലേക്കു പോയി.

മറ്റുള്ളവരെ പിടിച്ചു കഴിഞ്ഞാണ് എന്നെ പൊലീസിനു പിടി കിട്ടുന്നത്. കക്കയം ക്യാമ്പിനുള്ളിൽ മറ്റുള്ളവർക്കു ലഭിച്ച അത്രയും മർദ്ദനം എനിക്കു സഹിക്കേണ്ടി വന്നില്ല. രാജൻ കൊല്ലപ്പെട്ട ശേഷം കക്കയം ക്യാമ്പിലെ മർദ്ദനത്തിന് അയവു വന്നിരുന്നു. നേരത്തെ പിടിച്ചവരിൽ നിന്നും മിക്ക വിവരങ്ങളും പൊലീസിനു ലഭിച്ചിരുന്നു. മാത്രവുമല്ല എന്റെ ശരീരം മുഴുവൻ മീസിൽസ് വന്നതിനുശേഷമുള്ള വ്രണമായിരുന്നു. അസുഖം വന്നു തളർന്നിരുന്നതിനാൽ, പൊലീസിന്റെ ആദ്യത്തെ അടിക്കു തന്നെ ഞാൻ താഴെ വീഴും.

ഇരുമ്പുലക്ക വെച്ച് ഉരുട്ടുന്ന സമയത്ത് അതിവേദന കൊണ്ടു ഞാൻ പുളയും; അറിയാതെ ഉള്ളിൽനിന്നും ഒരു ശീൽക്കാരം പുറത്തേക്കു വരും. ബീഭത്സമായ ഈ ശബ്ദം തടയുവാനാണ് പൊലീസുകാർ വായിൽ തുണി തിരുകി അമർത്തിപ്പിടിക്കുന്നത്. അങ്ങനെ ശ്വാസം മുട്ടിയാവണം രാജൻ മരിച്ചത്. എന്തെന്നാൽ, എന്നെ ഉരുട്ടുന്ന സമയത്ത്,

"തുണി വായിൽ തിരുകുമ്പോൾ സൂക്ഷിച്ചോണം", എന്നു പൊലീസുകാരെ മുരളികൃഷ്ണ വീണ്ടും വീണ്ടും താക്കീതു ചെയ്യുന്നുണ്ടായിരുന്നു.

കായണ്ണ ആക്രമണത്തിന്റെ ആസൂത്രണം ആർ.ഇ.സി.യുടെ ഉള്ളിൽ നിന്നാണെന്ന ഉറച്ച വിശ്വാസത്തിലാണ് ജയറാം പടിക്കൽ അന്വേഷണം ആരംഭിച്ചത്. എന്നാൽ അന്വേഷണം പുരോഗമിച്ചപ്പോൾ പൊലീസിനു കിട്ടിയ തെളിവുകൾ മറിച്ചായിരുന്നു. കായണ്ണ ആക്ഷനിൽ ആർ.ഇ.സി.ക്കാർ ആരും തന്നെ ഇല്ല എന്നതു പടിക്കലിനെ അദ്ഭുതപ്പെടുത്തി.

"എടാ, ആർ.ഇ.സി.ക്കാർ ഒരുത്തൻ പോലും ഇല്ലേ?" എന്നു പടിക്കൽ എന്നോടു ചോദിക്കുമ്പോൾ അയാളുടെ ശബ്ദത്തിൽ നിരാശ കലർന്നിരുന്നു.

പടിക്കലിന്റെ. ഈ തെറ്റിദ്ധാരണ രാജനെ കൂടുതൽ മർദ്ദിക്കുന്നതിനു കാരണമായി എന്നു കരുതണം.

മറ്റു ചില സൂചനകളും രാജന് എതിരായിരുന്നു. വിധിയുടെ കരാള ഹസ്തങ്ങൾ ആ യുവാവിനെ കുടുക്കുവാനായി കരുക്കൾ നീക്കിയിരുന്നു.

കായണ്ണ ആക്രമണത്തിൽ പങ്കെടുത്തവരിൽ രാജൻ എന്നു പേരുള്ള രണ്ടുപേർ ഉണ്ടായിരുന്നു വത്സരാജനും, 'ചെറിയ' രാജനും. സ്റ്റേഷൻ ആക്രമണം കഴിഞ്ഞപ്പോൾ "രാജാ ഓടിക്കോ", എന്ന് പൊലീസ് കേട്ടതായി പറയുന്നത് ഇവിടെ പ്രസക്തമാണ്. കായണ്ണ സ്റ്റേഷനിൽ ആക്രമിക്കപ്പെട്ട പൊലീസുകാരെയാണ് ഉരുട്ടുവാനായി നിയോഗിച്ചത് എന്നത് മറക്കരുത്. തങ്ങളെ ആക്രമിച്ച ആൾ എന്ന തെറ്റിദ്ധാരണയിൽ, വൈരാഗ്യത്തോടെയാണ് പൊലീസുകാർ രാജനെ ഉരുട്ടിയത്.

കൂടാതെ, കായണ്ണ ആക്രമണം നടക്കുമ്പോൾ കുന്നേൽ കൃഷ്ണന്റെ കൈവിരൽ പൊലീസ് കടിച്ചു മുറിവേൽപ്പിച്ചിരുന്നു. ഫറൂക്കിലെ നാടക പരിപാടിയുടെ ഒരുക്കങ്ങൾക്കിടയിൽ രാജന്റെ കൈവിരൽ മുറിഞ്ഞിരുന്നു. കസ്റ്റഡിയിൽ എടുക്കുമ്പോൾ രാജന്റെ വിരലിൽ ബാൻഡേജ് ഉണ്ടായിരുന്നു. തങ്ങൾ കടിച്ചു മുറിവേൽപ്പിച്ച ആൾ രാജൻ ആണെന്ന് പൊലീസുകാർ കരുതി.

ഈ തെറ്റിദ്ധാരണകളെല്ലാം രാജന്റെ മരണത്തിനു ഹേതുവായി എന്നു കരുതേണ്ടിയിരിക്കുന്നു. വിധി തീരുമാനിച്ചുറപ്പിച്ച ഒരു തിരക്കഥ പോലെ ആ യുവാവിന്റെ. ജീവൻ അകാലത്തിൽ എരിഞ്ഞമർന്നു.

ഇരുപത്തൊന്ന്

കസ്റ്റഡി മർദ്ദനം ഇന്നത്തെ അവസ്ഥ

പൊലീസ് മർദ്ദനത്തിന്റെ ഫലമായി രാജൻ മരിച്ചിട്ട് നാലു ദശകങ്ങൾ പിന്നിട്ടിരിക്കുന്നു. കസ്റ്റഡി മർദ്ദനവും കസ്റ്റഡി മരണവും നിർബാധം തുടരുന്നു. പൊലീസ് കംപ്ലെയ്ന്റ് അതോറിറ്റിയിൽ പരാതി സമർപ്പിക്കുവാൻ കഴിയും എന്നതും ഹ്യൂമൻ റൈറ്റ്സ് കമ്മീഷന്റെ നിയമനവും മാത്രമാണ് കഴിഞ്ഞ നാൽപതു വർഷത്തെ പുരോഗതി.

കസ്റ്റഡി മർദ്ദനത്തിന്റെയും കൊലപാതകത്തിന്റെയും സമകാലിക ഉദാഹരണങ്ങൾ:

കസ്റ്റഡി മർദ്ദനം – ഡിസംബർ 2015

26 ഡിസംബർ 2015ൽ കൊച്ചി കുണ്ടന്നൂർ ഇ.കെ.നായനാർ ഹാളിന്റെ പരിസരത്തുനിന്നും മുപ്പത്താറു വയസ്സുള്ള സുഭാഷിനെ പൊലീസ് കസ്റ്റഡിയിൽ എടുത്തു. വാർക്കപ്പണിക്കാരനായ സുഭാഷിനു കാഴ്ച വൈകല്യമുണ്ട്. വൈകിട്ട് ഏഴര മണിക്ക് സുഭാഷും സുഹൃത്തുക്കളും മദ്യപിച്ച ശേഷം മടങ്ങുമ്പോഴാണ് സംഭവം. കാഴ്ചവൈകല്യമുള്ളതിനാൽ സുഭാഷ് സുഹൃത്തുക്കളേക്കാൾ പിന്നിലായിരുന്നു.

റോന്തു ചുറ്റുകയായിരുന്ന മരടു പൊലീസ് എസ്.ഐ. പി.ആർ. സന്തോഷ് 'എവിടെപ്പോയതാടാ', എന്നു ചോദിച്ചപ്പോൾ ഇരുട്ട്, കാഴ്ച വൈകല്യം, മദ്യലഹരി എന്നിവ കാരണം കൂടെയുള്ള സുഹൃത്തുക്കളിൽ ആരോ ആണെന്നു സുഭാഷ് തെറ്റിദ്ധരിച്ചു. അയാൾ എസ്.ഐയുടെ തോളത്തു കൈയിടുകയും കെട്ടിപ്പിടിക്കുകയും ചെയ്തു. ബഹളം കേട്ട് ഓടി എത്തിയ സുഹൃത്തുക്കൾ കാണുന്നത് സുഭാഷിനെ എസ്.ഐ. മർദ്ദിക്കുന്നതാണ്.

തുടർന്ന് ജീപ്പു വിളിച്ചുവരുത്തിയിട്ട് സുഭാഷിനെ എസ്.ഐ. പൊലീസ് സ്റ്റേഷനിലേക്കു കൊണ്ടുപോയി. ജാമ്യത്തിൽ എടുക്കാനായി സ്റ്റേഷനിൽ

എത്തുമ്പോൾ അയാളുടെ മുഖത്തു രക്തം കട്ട പിടിച്ചിരുന്നതായി സുഹൃത്തുക്കൾ ആരോപിക്കുന്നു. സുഭാഷിനെ ജാമ്യത്തിൽ ഇറക്കിയിട്ട് തൃപ്പൂണിത്തുറ താലൂക്കാശുപത്രിയിൽ എത്തിച്ച് അവർ പരിശോധന നടത്തി.

പൊലീസ് സ്റ്റേഷനിൽ വെച്ചു തന്നെ ക്രൂരമായി മർദ്ദിച്ചതായി സുഭാഷ് ഭാര്യ ലതയോടു പറഞ്ഞു. രാവിലെ ലത എഴുനേൽക്കുമ്പോൾ സുഭാഷ് ഉറങ്ങിക്കിടക്കുകയായിരുന്നു. അവർ ക്ഷേത്രത്തിലേക്കു പോയി. എട്ടരയ്ക്കു ലത മടങ്ങി എത്തിയപ്പോൾ സുഭാഷിനെ ഉത്തരത്തിൽ തൂങ്ങി മരിച്ച നിലയിലാണ് കാണുന്നത്.

സുഭാഷിനെ മർദ്ദിച്ചിട്ടില്ലെന്നും മദ്യപിച്ചതിനു കസ്റ്റഡിയിൽ എടുത്ത ശേഷം വൈദ്യപരിശോധന നടത്തി വിട്ടയയ്ക്കുക മാത്രമായിരുന്നു എന്നുമാണ് പൊലീസ് ഭാഷ്യം.

സുഭാഷിന്റെ പോസ്റ്റുമോർട്ടം റിപ്പോർട്ടിൽ പറയുന്നത് അയാളുടെ ശരീരത്തിൽ ഒൻപത് മുറിവുകൾ ഉണ്ട് എന്നാണ്. അതിൽ ഒന്നു മാത്രമാണ് കഴുത്തിൽ കുരുക്കിയ കയറു കാരണം ഉണ്ടായത്. സുഭാഷിന്റെ നെഞ്ച്, വയർ, ഇടുപ്പ്, വലതുകൈ എന്നിവിടങ്ങളിലെല്ലാം ചതവുകളുണ്ട്. കഴുത്തിൽ വിരലുകൾ കൊണ്ട് അമർത്തിപ്പിടിച്ചതായി മുറിവുകൾ സൂചിപ്പിക്കുന്നു.

ബന്ധുക്കൾ ആരോപിക്കുന്നു, “പൊലീസ് സുഭാഷിനെ അധിക്ഷേപിക്കുകയും ക്രൂരമായി മർദ്ദിക്കുകയും ചെയ്തു. അതിന്റെ അപമാനം സഹിക്കുവാൻ കഴിയാതെയാണ് അയാൾ ആത്മഹത്യ ചെയ്തത്.”

കുണ്ടന്നൂരിലെ നാട്ടുകാർ സുഭാഷിന്റെ ജഡവുമായി പൊലീസ് സ്റ്റേഷനിലേക്കു മാർച്ച് നത്തി.

കസ്റ്റഡി മർദ്ദനം - ഒക്ടോബർ 2016

ആറ്റിങ്ങൽകാരൻ പ്രദീഷ് തയ്യൽ തൊഴിലാളിയും രണ്ടു കുട്ടികളുടെ പിതാവുമാണ്. പത്രപ്പരസ്യം കണ്ടു വാഴക്കുളത്തെ തയ്യൽ കടയിൽ ജോലിക്കെത്തി. കടയുടമയുടെ കൂടെ വാടകവീട്ടിൽ താമസമായി.

സമീപത്തുള്ള വീടുകളിൽ നടന്ന മോഷണത്തിനു പിന്നിൽ പ്രദീഷ് ആണെന്ന് ആരോപിച്ച് നാട്ടിലെ ചില നേതാക്കന്മാർ ഇയാളെ കൂട്ടിക്കൊണ്ടു പോയി മൂവാറ്റുപുഴ പൊലീസ് സ്റ്റേഷനിൽ ഏല്പിച്ചു.

രാത്രിയിൽ വെള്ളം കൊടുക്കാതെ പ്രദീഷിനെ പൊലീസ് ലോക്കപ്പിലിട്ടു. പിറ്റേന്നു രാവിലെ ഏഴു പൊലീസുകാർ ചേർന്നു മർദ്ദനം തുടങ്ങി. മുറിയിൽ മണലും മെറ്റലും വിതറിയിട്ട് പ്രദീഷിനെ മുട്ടുകാലിൽ ഇരുത്തി. രണ്ടുകാലിലും ഷൂസിട്ടു കയറി നിന്ന് അടിതുടങ്ങി. കണ്ണിലും സ്വകാര്യ

ഭാഗത്തും മുളക് അരച്ചു പുരട്ടി. തലയിൽ തിളച്ച വെള്ളം ഒഴിച്ചു. കൈ വിരലുകൾക്കിടയിൽ ചൂരൽ തിരുകി ഒടിക്കുവാൻ ശ്രമിച്ചു. പ്രദീഷിന്റെ ദേഹമാസകലം മുറിവുകളും നീരും നട്ടെല്ലിനു ക്ഷതവും സംഭവിച്ചു. അറസ്റ്റു രേഖപ്പെടുത്താതെ, ബന്ധുക്കളെ അറിയിക്കാതെ നാലു ദിവസം ലോക്കപ്പിൽ കിടത്തി. മർദ്ദന വിവരം പുറത്തു പറഞ്ഞാൽ ജാമ്യമില്ലാത്ത വകുപ്പുകൾ ചുമത്തി കേസെടുക്കുമെന്നു ഭീഷണിപ്പെടുത്തി. പൊലീസ് സ്റ്റേഷനു മുൻപിൽ ഭാര്യ സമരം നടത്തുമെന്നു പറഞ്ഞപ്പോഴാണ് പൊലീസ് ഇയാളെ വിട്ടയച്ചത്.

പ്രദീഷിനെ ആശുപത്രിയിൽ പ്രവേശിപ്പിച്ചതോടെ മർദ്ദന വിവരം മാധ്യമങ്ങളിൽ വാർത്തയായി. പൊലീസ് സ്റ്റേഷനിൽ കൊണ്ടു വരുമ്പോൾ തന്നെ പരുക്കുകൾ ഉണ്ടായിരുന്നു എന്നും മോഷണം നടത്തിയതിനു തെളിവില്ലാത്തതിനാൽ ബന്ധുക്കളുടെ കൂടെ വിട്ടയച്ചു എന്നുമായിരുന്നു പൊലീസിന്റെ ഭാഷ്യം.

പ്രതിഷേധം ശക്തമായതോടെ എസ്.ഐ. എ.അനൂപ്, പൊലീസ് ഓഫീസർമാരായ വി.എം.അബ്ദുൾ റസാക്ക്, കെ.ആർ.മനോജ്കുമാർ എന്നിവരെ സസ്പെൻഡ് ചെയ്തു.

കസ്റ്റഡി മരണം – മെയ് 2014

നെയ്യാറ്റിൻകര പുത്തൻവീട്ടിൽ ശ്രീജിവിനെ ഒരു മൊബൈൽ മോഷണ ക്കേസിൽ കസ്റ്റഡിയിൽ എടുത്തു. കസ്റ്റഡിയിൽ ഇരിക്കെ അയാൾ വിഷം കഴിച്ചു മരിച്ചു എന്നായിരുന്നു പാറശ്ശാല പൊലീസിന്റെ ഭാഷ്യം. ശ്രീജിവിന്റെ ആത്മഹത്യാക്കുറിപ്പും പൊലീസ് ഹാജരാക്കി.

ശ്രീജിവിന്റെ സഹോദരന്റെ പരാതിയിന്മേൽ പൊലീസ് കംപ്ലെയിന്റ് അതോറിറ്റി അന്വേഷണം നടത്തി. അയൽപക്കത്തെ പെൺകുട്ടിയുമായി ശ്രീജിവ് പ്രണയത്തിലായിരുന്നതായി അതോറിറ്റിയുടെ അന്വേഷണത്തിൽ മനസ്സിലായി. മറ്റൊരാളുമായി നിശ്ചയിച്ച പെൺകുട്ടിയുടെ വിവാഹം ശ്രീജിവ് മുടക്കുമോ എന്ന സംശയത്തിൽ പെൺകുട്ടിയുടെ പിതാവ് പൊലീസിൽ സ്വാധീനം ചെലുത്തി ശ്രീജിവിനെ കസ്റ്റഡിയിൽ എടുപ്പിക്കുകയായിരുന്നു ഏന്നു കണ്ടെത്തി.

സി.ഐ. ഗോപകുമാറും എ.എസ്.ഐ. ഫിലിപ്പോസും ചേർന്നു മർദ്ദിച്ച് അവശനാക്കിയതായും കൊലപ്പെടുത്തുകയെന്ന ഉദ്ദേശ്യത്തോടെ വിഷം കഴിപ്പിച്ചതായും അതോറിറ്റി കണ്ടെത്തി. ആത്മഹത്യാക്കുറിപ്പ് പൊലീസ് വ്യാജമായി ചമച്ചതാണെന്ന് കയ്യക്ഷര പരിശോധനയിൽ തെളിഞ്ഞു. മഹസ്സർ തയ്യാറാക്കിയ എസ്.ഐ. ബിജുകുമാർ വ്യാജരേഖ ചമച്ചതായും സി.പി.ഒ.മാരായ പ്രതാപചന്ദ്രൻ, വിജയദാസ് എന്നിവർ മർദ്ദനത്തിനു കൂട്ടു നിന്നതായും അതോറിറ്റി കണ്ടെത്തി.

പ്രത്യേക അന്വേഷണസംഘത്തെ നിയോഗിക്കണമെന്നും കുറ്റക്കാർക്കെതിരെ നടപടി എടുക്കണമെന്നും ബന്ധുക്കൾക്കു നഷ്ടപരിഹാരം നൽകണമെന്നും അതോറിറ്റി ഉത്തരവിട്ടു.

ഇതേത്തുടർന്ന് ആരോപണവിധേയരായ ഉദ്യോഗസ്ഥരെ സർവീസിൽ നിന്നും മാറ്റി നിർത്തുവാൻ അഡീഷണൽ ചീഫ സെക്രട്ടറി ഉത്തരവിട്ടു.

കേരളത്തിൽ കസ്റ്റഡി മരണങ്ങൾ കൂടിക്കൊണ്ടിരിക്കുന്നു

കേരള പൊലീസിന്റെ ആധികാരിക വെബ്സൈറ്റിൽ നിന്ന്:

ഹ്യൂമൻ റൈറ്റ്സ് കമ്മീഷന്റെറ കണക്കുകൾ പ്രകാരം കേരളത്തിൽ കസ്റ്റഡി മരണങ്ങൾ കൂടിക്കൊണ്ടിരിക്കുന്നു.

ആണ്ട്	കസ്റ്റഡി മരണങ്ങൾ
2003	41
2004	49
2005	39
2006 (ജൂൺ) 25	

എന്നുവെച്ചാൽ, ശരാശരി ഓരോ എട്ടു ദിവസവും ഒരാൾ പൊലീസ് കസ്റ്റഡിൽ മരിക്കുന്നു. കൊച്ചു കേരളത്തിലെ ഞെട്ടിക്കുന്ന കണക്കാണിത്. (ഇത്രയധികം ആളുകൾ കസ്റ്റഡിൽ മരിക്കുന്നു എന്നു വിശ്വസിക്കുവാനാകാതെ ഈ വിവരം കമ്മീഷന്റെ വെബ്സൈറ്റിലും പരിശോധക്കുകയുണ്ടായി).

തെറ്റുകൾ ഉൾക്കൊള്ളുന്നുണ്ടോ?

“എന്റെ മകനെ ഒരിക്കലും തിരിച്ചു കിട്ടില്ല എന്നെനിക്കറിയാം. എന്നാൽ മറ്റൊരു പിതാവിനും എന്റെ ഗതി വരരുത്”, എന്നാണ് ഈച്ചരവാര്യർ പറഞ്ഞത്.

പക്ഷേ രാജന്റെ കൊലപാതകത്തിൽ നിന്നും നാം എന്തെങ്കിലും പാഠം പഠിച്ചതായി കാണുന്നില്ല. നാൽപതു വർഷങ്ങൾക്കുശേഷം കസ്റ്റഡി മർദ്ദനങ്ങളും കൊലപാതകങ്ങളും കേരളത്തിൽ ഇന്നും സാധാരണമാണ്. രക്ഷയല്ല, ശിക്ഷയാണ് തങ്ങളുടെ ദൗത്യം എന്നാണ് നമ്മുടെ പൊലീസുകാർ ധരിച്ചിരിക്കുന്നത്. പൊലീസ് സ്റ്റേഷനിൽ കയറുവാൻ സാധാരണക്കാരനു ഭയമാണ്. പൊലീസിന്റെ ധിക്കാരവും മ്ലേച്ഛവുമായ ഭാഷ കേൾക്കുന്നവർ രണ്ടാമതവിടെ കയറുവാൻ മടിക്കും. തെറ്റുകൾ ഉൾക്കൊള്ളാതെ തിരുത്തലുകൾ സാധ്യമല്ല.

1968ലെ പുൽപ്പള്ളി നക്സലൈറ്റ് ആക്രമണക്കേസിൽ അറസ്റ്റിലായ അജിത, താൻ കസ്റ്റഡിയിൽ ആയിരുന്ന കാലത്ത് പൊലീസുകാർ തന്നോടു പെരുമാറിയതിനെപ്പറ്റി മലയാളം ടി.വി.യുമായി നടത്തിയ അഭിമുഖത്തിൽ

പറയുന്നു, "അങ്ങേയറ്റം ഭീകരമായ ശാരീരിക ആക്രമണം നടത്തിയതു കൂടാതെ, ഭയങ്കരമായ തെറിയാണ് അവർ പറയുന്നത്. ജീവിതത്തിലാദ്യ മായി ഇത്രയും കലർപ്പില്ലാത്ത തെറി കേൾക്കുന്നത് പൊലീസുകാരുടെ അടുത്തുനിന്നുമാണ്."

ആണെന്നോ പെണ്ണെന്നോ ഭേദമില്ലാതെ, പ്രായമുള്ളവരോ കുട്ടികളോ എന്നു കൂട്ടാക്കാതെ പൊലീസുകാർ അസഭ്യവർഷം നടത്തുന്നു. ഈ പ്രയോഗമെല്ലാം കഴിഞ്ഞു പുറത്തുവരുന്നവർ സമൂഹത്തിനു പ്രയോജന മുള്ള ഉത്തമപൗരന്മാർ ആയിത്തീരണം എന്നാണ് നമ്മുടെ കണക്കു കൂട്ടൽ.

കസ്റ്റഡിയിൽ എടുക്കപ്പെടുന്നവർ മിക്കവാറും എല്ലാം തന്നെ സമൂഹ ത്തിന്റെ അടിത്തട്ടിൽ ഉള്ളവരും അധികാര ശ്രേണികളിൽ പിടിപാടില്ലാ ത്തവരും ആണ്. അതിനാൽ, ജനങ്ങളുടെ നേരെ നടക്കുന്ന ശാരീരികവും മാനസികവുമായ ഈ ആക്രമണം ഒരു ഗൗരവമുള്ള വിഷയമായി അധികാരികളോ സമൂഹത്തൽ സ്വാധീനമുള്ളവരോ കാണുന്നില്ല. ഭരണ കർത്താക്കൾക്ക് ഇതു മാറ്റിയെടുക്കുന്നതിനെ പറ്റി ചിന്തിക്കുവാൻ സമയ മില്ല. ഒരു പാർട്ടിയുടേയും തിരഞ്ഞടുപ്പു മാനിഫെസ്റ്റോയിൽ ഇക്കാര്യ മുണ്ടാവില്ല. കസ്റ്റഡി മർദ്ദനവും കസ്റ്റഡി മരണവും പ്രാധാന്യമുള്ള വിഷയ ങ്ങളായി അവർ കാണുന്നില്ല.

സ്റ്റേറ്റ് പൊലീസ് കംപ്ലെയിന്റ് അതോറിറ്റിയുടെ കണക്കുകൾ

പൊലീസിനെതിരെ ജനങ്ങൾക്കു പരാതികൾ സമർപ്പിക്കുവാനുള്ള സർക്കാർ സംവിധാനമാണ് ഇത്.

ആണ്ട്	പരാതികൾ
2014	673
2015 (ജൂലൈ)	450

മർദ്ദനം, കള്ളക്കേസ് കെട്ടിച്ചമയ്ക്കൽ, അനധികൃത റെയ്ഡുകൾ, അന്വേഷണം വെച്ചു താമസിപ്പിക്കുക, മ്ലേച്ഛമായ സംസാരം, മോശമായ പെരുമാറ്റം മുതലായവയാണ് ജനങ്ങളുടെ പ്രധാന പരാതികൾ.

"പരാതികളുടെ അടിസ്ഥാനത്തിൽ പൊലീസ് സേനയുടെ അച്ചടക്കം മെച്ചമാക്കുവാനുള്ള നിർദ്ദേശങ്ങൾ കൊടുക്കാറുണ്ട്" അതോറിറ്റിയുടെ ചെയർമാൻ ജസ്റ്റിസ് നാരായണക്കുറുപ്പ് പറയുന്നു.

പൊലീസുകാർ മ്ലേച്ഛമായ ഭാഷ ഉപയോഗിക്കുന്നതു വിലക്കിക്കൊണ്ട് സർക്കുലർ ഇറക്കുവാൻ ജില്ലാ പൊലീസ് മേധാവികൾക്ക് കഴിഞ്ഞ വർഷം അതോറിറ്റി നിർദ്ദേശം കൊടുത്തിരുന്നു.

ഇരുപത്തിരണ്ട്

മുന്നോട്ടേക്കുള്ള പാത

കെ. കരുണാകരൻ, ജയറാം പടിക്കൽ, മുരളികൃഷ്ണദാസ്, കുഞ്ഞിരാമൻ നമ്പ്യാർ, പുലിക്കോടൻ നാരായണൻ, മധുസൂദനൻ, ലക്ഷ്മണ, ശ്രീധരൻ, മോഹനൻ തുടങ്ങിയവരെല്ലാം രാജൻ കേസിൽ പ്രതികളായിരുന്നു. എന്നാൽ അവരെയെല്ലാം പല കാലങ്ങളിലായി കോടതികൾ വിട്ടയച്ചു. കരുണാകരൻ വീണ്ടും കേരളത്തിന്റെ മുഖ്യമന്ത്രിയായി. ജയറാം പടിക്കൽ, മധുസൂദനൻ എന്നിവർ ഇൻസ്പെക്ടർ ജനറൽ ഓഫ് പൊലീസ് (ഐ.ജി.പി.) ആയാണ് വിരമിച്ചത്.

കക്കയം ക്യാമ്പിൽ തടങ്കലിൽ വെച്ച ഒരാളുടെ അച്ഛനെ കക്കയത്തേക്കു വിളിച്ചു വരുത്തിയിട്ട്, "നിങ്ങളുടെ മകനെ തൊട്ടിട്ടുപോലുമില്ല, സംശയമുണ്ടെങ്കിൽ ചോദിച്ചോളൂ", എന്നു ജയറാം പടിക്കൽ പറഞ്ഞതായി കോയമ്പത്തൂർ കോടതിയുടെ വിധിയിൽ പറയുന്നു.

ഇയാളെ മാത്രമായി മർദ്ദിക്കാതെ വിട്ടയച്ചതിന് കാരണം ഉണ്ടാകണമല്ലോ. ഈ കുട്ടിയെ വിട്ടയയ്ക്കുവാനായി കോടികൾ വാങ്ങി എന്നായിരുന്നു ആർ.ഇ.സി. ഹോസ്റ്റലിലെ സംസാരം. തുക എത്ര ആണെങ്കിലും കേട്ടതു സത്യമെങ്കിൽ ഇതു വെറും കൈക്കൂലിയല്ല, അന്യായമായി തടവിൽ വെച്ചിരിക്കുന്ന ഒരാളെ മോചിപ്പിക്കുവാൻ കൊള്ളക്കാർ ചോദിക്കുന്ന മോചനദ്രവ്യത്തിനു തുല്യമാണ്. ആരോപണ വിധേയൻ പൊലീസിന്റെ തലവനാണ്. (എന്നാൽ ഈ ഇടപാടു നടത്തിയത് കരുണാകരൻ ആണെന്ന് ഈച്ചരവാര്യർ തന്റെ പുസ്തകത്തിൽ ആരോപിക്കുന്നു, "ഉടനെ വിവരമറിയാൻ കഴിഞ്ഞതുകൊണ്ട് അയാളുടെ പിതാവ് കരുണാകരനുമായി ബന്ധപ്പെട്ടു വേണ്ടതു ചെയ്തു. കരുണാകരന്റെ തക്ക സമയത്തുള്ള ഇടപെടലിലൂടെ അയാൾ മോചിക്കപ്പെട്ടു." (കരുണാകരൻ ഇത് നിഷേധിക്കുകയോ, ഈച്ചരവാര്യർക്കെതിരെ കോടതിയിൽ പോവുകയോ ചെയ്തിട്ടില്ല.)

ഉന്നതനായ ഒരു പൊലീസ് ഉദ്യോഗസ്ഥനെതിരെ ഇത്തരത്തിൽ ഗൗരവമായ ഒരു ആക്ഷേപം ഉയർന്നാൽ, വികസിത രാഷ്ട്രങ്ങളിൽ അത്

അന്വേഷിക്കുകയും തെളിയിക്കപ്പെട്ടാൽ കുറ്റക്കാരനെ ജയിലിൽ അടയ്ക്കുകയും ചെയ്യും. ജയറാം പടിക്കലിനെതിരെ ഒരു അന്വേഷണവും ഇക്കാര്യത്തിൽ ഉണ്ടായില്ല എന്നത് നമ്മുടെ സമൂഹം ഇത്തരം ക്രിമിനൽ കുറ്റങ്ങളെ എങ്ങനെ നിസ്സാരവല്ക്കരിക്കുന്നു എന്നതിന്റെ ഉത്തമ ഉദാഹരണമാണ്. ഒരു ക്രിമിനലിനെ പൊലീസിന്റെ തലവനാക്കിയാലും നമുക്ക് വിരോധമില്ല. ക്രിമിനലുകളെ വീരപുരുഷന്മാരാക്കി മാറ്റുന്ന സമൂഹം ഭാവി തലമുറയ്ക്ക് എന്തു സന്ദേശമാണ് കൊടുക്കുന്നത്?

എന്നാൽ രാജന്റെ ഓർമ്മ ഒരു ഗദ്ഗദമായി, ഒരു നീറ്റലായി അവരെ പിന്തുടർന്നു, അവരുടെ പേരുകളെ കളങ്കപ്പെടുത്തി. രാജന്റെ പേരു കൂടാതെ ജനങ്ങൾക്ക് ഇവരെ ഓർമ്മിക്കുവാൻ കഴിയുകയില്ല. അവരുടെ മരണക്കുറിപ്പുകളിൽവരെ രാജൻ കയറിപ്പറ്റി.

മുന്നോട്ടേക്കുള്ള പാത

പൊലീസ് മർദ്ദനത്തിന്റെ ഫലമായി രാജൻ മരിച്ചിട്ട് ഏറെ വർഷങ്ങൾ കഴിഞ്ഞു. പൊലീസ് മർദ്ദനം തടയുന്നതിനായി ഈ കാലയളവിൽ ചില നടപടികൾ ഉണ്ടായി.

ഇതു സംബന്ധിച്ച് സർക്കാർ നടത്തിയ ഒരു പരിഷ്കാരം എടുത്തു പറയേണ്ടതാണ്. ജനങ്ങൾക്ക് പൊലീസുകാർക്കെതിരെയുള്ള പരാതികൾ സ്റ്റേറ്റ് പൊലീസ് കംപ്ലെയിന്റ് അതോറിറ്റിയിൽ സമർപ്പിക്കുവാൻ കഴിയും. ഇത്തരം പരാതികൾ പൊലീസുകാർ തന്നെ അന്വേഷിക്കുന്നത് വെറും പ്രഹസനം ആണെന്നു മനസ്സിലാക്കുകയും അധികാരമുള്ള ഒരു സ്വതന്ത്ര സംവിധാനം ഉണ്ടാക്കുകയും ചെയ്തതിന് ഗവണ്മെന്റ് അഭിനന്ദനം അർഹിക്കുന്നു.

മുൻപത്തെ അദ്ധ്യായത്തിൽ വിവരിച്ച ശ്രീജിവിന്റെ കൊലപാതകം പൊലീസ് കംപ്ലെയ്ന്റ് അതോറിറ്റിയുടെ ശക്തമായ ഇടപെടൽ കൊണ്ടു മാത്രമാണ് പുറത്തു വന്നത്. അതോറിറ്റിയുടെ അധികാരം വിപുലീകരിക്കുന്നത് ഉചിതമായിരിക്കും.

ഹ്യൂമൻ റൈറ്റ്സ് കമ്മീഷന്റെ നിയമനവും പൊലീസ് മർദ്ദനം തടയുന്നതിനു സഹായകമാണ്. ഇക്കാര്യത്തിലും സർക്കാരിന്റെ ഭാഗത്തു നിന്നും കൂടുതൽ നീക്കങ്ങൾ ആവശ്യമാണ്.

പൊലീസ് മർദ്ദനം കടുത്തശിക്ഷ അർഹിക്കുന്ന നിയമലംഘനം ആണ്. ഭീകരമായ ഈ കുറ്റം നടത്തുന്നവർ പിടിക്കപ്പെടുകയും സർവീസിൽ നിന്നും പുറത്താക്കപ്പെടുകയും ചെയ്യും എന്ന അവസ്ഥ ഉണ്ടായാലേ ഈ മർദ്ദനം നിലയ്ക്കുകയുള്ളൂ. ഇതിനായി പൊലീസ് സ്റ്റേഷനുകളിൽ സി.സി. ടി.വി. ക്യാമറ നിർബന്ധം ആക്കണം. കൂടാതെ പൊലീസുകാരുടെ ശരീരത്തിലും ക്യാമറ ഘടിപ്പിക്കണം (അമേരിക്കയിൽ ഈ നിയമം ഇപ്പോൾ നിലവിലുണ്ട്).

സുപ്രീം കോടതിയുടെ ഉത്തരവ്

ഇതെഴുതിക്കൊണ്ടിരിക്കുമ്പോൾ, ഒരു നിമിത്തം എന്നതുപോലെ, 2015 ജൂലൈ 25ലെ പത്രത്തിൽ സുപ്രീം കോടതിയുടെ ഉത്തരവ്:

ചരിത്രപ്രധാനമായ ഒരു വിധിയിലൂടെ, കസ്റ്റഡി മർദ്ദനം തടയുവാനായി സുപ്രീംകോടതി ഉത്തരവിറക്കി. കേന്ദ്രസർക്കാരിനും സംസ്ഥാന സർക്കാരുകൾക്കും ബാധകമാണ് ഈ ഉത്തരവ്. എല്ലാ പൊലീസ് സ്റ്റേഷനുകളിലും കസ്റ്റഡിയിൽ എടുക്കുന്നവരെ ചോദ്യം ചെയ്യുന്ന മുറികളിലും സി.സി.ടി.വി. ക്യാമറ സ്ഥാപിക്കുവാൻ സുപ്രീം കോടതിയുടെ വിധിയിൽ പറയുന്നു.

മുതിർന്ന അഭിഭാഷകരായ അഭിഷേക് മനുസിംങ് വി, അമിത് ബണ്ഡാരി, പി.കെ.മല്ലിക് എന്നിവരുടെ ഉപദേശപ്രകാരമാണ് കോടതി ഈ ഉത്തരവു രൂപപ്പെടുത്തിയത്. പതിവായി പൊലീസ് സ്റ്റേഷനുകളിൽ പരിശോധന നടത്തുകയും കസ്റ്റഡിയിൽ കഴിയുന്നവരോടു സംസാരിക്കുകയും സി.സി.ടി.വി. ക്യാമറയിലെ ദൃശ്യങ്ങൾ പരിശോധിക്കുകയും ചെയ്തശേഷം കസ്റ്റഡി മർദ്ദനം നടന്നുവോ എന്നു നിജപ്പെടുത്തേണ്ടതാണ് എന്ന ഉപദേശവും കോടതി അംഗീകരിച്ചു.

കൽക്കത്ത ഹൈക്കോർട്ടിൽ നിന്നും വിരമിച്ച ജഡ്ജി ഡി.കെ.ബാസു 1986ൽ ഫയൽ ചെയ്ത ഒരു പൊതുതാത്പര്യ ഹർജിയോടനുബന്ധിച്ച് ആ കാലം മുതൽ സുപ്രീംകോടതി കസ്റ്റഡി മർദ്ദനങ്ങൾ നിരീക്ഷിക്കുന്നുണ്ടായിരുന്നു. ഇതു സംബന്ധിച്ച് കാലാകാലങ്ങളിലായി കോടതി പല നിർദ്ദേശങ്ങളും നടത്തിയിട്ടുണ്ട്. ഒരാളെ അറസ്റ്റു ചെയ്യുകയോ, തടവിൽ വെക്കുകയോ, ചോദ്യം ചെയ്യുകയോ ഉണ്ടായാൽ, പൊലീസുകാർ അനുവർത്തിക്കേണ്ട നടപടികൾ സുപ്രീംകോടതി വ്യക്തമാക്കിയിട്ടുണ്ട്. കസ്റ്റഡി മർദ്ദനങ്ങൾ തടയുവാനായി നടത്തുന്ന ശ്രമങ്ങളുടെ ഭാഗമായാണ് കോടതി ഈ നടപടികൾ കൈക്കൊണ്ടത്.

ഇതുപ്രകാരം, അറസ്റ്റു ചെയ്യുന്ന പൊലീസ് ഉദ്യോഗസ്ഥൻ അറസ്റ്റിന്റെ സമയത്തു മെമ്മോ തയ്യാറാക്കുകയും ഒരു സാക്ഷിയെക്കൊണ്ട് അതിൽ ഒപ്പിടീക്കേണ്ടതുമാണ്. അറസ്റ്റു ചെയ്യപ്പെടുന്ന ആളിന്റെ ബന്ധുവിനെയോ, സുഹൃത്തിനെയോ, അയാൾക്കറിയാവുന്ന മറ്റൊരാളെയോ എത്രയും വേഗം അറസ്റ്റു ചെയ്ത വിവരം അറിയിക്കുവാനുള്ള ചുമതല പൊലീസിനുള്ളതായും കോടതി പറയുന്നു.

എല്ലാ പൊലീസ് സ്റ്റേഷനുകളിലും രണ്ടു വനിതാ കോൺസ്റ്റബിൾമാരെ നിയമിക്കണമെന്നും സുപ്രീംകോടതി വിധിയിൽ പറയുന്നു. ഡൽഹി, അരുണാചൽ പ്രദേശ്, മിസ്സോറാം, മേഘാലയ, ത്രിപുര, നാഗാലാൻഡ് എന്നീ സംസ്ഥാനങ്ങൾ ഹ്യൂമൻ റൈറ്റ്സ് കമ്മീഷനെ നിയമിച്ചിട്ടില്ല എന്നും അവർ ഉടൻ തന്നെ ഇതു പരിഹരിക്കേണ്ടതാണ് എന്നും സുപ്രീംകോടതി

നിരീക്ഷിച്ചു. മറ്റു സംസ്ഥാനങ്ങൾ മൂന്നു മാസത്തിനകം ഹ്യൂമൻ റൈറ്റ്സ് പാനലിലെ ഒഴിവുകൾ നികത്തേണ്ടതാണെന്നും കോടതി ഉത്തരവിട്ടു.

ഫെബ്രുവരി 2017

സംസ്ഥാന സർക്കാരുകൾ ഒന്നുംതന്നെ സുപ്രീംകോടതിയുടെ വിധി നടപ്പിലാക്കിയിട്ടില്ല. കേരള സർക്കാരിന്റെ ശ്രദ്ധ ഇക്കാര്യത്തിലേക്കു അടിയന്തരമായി ക്ഷണിക്കുന്നു.

ജനശബ്ദം ഉയരട്ടെ

പ്രതികരിക്കുവാൻ ശേഷി ഇല്ലാത്ത നിസ്സഹായർക്കെതിരെയാണ് കസ്റ്റഡി മർദ്ദനം രൂക്ഷമാകുന്നത് എന്നോർക്കുക. സാധാരണക്കാരന്റെ സുരക്ഷിതത്വം ഒരു വിദൂരസ്വപ്നമായി അവശേഷിക്കുന്നത് കേരള സംസ്കാരത്തിനു ഭൂഷണമാണോ?

പരിവർത്തനത്തിനായി ജനങ്ങളെ ഉദ്ബോധിപ്പിക്കുകയും ഈ അനീതി തുടച്ചു മാറ്റുവാൻ നേതൃത്വം കൊടുക്കുകയും ചെയ്യേണ്ടത് നമ്മുടെ മാധ്യമങ്ങളാണ്. കസ്റ്റഡി മർദ്ദനത്തിനെതിരായി ജനശബ്ദം ഉയരട്ടെ, രാജന്റെ മരണം വ്യഥാവിലാകാതിരിക്കട്ടെ.

ഉപസംഹാരം
രാജന്റെ കാല്പാടുകൾ

രാജൻ കേസിൽ ഞാൻ സാക്ഷിയായത് വിധിയുടെ ഒരു വൈചിത്ര്യമാ യിരുന്നു. രാജനെ അറിയാം എന്നതിനപ്പുറം എനിക്കയാളോട് വ്യക്തിപര മായോ രാഷ്ട്രീയമായോ അടുപ്പമില്ലായിരുന്നു. ഈച്ചരവാര്യരുടെ നിറഞ്ഞ കണ്ണുകളും അദ്ദേഹത്തിന്റെ ദയനീയമായ അപേക്ഷയുമാണ് എന്നെ അ വിടെ എത്തിച്ചത്.

രാജനെ അറസ്റ്റു ചെയ്തില്ല എന്ന കേരളസർക്കാരിന്റെ പ്രസ്താവന ആർ.ഇ.സി. ക്യാംപസ്സിൽ കടുത്ത അമർഷം ഉളവാക്കി. ഇൻഡ്യൻ പ്രസി ഡന്റിനുവരെ വിദ്യാർത്ഥികൾ പരാതി അയച്ചു. പരാതി കിട്ടിയതായി പ്രസി ഡന്റിന്റെ ഓഫീസിൽ നിന്നും മറുപടി വന്നത് എന്റെ പേരിൽ ആയിരുന്നു. ആ മറുപടി ഇപ്പോഴും എന്റെ കൈയിലുണ്ട്.

ഈച്ചരവാര്യരുടെ ഹേബിയസ് കോർപസ് റിട്ടിനുശേഷം കേരള രാഷ്ട്രീയം കലങ്ങിമറിഞ്ഞു. 1977 ഏപ്രിൽ 25ന് കെ.കരുണാകരൻ മുഖ്യ മന്ത്രിപദം രാജി വെച്ചു. എ.കെ.ആന്റണി അധികാരത്തിൽ വന്നു. രാജനെ സംബന്ധിച്ച പൊലീസ് അന്വേഷണങ്ങളും കേസുകളും രണ്ടു കൊല്ല ത്തോളം പത്രങ്ങളിൽ നിറഞ്ഞു നിന്നു.

അപ്പോഴേക്കും പഠനം പൂർത്തിയാക്കി ഞാൻ ആർ.ഇ.സി. വിട്ടു. ആ കാലത്ത് രാജൻ കേസിനെ പറ്റി ലഭ്യമായ വിവരങ്ങൾ ചേർത്തുവെച്ച് ഒരു ഫയൽ സൂക്ഷിച്ചിരുന്നു.

അടുത്ത മൂന്നു വർഷങ്ങളിൽ രണ്ടു സംസ്ഥാനങ്ങളിലായി നാലു കോടതികളിൽ ഞാൻ സാക്ഷി പറഞ്ഞു.

ഈ കാലഘട്ടത്തിൽ എന്റെ ജീവിതത്തിൽ ഒരു മാറ്റം സംഭവിച്ചു. ജോലി ലഭിച്ച് ഞാൻ കേരളം വിട്ടു പോയി.

അന്നുണ്ടാക്കിയ 'രാജൻ കേസ് ഫയൽ' ഞാൻ പോയ ഇടങ്ങളിലെ എന്റെ പെട്ടിയിൽ ഉണ്ടായിരുന്നു. എന്നാൽ നീണ്ട മുപ്പത്തിയെട്ടു വർഷ ങ്ങൾ ഞാൻ അതു തുറന്നില്ല.

151

1993ലെ മഴക്കാലത്ത് ഓടവെള്ളം ഞങ്ങളുടെ മുംബൈ ഭവനത്തിൽ കയറി. വീട്ടിൽ ആളുണ്ടായിരുന്നില്ല. പല ഫയലുകളും നശിച്ചു, എന്നാൽ 'രാജൻ കേസ് ഫയൽ' ഈ പ്രളയത്തെ അതിജീവിച്ചു.

കാലം കഴിയും തോറും ഫയലിലെ കടലാസിന്റെ നിറം മങ്ങി, പഴക്കത്താൽ കടലാസു പൊടിഞ്ഞു തുടങ്ങി. 2015ൽ ഞാൻ ആ പഴയ ഫയൽ തുറന്നു, അതു മുന്നിൽ വെച്ചുകൊണ്ട് രാജന്റെ കഥ എഴുതുവാൻ തുടങ്ങി.

ഫെബ്രുവരി 2016:

കഥയുടെ ഗവേഷണത്തിനായി 2016 ഫെബ്രുവരിയിൽ ഞാൻ കോഴിക്കോട്ടേക്കു പുറപ്പെട്ടു. ഞങ്ങളുടെ കാലത്തെ കോളേജ് ചെസ് ചാമ്പ്യൻ വർഗീസ് പി.വർഗീസ് എന്റെ കൂടെ ഉണ്ടായിരുന്നു. ചാത്തമംഗലത്തു താമസിച്ചിട്ടുള്ളതിനാൽ അദ്ദേഹത്തിന് ചാത്തമംഗലം ഗ്രാമവാസികളെ പരിചയം ഉണ്ട്.

രാജനെ മർദ്ദിച്ചു കൊലപ്പെടുത്തിയ കക്കയം പൊലീസ് ക്യാമ്പ് സന്ദർശിക്കുകയായിരുന്നു എന്റെ ഒരു ലക്ഷ്യം. ക്യാമ്പിലെ തടവുകാരനും രാജനെ ജീവനോടു കണ്ട പൊലീസുകാരനല്ലാത്ത അവസാനത്തെ ആളുമായ ചാത്തമംഗലംകാരൻ കാനങ്ങോട്ടു രാജനെ കൂട്ടിക്കൊണ്ടു പോകുവാനായിരുന്നു ഉദ്ദേശ്യം. എന്നാൽ വിധി അങ്ങനെയായിരുന്നില്ല നിനച്ചത്. ഞങ്ങൾ അവിടെ എത്തുമ്പോൾ കാനങ്ങോട്ടു രാജൻ ഹൃദയാഘാതം മൂലം ഐ.സി.യു.വിൽ ആയിരുന്നു.

കക്കയം ക്യാമ്പിൽ തടവിലുണ്ടായിരുന്ന വേണുവിനെ അന്വേഷിച്ച് ഞങ്ങൾ പൂവാട്ടുപറമ്പിലേക്കു പോയി.

വേണു പറഞ്ഞു, "ഞാൻ നിങ്ങളുടെ കൂടെ വരുവാൻ തയ്യാറാണ്, പക്ഷേ, നിങ്ങൾ എന്റെ ഭാര്യയെ പറഞ്ഞു സമ്മതിപ്പിക്കണം."

വേണുവിനെ അപരിചിതർ കൂട്ടിക്കൊണ്ടുപോകുന്നത് അയാളുടെ സഹധർമ്മിണിക്കു ഭയമാണ്. അതിനാൽ വേണു ഞങ്ങളുടെ കൂടെ സുരക്ഷിതനാണെന്ന് അവരെ ബോദ്ധ്യപ്പെടുത്തേണ്ടതായി വന്നു.

ഞങ്ങൾ മൂവരും കൂടി വയനാട്ടിലേക്കു പുറപ്പെട്ടു. നാൽപതു വർഷങ്ങൾക്കു മുൻപ്, 1976 ഫെബ്രുവരി 28 പുലർച്ചെയ്ക്കു നക്സലൈറ്റുകൾ ആക്രമിച്ച കായണ്ണ പൊലീസ് സ്റ്റേഷൻ ആണ് ഞങ്ങളുടെ ആദ്യ ലക്ഷ്യം. രാജന്റെ കഥ തുടങ്ങേണ്ടത് അവിടെ നിന്നും ആണല്ലോ.

വയനാടൻ ചുരം കയറി ഞങ്ങൾ കായണ്ണ ഗ്രാമത്തിൽ എത്തി. പൊലീസ് സ്റ്റേഷൻ തിരക്കിയപ്പോൾ ഗ്രാമവാസികൾ പറഞ്ഞു, 'കായണ്ണ പൊലീസ് സ്റ്റേഷൻ ഇവിടെയല്ല, അതു കൂരാച്ചുണ്ടിലാണ്."

തിരിച്ചു പത്തു കിലോമീറ്റർ ചുറ്റി കൂരാച്ചുണ്ടിൽ എത്തി. കവല പിന്നിട്ടു പൊലീസ് സ്റ്റേഷന്റെ മുൻപിലെത്തി. നക്സലൈറ്റുകൾ ആക്രമിച്ച പഴയ

ഷെഡ്ഡ് എന്നോ പൊളിച്ചുകളഞ്ഞു. പകരം അവിടെ രണ്ടുനിലയുള്ള ഒരു പൊലീസ് സ്റ്റേഷൻ.

അവിടെ നിന്നും ഞങ്ങൾ കക്കയം ക്യാമ്പ് തേടിപ്പോയി.

വേണു പറഞ്ഞു, "കക്കയത്തെ പീഡനക്യാമ്പ് തപ്പി ഞാനവിടെ ഒരിക്കൽ പോയിരുന്നു. ക്യാമ്പ് അവിടെയില്ല. സർക്കാർ അത് ഇടിച്ചു നിരത്തി. ക്യാമ്പിന്റെ ലൊക്കേഷൻ കണ്ടുപിടിക്കാൻ പറ്റിയില്ല."

"നമ്മളതു കണ്ടുപിടിക്കും", ഞാൻ വേണുവിന് ഉറപ്പു കൊടുത്തു.

ഈച്ചരവാര്യരുടെ ഹേബിയസ് കോർപ്പസ് റിട്ടിനു ശേഷം കക്കയം ക്യാമ്പ് കുപ്രസിദ്ധി ആർജ്ജിച്ചു. ധാരാളം ജനങ്ങൾ അതു കാണുവാനായി എത്തി. 'ഭാർഗ്ഗവീനിലയം' എന്ന് അതിനു പുതിയ പേരും ഇട്ടു.

സർക്കാരിനും പൊലീസിനും നാണംകെട്ട ഒരു സ്മാരകമായി അതു മാറുന്നതു കണ്ട് കേരള സർക്കാർ ആ കെട്ടിടം ഇടിച്ചു നിരത്തി, മണ്ണിട്ടു മൂടി. കണ്ടുപിടിക്കുവാൻ സാധിക്കാത്ത തരത്തിൽ അവിടുത്തെ ഭൂപ്രകൃതി മാറ്റിമറിച്ചു.

ഇടിച്ചു നിരത്തിയ ക്യാമ്പു കണ്ടുപിടിക്കുവാനായി ഞങ്ങൾ രണ്ടു മണിക്കൂർ കക്കയം മലകളിൽ പരതി. പാറക്കൂട്ടങ്ങളുടെ ഇടയിലൂടെ ഒഴുകുന്ന കാട്ടരുവിയിൽ ഞങ്ങളുടെ വഴി അവസാനിക്കുന്നു. പത്തടിയോളം താഴ്ചയിലാണ് അരുവി. രണ്ടു തവണ ഞങ്ങൾക്ക് അതു കുറുകെ കടക്കേണ്ടി വന്നു. അവസാനം ക്യാമ്പിന്റെ സ്ഥാനം ഞങ്ങൾ കണ്ടുപിടിച്ചു.

തടവിൽ കിടന്നപ്പോഴത്തെ ഓർമ്മയിൽ, മലകളെ ആസ്ഥാനമാക്കി കെട്ടിടത്തിന്റെ കിടപ്പ് വേണു ഉറപ്പിച്ചു. മണ്ണു മാറ്റി അടിത്തറ കണ്ടെത്തുവാൻ പിന്നെയും കുറെ സമയം വേണ്ടി വന്നു. സർക്കാർ ഒളിപ്പിച്ചു വെച്ച പീഡനക്യാമ്പ് ഞങ്ങൾ കണ്ടെത്തിയിരിക്കുന്നു.

പച്ചയും നീലയും നിറം ചാലിച്ച കക്കയം കുന്നുകൾ. കാലഭേദമെന്യേ, മൂകസാക്ഷികളായി അവ തലയുയർത്തി നിൽക്കുന്നു. ഞങ്ങളുടെ സതീർത്ഥ്യനായിരുന്ന രാജൻ മരിച്ചത് ഇവിടെയാണ്. ഞങ്ങൾ ആ സ്ഥലത്തു നിശ്ശബ്ദരായി നിന്നു.

അവിടെ നിന്നും ഞങ്ങൾ കക്കയം ഡാമിലേക്കാണ് പോയത്. പൊലീസ് അന്വേഷണസംഘം രാജന്റെ മൃതശരീരത്തിനായി കക്കയം ഡാമിൽ മുങ്ങിത്തപ്പിയിരുന്നു.

ഡാമിൽ നിന്നും കാട്ടുപാതയിലൂടെ നടന്നാൽ ഊരക്കുഴിയിലെത്തും. പാറക്കൂട്ടത്തിനിടയിലൂടെ കുതിച്ചൊഴുകുന്ന കാട്ടുചോല. രാജന്റെ ശരീരം കത്തിച്ചിട്ട് ഊരക്കുഴിയിൽ ഒഴുക്കിക്കളഞ്ഞതായാണ് അന്വേഷണസംഘം കണ്ടെത്തിയത്.

ഊരക്കുഴിയിൽ വഴുക്കലുണ്ടായിരുന്നു. വനംവകുപ്പിന്റെ ഒരു വഴികാട്ടി അവിടെ ഉണ്ട്. അയാൾ കൈപിടിച്ച് എന്നെ ഊരക്കുഴിയുടെ അറ്റത്തുള്ള വലിയ പാറക്കല്ലിൽ എത്തിച്ചു. നനവും, ചരിവുമുള്ള പാറക്കല്ല്, ഞാൻ അവിടെ വഴുതിവീണു. ഭാഗ്യത്തിന് കുഴിയിലാക്കായിരുന്നില്ല വീണത്.

അവിടെ നിന്നുകൊണ്ടു ഞാൻ താഴേക്കു നോക്കി. പാറകൾക്കിടയി ലൂടെ ഒഴുകിവരുന്ന ചോല ഊരക്കുഴിയുടെ അഗാധമായ ഗർത്തത്തിലേക്ക് മറഞ്ഞു പോകുകയാണ്. വെള്ളം പതിക്കുന്ന താഴ്വാരം കാണുവാൻ സാദ്ധ്യമല്ല.

വഴികാട്ടി പറയുന്നു, "രാജന്റെ ശരീരം പെട്രോളൊഴിച്ചു കത്തിച്ചു, എന്നിട്ട് ചാരം ഇവിടെ ഒഴുക്കിക്കളഞ്ഞു..."

ഇവിടെയായിരുന്നു ആ കഥയുടെ അവസാനം. രാജന്റെ കാൽപ്പാടു കൾ ഊരക്കുഴിയുടെ അഗാധതയിൽ മറയുന്നു.

മാർച്ച് 2017:

രാജന്റെ ഓർമ്മയ്ക്കായി കോഴിക്കോട് എൻ.ഐ.ടി. നടത്തുന്ന രാഗം ഫെസ്റ്റിവലിൽ ലേഖകൻ നൽകിയ പ്രഭാഷണത്തിൽ നിന്ന്:

'പീഡിതനോ പരാജിതനോ ആയ ഒരു രാജനെയല്ല കോഴിക്കോട് എൻ.ഐ.ടി. ഓർമ്മിക്കുന്നത്. ഹോസ്റ്റലിന്റെ നടുത്തളങ്ങളിൽ ഭാവഗീത ങ്ങൾ പാടി നടന്ന രാജനെയാണ് നാം കാണുന്നത്. ആർ.ഇ.സി. കലോ ത്സവങ്ങളിൽ ആടുകയും പാടുകയും ചെയ്ത് നമ്മുടെ ഹൃദയം കവർന്ന ആത്മമിത്രത്തെയാണ് നാം മനസ്സിൽ സൂക്ഷിക്കുന്നത്. ശബ്ദമാധുര്യത്താൽ അനുഗൃഹീതനായ ഒരു ഗായകനെയാണ് എല്ലാക്കാലവും എൻ.ഐ.ടി. ഓർമ്മിക്കുക. അതാണ് രാജന് നാം നൽകുന്ന ഉപഹാരം. രാഗം ഫെസ്റ്റിവൽ കലയുടെ ഉത്സവമാണ്, രാജന്റെ കലാജീവിതത്തിന്റെ ആഘോഷമാണ്."

അനുബന്ധം 1
കുറ്റം ആരോപിക്കപ്പെട്ടവർക്ക് എന്തു സംഭവിച്ചു

ആഭ്യന്തരമന്ത്രി കെ.കരുണാകരൻ

തൃശ്ശൂരിൽ റബ്ബർ എസ്റ്റേറ്റ് തൊഴിലാളി യൂണിയൻ നേതാവായാണ് കരുണാകരന്റെ രാഷ്ട്രീയ ജീവിതത്തിന്റെ തുടക്കം. 1945ൽ കരുണാകരൻ തൃശ്ശൂർ മുനിസിപ്പാലിറ്റി ഇലക്ഷൻ ജയിച്ചു. 1947ൽ തൃശ്ശൂർ സീതാറാം മില്ലിൽ തൊഴിലാളി യൂണിയൻ സ്ഥാപിച്ചു. 1949 മുതൽ 1954 വരെ തിരുവിതാംകൂർ കൊച്ചി നിയമസഭയിലും 1967 മുതൽ 1991 വരെ കേരള നിയമസഭയിലും അംഗമായിരുന്നു. പിന്നീട് രാജ്യസഭയിലും ലോക സഭയിലും അംഗമായി. 1995ൽ കേന്ദ്രവ്യവസായ മന്ത്രി ആയി. നാലു തവണ കേരള മുഖ്യമന്ത്രിയായി.

1964ൽ തട്ടിൽ റബ്ബർ എസ്റ്റേറ്റ് മാനേജർ ജോണിനെ കുത്തിക്കൊന്ന കേസിൽ കരുണാകരൻ പ്രതിയായിരുന്നു. പക്ഷേ തെളിവില്ല എന്ന കാരണത്താൽ കോടതി വിട്ടയച്ചു. (ഈ കേസിലെ ഒന്നാം പ്രതി ആലിയെ തൂക്കിക്കൊന്നു).

അടിയന്തരാവസ്ഥ കാലഘട്ടത്തിൽ സി.അച്യുതമേനോൻ മന്ത്രിസഭയിൽ കരുണാകരൻ ആഭ്യന്തരമന്ത്രി ആയി. നക്സലൈറ്റ് ആക്രമണത്തെ ചെറുക്കുവാനായി ക്രൈംബ്രാഞ്ച് സ്പെഷ്യൽ സെൽ രൂപീകരിച്ചതും പൊലീസ് സൂപ്രണ്ട് ജയറാം പടിക്കലിനെ അതിന്റെ ചുമതല ഏൽപിച്ചതും കരുണാകരൻ ആഭ്യന്തരമന്ത്രി ആയിരുന്ന കാലത്താണ്.

1977 മാർച്ച് 25ന് കെ.കരുണാകരൻ കേരളത്തിന്റെ മുഖ്യമന്ത്രിയായി. എന്നാൽ ഒരു മാസത്തിനു ശേഷം, ഏപ്രിൽ 25ന്, രാജൻ കേസ് ഹേബിയസ് കോർപസ് വിധിയിലെ പ്രതികൂല പരാമർശനങ്ങൾ കാരണം രാജി വെക്കേണ്ടി വന്നു. ഈ കേസിൽ കരുണാകരൻ കോടതിയിൽ കള്ള ത്തെളിവ് നൽകിയതായി ഹൈക്കോടതി കണ്ടെത്തി. കരുണാകരനെതിരെ കേസ്സെടുക്കുവാൻ ഹൈക്കോടതി 1977 ജൂൺ 13ന് വിധിച്ചു. എന്നാൽ കള്ള ത്തെളിവു കേസിൽ കരുണാകരൻ ശിക്ഷിക്കപ്പെട്ടില്ല.

കരുണാകരനിൽ നിന്നും ആനുകൂല്യങ്ങൾ ലഭിച്ച അനുയായികൾ ഏറെയായിരുന്നു. അതിനാൽ കോൺഗ്രസ് പാർട്ടിക്കകത്തു കരുണാകരന് ശക്തമായ പിൻതുണ ഉണ്ടായിരുന്നു. 1981 ഡിസംബർ 28ന് കരുണാകരൻ വീണ്ടും കേരള മുഖ്യമന്ത്രിയായി. ഭൂരിപക്ഷം നഷ്ടപ്പെട്ടതിനാൽ 1982 മാർച്ച് 17ന് രാജി വെക്കേണ്ടി വന്നു. അടുത്ത ഇലക്ഷനിൽ വിജയിച്ച് 1982 മെയ് 24ന് വീണ്ടും മുഖ്യമന്ത്രിയായി, 1987 വരെ തുടർന്നു.

1991ൽ കരുണാകരൻ നാലാം തവണ കേരളത്തിന്റെ മുഖ്യമന്ത്രിയായി. എന്നാൽ പാമോലിൻ അഴിമതി ആരോപണത്തെ തുടർന്ന് 1995ൽ രാജി വെക്കേണ്ടി വന്നു. പാർട്ടിക്കുള്ളിലെ എതിരാളിയായ എ.കെ. ആന്റണി മുഖ്യമന്ത്രിയായി.

1997ൽ കരുണാകരനും മറ്റ് ആറുപേർക്കും എതിരെ പാമോലിൻ അഴി മതിയിൽ വിജിലൻസ് കേസ് രജിസ്റ്റർ ചെയ്തു. 2001ൽ കേസ് കോടതി യിൽ ചാർജ്ജ് ചെയ്തു. വിവിധ കോടതികളിൽ അപ്പീൽ കൊടുത്ത് 2010ൽ താൻ മരിക്കുന്നതുവരെ കേസ് നീട്ടിക്കൊണ്ടു പോകുവാൻ കരുണാകരനു സാധിച്ചു.

സ്വജനപക്ഷപാതം, അഴിമതി, നിയമവിരുദ്ധമായ സ്വത്തു സമ്പാദനം മുതലായ ആരോപണങ്ങൾ കരുണാകരനെ എക്കാലത്തും പിൻതുടർന്നു. എന്നാൽ ആരോപണങ്ങൾ തെളിയിക്കുവാൻ പഴുതു കൊടുക്കാതെയിരി ക്കുന്നതിൽ കരുണാകരൻ അതീവ ശ്രദ്ധാലുവായിരുന്നു. സൂത്രശാലിയായ കരുണാകരൻ കെണികൾ മുൻകൂട്ടി കണ്ടിരുന്നു. 'കരുണാകരന്റെ പേരിൽ ഒരു ബാങ്ക് അക്കൗണ്ടു പോലുമില്ല', എന്നാണ് കണക്കില്ലാത്ത സ്വത്തു സമ്പാദനം അന്വേഷിച്ച പൊലീസ് ഉദ്യോഗസ്ഥ രേഖപ്പെടുത്തിയത്. (ഒരു ബാങ്കിന്റെ 'ആന്റി കറപ്ഷൻ' ദിനത്തിൽ ഈ ഉദ്യോഗസ്ഥ പ്രസംഗിച്ചു, "അഴിമതി കാട്ടുവാൻ ഉദ്ദേശിക്കുന്നവർ കരുണാകരനെ കണ്ടു പഠി ക്കണം").

കേരളരാഷ്ട്രീയത്തിലെ ചാണക്യനായി അറിയപ്പെട്ട കരുണാകരൻ ഗ്രൂപ്പുരാഷ്ട്രീയത്തിന്റെ ആചാര്യനായിരുന്നു. എന്നാൽ, 1995ൽ എ.കെ. ആന്റണി മുഖ്യമന്ത്രിയായതു മുതൽ കേരളത്തിലെ കോൺഗ്രസ് പാർട്ടി ക്കകത്ത് ആന്റണിക്കു മേൽക്കൈ ലഭിച്ചു. കരുണാകരൻ ഡൽഹിയിലേക്ക് തട്ടകം മാറ്റേണ്ടതായി വന്നു.

മുഖ്യമന്ത്രിപദം നഷ്ടപ്പെട്ടതു മുതൽ കരുണാകരൻ അതൃപ്തനായി രുന്നു. ആന്റണിയുടെ സർക്കാരിനെതിരെ കരുണാകരൻ പല കുതന്ത്ര ങ്ങളും പയറ്റി, എങ്കിലും ഫലിച്ചില്ല. ചാടിച്ചാടി വളയം ഇല്ലാതെ ചാടി എന്നു പറയും പോലെ, കേരളത്തിലെ കോൺഗ്രസ് സർക്കാരിനെതിരെ അദ്ദേഹം നടത്തിയ നിരന്തരമായ ശ്രമങ്ങളിൽ സഹികെട്ട്, പാർട്ടി ഹൈക്ക മാൻഡ് കരുണാകരന് എതിരായി. കരുണാകരൻ 2005ൽ കോൺഗ്രസ്

പാർട്ടിയിൽ നിന്നും പുറത്തു ചാടുകയും സോണിയ ഗാന്ധിയെ അധിക്ഷേപിച്ചു സംസാരിക്കുകയും ചെയ്തു.

കരുണാകരൻ സ്വന്തമായി ഒരു പാർട്ടി ഉണ്ടാക്കിയെങ്കിലും അതു പരാജയമായിരുന്നു. പിന്നീട്, ഏറെക്കാലം കോൺഗ്രസ്സിന്റെ പടിവാതിലിൽ അംഗത്വം തേടി അലഞ്ഞു. തന്റെ അവസാന നാളുകളിൽ കരുണാകരൻ കേന്ദ്രനേതൃത്വത്തോടു മാപ്പു പറയുകയും കോൺഗ്രസ് പാർട്ടിയുടെ അംഗത്വം നേടുകയും ചെയ്തു.

എറണാകുളം ജില്ലാ ആശുപത്രിയിൽ രാജന്റെ ഓർമ്മയ്ക്കായി ഈച്ചരവാര്യർ 'തീവ്ര പരിചരണ വാർഡ്' പണിതു. പണി പകുതിയായപ്പോൾ അതു പൊളിച്ചു കളയുവാൻ നടന്ന ശ്രമത്തിന്റെ പുറകിൽ കരുണാകരന്റെ കൈകൾ സംശയിക്കുന്നവരുണ്ട്. നവാബ് രാജേന്ദ്രന്റെ ശവശരീരം അയാളുടെ ആഗ്രഹപ്രകാരം മെഡിക്കൽ കോളേജിനു നൽകാതെ ദഹിപ്പിച്ചതിനു പുറകിലും കരുണാകരനെ പഴിചാരുന്നവരുണ്ട്.

ശ്രീ. കെ.കരുണാകരൻ 2010ൽ മരണമടഞ്ഞു.

ആരായിരുന്നു കെ.കരുണാകരൻ? കഴിവും ചാതുര്യവുമുള്ള ഒരു രാഷ്ട്രീയ നേതാവോ? അതോ ഒരു ക്രിമിനലോ?

രാജൻ സംഭവത്തിൽ ഈ ചോദ്യത്തിന്റെ ഉത്തരം ഇല്ല. രാജൻ എന്ന വ്യക്തിയെ കരുണാകരന് അറിയുമായിരുന്നില്ല. (രാജൻ കരുണാകരനെ കളിയാക്കി പാട്ടു പാടി എന്നത് ഒരു നുണക്കഥയാണ്).

കേരള ഹൈക്കോടതി രാജൻ കേസിൽ പറഞ്ഞത് ""കരുണാകരന് 1976 മാർച്ച് പത്തിനോ, അതിനടുത്തോ തന്നെ രാജന്റെ അറസ്റ്റിനെകുറിച്ച് അറിവുണ്ടായിരുന്നു. ഈ കാര്യം മറച്ചുവെച്ചുകൊണ്ട് അദ്ദേഹം കോടതിയെ തെറ്റിദ്ധരിപ്പിക്കുവാൻ ശ്രമിച്ചതായി കോടതി കരുതുന്നു. അതിനാൽ കള്ളത്തെളിവു നൽകിയതിന് നടപടി ആവശ്യമാണ് എന്നു ഞങ്ങൾ തീരുമാനിക്കുന്നു", എന്നാണ്.

കോടതിയിൽ നിന്നും സത്യം മറച്ചു വെക്കുവാൻ ശ്രമിച്ചതായി കാണുന്നുണ്ട്. എങ്കിലും സത്യവാങ് മൂലങ്ങളിൽ ഉണ്ടായ സാങ്കേതിക പിഴവുകളായി ഇതിനെ വ്യാഖ്യാനിക്കാം.

കൊലപാതകം തേച്ചുമാച്ചു കളയുവാനുള്ള ജയറാം പടിക്കലിന്റെ ശ്രമത്തെ പിൻതുണച്ചു എന്നതാണ് രാജൻ കേസിൽ കരുണാകരൻ എതിരെയുള്ള സാരമായ ആരോപണം.

'മാനുഷിക മൂല്യങ്ങൾക്കു വില കൽപിക്കാത്ത ആൾ, സത്യസന്ധതയും അയാളുമായി ഒരു ബന്ധവുമില്ല', എന്നാണ് ഈച്ചരവാര്യർ കരുണാകരനെ വിശേഷിപ്പിച്ചത്. എന്നാൽ കരുണാകരനോടു പകയുണ്ടായിരുന്ന നിസ്സഹായനായ ഒരു അച്ഛന്റെ ക്ഷോഭമായി ഇതിനെയും തള്ളിക്കളയാം.

ആരായിരുന്നു കെ.കരുണാകരൻ എന്നത് നവാബ് രാജേന്ദ്രന്റെ കഥ (അനുബന്ധം 2) വായിച്ച ശേഷം നിങ്ങൾ തീരുമാനിക്കുക.

ഡി.ഐ.ജി. ജയറാം പടിക്കൽ

ബോംബെയിൽ വൈദ്യശാസ്ത്രം പഠിക്കുമ്പോൾ ഐ.പി.എസ്. പാസ്സായി. പൊലീസ് വകുപ്പിൽ കേരള കേഡറിൽ നിയമനം കിട്ടി. സ്കോട്ട് ലൻഡ് യാർഡിൽ നിന്നും കുറ്റാന്വേഷണത്തിനു പരിശീലനം ലഭിച്ചു.

കെ.കരുണാകരൻ സീതാറാം മില്ലിലെ തൊഴിലാളി യൂണിയൻ നേതാവായി ഇരിക്കുമ്പോൾ പടിക്കലിന്റെ ഭാര്യാപിതാവ് മന്നാടിയാർ അവിടത്തെ ജനറൽ മാനേജർ ആയിരുന്നു എന്നു പറയപ്പെടുന്നു. തൃശ്ശൂരിലെ വനജാ മില്ലിന്റെ ഉടമസ്ഥർ പടിക്കലിന്റെ ഭാര്യവീട്ടുകാർ ആയിരുന്നു. എന്തായാലും കരുണാകരനും പടിക്കലും തമ്മിൽ പ്രത്യേക അടുപ്പമുണ്ടായിരുന്നു. (നവാബ് രാജേന്ദ്രൻ സംഭവമാണ് ഈ ബന്ധം അരക്കിട്ടുറപ്പിച്ചത്).

കരുണാകരൻ ആഭ്യന്തരമന്ത്രി ആയിരിക്കുന്ന സമയത്താണ് നക്സലൈറ്റ് ആക്രമണത്തെ ചെറുക്കുവാനായി ക്രൈംബ്രാഞ്ച് സ്പെഷ്യൽ സെൽ രൂപീകരിച്ചതും പൊലീസ് സൂപ്രണ്ട് ജയറാം പടിക്കലിനെ അതിന്റെ ചുമതല ഏല്പിച്ചതും.

ബുദ്ധികൂർമ്മൻ, ഇളംപ്രായത്തിൽ ഐ.പി.എസ്, സ്കോട്ട്ലൻഡ് യാർഡിൽ പരിശീലനം, എസ്.പി. റാങ്കിൽ ഇരിക്കുമ്പോൾ പതിവു തെറ്റിച്ച് വകുപ്പു തലവനായി നിയമനം, ആഭ്യന്തരമന്ത്രിയുമായി പരിചയം എന്തുകൊണ്ടും അഭൂതപൂർവമായിരുന്നു പടിക്കലിന്റെ ഔദ്യോഗിക ജീവിതത്തിന്റെ തുടക്കം. ഡി.ഐ.ജി.യായി സ്ഥാനക്കയറ്റം കിട്ടുമ്പോൾ ജയറാം പടിക്കൽ ഇന്ത്യയിലെ ഏറ്റവും പ്രായം കുറഞ്ഞ ഡി.ഐ.ജി.യായിരുന്നു.

ഒരു കാര്യം ശ്രദ്ധിച്ചാൽ കരുണാകരനും പടിക്കലും തമ്മിലുള്ള അടുപ്പം വ്യക്തമാകും. രാജൻ കേസിൽ ഹൈക്കോടതി പേരെടുത്തു പറഞ്ഞ പൊലീസ് ഉദ്യോഗസ്ഥരെ 1977 ഏപ്രിൽ 17ന് കേരള ഗവണ്മെന്റ് സസ്പെൻഡ് ചെയ്തു, എന്നാൽ ജയറാം പടിക്കലിനെ സസ്പെൻഷനിൽ നിന്നും ഒഴിവാക്കി. പടിക്കലിനെ ഡി.ഐ.ജി. ട്രെയിനിംഗ് ആയി സ്ഥലം മാറ്റിയതേ ഉള്ളൂ. ഏപ്രിൽ 19ന് പൊലീസുകാർക്കെതിരെ ക്രൈംബ്രാഞ്ച് കേസ് ചാർജ് ചെയ്തപ്പോഴും ജയറാം പടിക്കൽ പ്രതികളുടെ പട്ടികയിലില്ല. ഏപ്രിൽ 25ന് കെ.കരുണാകരൻ മുഖ്യമന്ത്രി പദം രാജി വെച്ച ശേഷം ഏപ്രിൽ 29നാണ് പടിക്കലിനെ സസ്പെൻഡ് ചെയ്യുന്നത്. കരുണാകരൻ മുഖ്യമന്ത്രിയായി ഇരുന്ന കാലത്തോളം പടിക്കൽ സുരക്ഷിതനായിരുന്നു.

മെയ് 22ന് ജയറാം പടിക്കലിനെ അറസ്റ്റു ചെയ്യുന്നതിന്റെ തലേദിവസം കരുണാകരൻ ആഭ്യന്തരവകുപ്പു സെക്രട്ടറി നാരായണസ്വാമിയുമായി എറണാകുളം ടി.ബിയിൽവെച്ചു നടത്തിയ കൂടിക്കാഴ്ച ഇവിടെ

പ്രസക്തമാണ്. പടിക്കലിന്റെ അറസ്റ്റു തടയുവാനുള്ള കരുണാകരന്റെ ശ്രമമായി അതു വ്യാഖ്യാനിക്കപ്പെട്ടു.

ജയറാം പടിക്കൽ കക്കയത്തു ക്യാമ്പ് സ്ഥാപിച്ചതും കസ്റ്റഡിയിൽ എടുത്തവരെ ക്രൂരമായ ശാരീരിക പീഡനത്തിന് ഇരയാക്കിയതും മൂന്നാം അധ്യായത്തിൽ വിവരിച്ചിട്ടുണ്ട്. സ്കോട്ട്ലൻഡ് യാർഡിൽ പരിശീലനം കിട്ടിയ ആൾ എന്തുകൊണ്ടാണ് പ്രാകൃതമായ മൂന്നാം മുറ ഉപയോഗിച്ചത്? നമ്മുടെ പൊലീസ് സംസ്കാരത്തിന്റെ മൂല്യച്യുതിയിലേക്കും അന്വേഷണരീതിയുടെ പ്രാകൃത സ്വഭാവത്തിലേക്കുമല്ലേ അതു വിരൽ ചൂണ്ടുന്നത്?

ജയറാം പടിക്കൽ നേരിട്ടു കരുണാകരനു റിപ്പോർട്ടു ചെയ്യുകയായിരുന്നു എന്നാണ് ഹൈക്കോടതിയിൽ സമർപ്പിച്ച തെളിവുകൾ വ്യക്തമാക്കുന്നത്. അവർ തമ്മിലുണ്ടായിരുന്ന അടുപ്പം കണക്കിലെടുക്കുമ്പോൾ രാജന്റെ മരണം ജയറാം പടിക്കൽ കരുണാകരനെ അറിയിച്ചിരുന്നു എന്ന് അനുമാനിക്കേണ്ടിയിരിക്കുന്നു.

മർദ്ദനമേറ്റ് രാജൻ ബോധം കെട്ടപ്പോൾ പൊലീസുകാർ ജയറാം പടിക്കലിനെ വിളിച്ചു വരുത്തിയതായും ഡോക്ടറെ വിളിക്കുവാനായി ബീരാൻ എന്ന പൊലീസുകാരനെ പടിക്കൽ അയച്ചതായും കാനങ്ങോട്ടു രാജൻ ആരോപിക്കുന്നു. ഡോക്ടർ വന്നപ്പോൾ രോഗിയെ കാണിക്കാഞ്ഞതിനാൽ, അപ്പോഴേക്കും രാജൻ മരിച്ചു പോയി എന്ന അനുമാനത്തിലാണ് അന്വേഷണ ഉദ്യോഗസ്ഥർ എത്തിയത്.

രാജന്റെ മരണം അന്വേഷിച്ച ക്രൈംബ്രാഞ്ച് സംഘം ജയറാം പടിക്കലിനെ അറസ്റ്റു ചെയ്യുകയും കൊലക്കേസിൽ ചാർജ്ജ് ചെയ്യുകയും ചെയ്തു. കോയമ്പത്തൂർ കോടതി പടിക്കലിനെ ഒരു വർഷം കഠിന തടവിനു ശിക്ഷിച്ചു. എന്നാൽ, മദ്രാസ് ഹൈക്കോടതി അയാളെ കുറ്റവിമുക്തനാക്കി.

കോയമ്പത്തൂർ കോടതിയുടെ വിധിപ്രകാരം, രാജന്റെ മരണത്തിന്റെ ഉത്തരവാദിത്വം കക്കയം ക്യാമ്പിന്റെ ചുമതല വഹിച്ച ജയറാം പടിക്കലിനാണ്. പടിക്കലിനെ കൊലപാതകത്തിനു ശിക്ഷിച്ചില്ല എന്നത് നമ്മുടെ കുറ്റാന്വേഷണ നീതിന്യായ വ്യവസ്ഥയുടെ പരാജയമായി പലരും വ്യാഖ്യാനിച്ചു.

പൊലീസിലെ ഏറ്റവും ഉന്നത പദവിയായ ഡയറക്ടർ ജനറൽ ഓഫ് പൊലീസ് (ഡി.ജി.പി.) തസ്തികയിലാണ് പടിക്കൽ വിരമിച്ചത് എന്നത് ഒരു വിരോധാഭാസമാണ്.

ജയറാം പടിക്കൽ 1997ൽ മരണമടഞ്ഞു. പടിക്കലിനെ ചരിത്രം ഓർമ്മിക്കുക ഉന്നത പദവിയുടെയോ ബുദ്ധികൂർമ്മതയുടെയോ പേരിലാവില്ല. ജയറാം പടിക്കലിനെ ചരിത്രം ഓർമ്മിക്കുന്നത് കക്കയം ക്യാമ്പിൽ നടന്ന ക്രൂരതയുടെ പേരിലാവും.

പൊലീസ് ഇൻസ്പെക്ടർ പുലിക്കോടൻ നാരായണൻ

രാജനെ കസ്റ്റഡിയിൽ എടുക്കുന്ന സമയത്ത് പേരാമ്പ്ര എസ്.ഐ. ആയിരുന്നു. കക്കയം ക്യാമ്പിലെ മർദ്ദനം പുലിക്കോടന്റെ നേതൃത്വത്തിലായിരുന്നു എന്ന് പീഡനമേറ്റവർ സാക്ഷ്യപ്പെടുത്തുന്നു. കുറ്റ്യാടി പ്രദേശത്തുള്ള തീവ്രവാദികളെ അടിച്ചമർത്തുന്നതിലൂടെ പുലിക്കോടൻ ശ്രദ്ധേയനായിരുന്നു. അതിനാലാണ് കക്കയം ക്യാമ്പിലേക്ക് പ്രത്യേകം നിയോഗിച്ചത് എന്നു കോയമ്പത്തൂർ കോടതിയുടെ വിധിയിൽ പറയുന്നുണ്ട്.

എം.എൽ.എ. പന്ന്യൻ രവീന്ദ്രൻ പറയുന്നു, "പുലിക്കോടൻ നാരായണൻ എന്നൊരു കുപ്രസിദ്ധനായ പൊലീസ് സബ് ഇൻസ്പെക്ടർ ഉണ്ടായിരുന്നു. മുടി നീട്ടി വളർത്തുന്ന യുവാക്കളെ അയാൾ അടിയന്തരാവസ്ഥക്കാലത്ത് പിടിച്ചു സ്റ്റേഷനിൽ കൊണ്ടുപോകും. തലയുടെ നടുക്ക് വട്ടത്തിൽ മുടി വടിച്ചു കളയും. അയാളുടെ പ്രധാന വിനോദം ആയിരുന്നു അത്."

വഴിയെ നടക്കുന്ന നിരപരാധികളായ യുവാക്കളെ പിടിച്ചു കൊണ്ടു പോകുവാനും അനധികൃതമായി കൈയ്യേറ്റം ചെയ്യുവാനും തനിക്ക് അധികാരമുണ്ട് എന്നാണ് പുലിക്കോടൻ ധരിച്ചത്. അടിയന്തരാവസ്ഥയുടെ മറവിൽ നടത്തിയ ഈ മനുഷ്യാവകാശ ധ്വംസനത്തിന് പുലിക്കോടനെതിരെ നടപടിയൊന്നും ഉണ്ടായില്ല.

(വ്യക്തിസ്വാതന്ത്ര്യത്തിനു മേലുള്ള പുലിക്കോടന്റെ കടന്നുകയറ്റത്തെ പ്രതിഷേധിക്കുവാനായി, ശ്രീ. പന്ന്യൻ രവീന്ദ്രൻ ഇന്നും മുടി നീട്ടി വളർത്തുന്നു).

പുലിക്കോടൻ നാരായണൻ റിട്ടയർ ചെയ്യുന്നതിനു തൊട്ടു മുൻപ് അയാൾ തന്റെയും ബന്ധുക്കളുടെയും പേരിൽ അനധികൃതമായി സ്വത്തു സമ്പാദിച്ചതായി വിജിലൻസ് & ആന്റി കറപ്ഷൻ ബ്യൂറോ കണ്ടെത്തി. എന്നാൽ അനധികൃതമായി സമ്പാദിച്ച സ്വത്തു തിരിച്ചു പിടിക്കുകയോ, പുലിക്കോടന്റെ അഴിമതിക്കെതിരെ നടപടി എടുക്കുകയൊ വേണ്ടെന്നായിരുന്നു സർക്കാർ തീരുമാനം. പകരം,

"പുലിക്കോടൻ നാരായണൻ തന്റെ ജോലിക്കാലത്ത് സർക്കാരിനെ തൃപ്തികരമായി സേവിച്ചില്ല, തൽഫലമായി പ്രതിമാസ പെൻഷനിൽ നിന്നും നൂറു രൂപ കുറയ്ക്കുന്നു", എന്നു സർക്കാർ ഉത്തരവിട്ടു.

(ഇതിനെതിരെ പുലിക്കോടൻ കേസു കൊടുത്തു. എന്നാൽ കോടതി വിധി പുലിക്കോടന് എതിരായിരുന്നു).

രാജനെ ഉരുട്ടിക്കൊന്നവരുടെ കൂട്ടത്തിൽ പുലിക്കോടൻ നാരായണൻ ഉണ്ടായിരുന്നതായി അന്വേഷണ സംഘം കോടതിയിൽ ആരോപിച്ചു. കാനങ്ങോട്ടു രാജനും ഈ ആരോപണം ആവർത്തിച്ചു.

എന്നാൽ രാജന്റെ കൊലപാതകത്തിനു പുലിക്കോടൻ ശിക്ഷിക്കപ്പെടുകയില്ല. രാജന്റെ മരണം അന്വേഷിച്ച ക്രൈംബ്രാഞ്ച് സംഘം പുലിക്കോടനെ അറസ്റ്റു ചെയ്യുകയും കൊലക്കേസിൽ ചാർജ്ജ് ചെയ്യുകയും ചെയ്തു. കോയമ്പത്തൂർ കോടതി അയാളെ കുറ്റവിമുക്തനാക്കി. ഡപ്യൂട്ടി പൊലീസ് സൂപ്രണ്ട് തസ്തികയിലാണ് പുലിക്കോടൻ നാരായണൻ ജോലിയിൽ നിന്നും വിരമിച്ചത്.

പുലിക്കോടൻ നാരായണന്റെ മർദ്ദനത്തിനിരയായ ധാരാളം നിർഭാഗ്യവാന്മാരുണ്ട്. പലരും ചികിത്സിച്ചാൽ മാറാത്ത പരുക്കുകൾ പേറി ജീവിക്കുന്നു.

കക്കയം ക്യാമ്പിലെ മർദ്ദനം കാനങ്ങോട്ടു രാജൻ വിവരിക്കുന്നു: "പുലിക്കോടൻ നന്നായി മദ്യപിച്ചിരുന്നു. ഓരോരുത്തരെയും എഴുന്നേൽപ്പിച്ച് അടി തുടങ്ങി. കോരുവിനും പത്മനാഭക്കുറുപ്പിനും അടികിട്ടി. കൊങ്ങാട്ടു കേസിലെ രാമനെ എഴുന്നേൽപിച്ചു പേരു ചോദിച്ചു. അടിയും ചവിട്ടും തെറിച്ചു വീണതും ഒപ്പമായിരുന്നു. ബാലകൃഷ്ണൻ മാസ്റ്ററുടെ മുഖത്തടിച്ചപ്പോൾ ചോര തെറിച്ചു. ഒറ്റ ചവിട്ടിന് പത്മനാഭൻ മാഷ് മുറിയുടെ നടുവിൽ എത്തിയിരുന്നു.

മർദ്ദനത്തിന്റെ മൂർദ്ധന്യത്തിൽ സി.ഐ. മോഹനൻ മുറിയിലേക്കു വന്നു. "ഇപ്പോൾ തന്നെ ഒരാൾ കാലിയായി. ഞാൻ സമാധാനം പറയേണ്ടി വരും", എന്നു പറഞ്ഞാണ് പുലിക്കോടനെയും സംഘത്തെയും പുറത്താക്കിയത്.

സി.ഐ. മോഹനൻ പേരാമ്പ്രയിലെ സി.ഐ. ആണ്. കായണ്ണ പൊലീസ് സ്റ്റേഷൻ അതിനു കീഴിൽ ആണ്. രാജന്റെ മരണത്തെക്കുറിച്ച് അന്വേഷണം വന്നാൽ അയാളാണ് മറുപടി പറയേണ്ടി വരുക. അതാണ് അയാൾ തടയാൻ കാരണം.

"പുലിക്കോടൻ എന്റെ നട്ടെല്ലിന് ഇടിച്ചു. മുതുകിലേറ്റ ആ ഇടി എന്റെ വലതുകൈയുടെ അപ്പംവിരൽ തരിച്ചുപോകുവാൻ ഇടയാക്കി.

പുലിക്കോടൻ ഏതു ദൈവത്തിന്റെ പേരിൽ ഭക്തി അഭിനയിച്ചാലും എല്ലാവരേയും കബളിപ്പിക്കുവാൻ ശ്രമിച്ചാലും മർദ്ദനമേറ്റവർ അതു മറക്കുകയില്ലല്ലോ."

എസ്.പി. മുരളികൃഷ്ണദാസ്

രാജനെ കസ്റ്റഡിയിൽ എടുക്കുന്ന സമയത്ത് ക്രൈംബ്രാഞ്ച് എസ്.പി. ആയിരുന്നു. കക്കയം ക്യാമ്പ് സ്ഥാപിച്ചത് ക്രൈംബ്രാഞ്ച് ആണ്. മുരളികൃഷ്ണദാസ് കക്കയം ക്യാമ്പിൽ വെച്ചു തന്റെ വൃഷണങ്ങൾ ഞെരിച്ചതായി കാനങ്ങോട്ടു രാജൻ ആരോപിക്കുന്നു.

രാജൻ മരിച്ചപ്പോൾ മുരളികൃഷ്ണദാസ് ആ മുറിയിൽ ഉണ്ടായിരുന്ന തായി കാനങ്ങോട്ടു രാജൻ മൊഴി കൊടുത്തു. അതിനു ശേഷം, പൊലീസു കാരെ ആ മുറിയിൽ നിന്നും പുറത്താക്കിയത് മുരളികൃഷ്ണദാസാണ് എന്നും കാനങ്ങോട്ടു രാജൻ പറയുന്നു.

രാജന്റെ മരണം അന്വേഷിച്ച ക്രൈംബ്രാഞ്ച് സംഘം മുരളികൃഷ്ണ ദാസിനെ അറസ്റ്റു ചെയ്യുകയും കൊലക്കുറ്റത്തിനു ചാർജ്ജ് ചെയ്യുകയും ചെയ്തു. കേരള സർക്കാർ അയാളെ സർവീസിൽ നിന്നും പിരിച്ചു വിട്ടു.

കോയമ്പത്തൂർ കോടതി മുരളികൃഷ്ണദാസിനെ ഒരു വർഷം കഠിന തടവിനു ശിക്ഷിച്ചു. എന്നാൽ, മദ്രാസ് ഹൈക്കോടതി അയാളെ കുറ്റ വിമുക്തനാക്കി.

ഡി.ഐ.ജി. റ്റി.വി.മധുസൂദനൻ

കക്കയം ക്യാമ്പിന്റെ ചുമതല മധുസൂദനനായിരുന്നില്ല. എന്നാൽ ക്യാമ്പു തുടങ്ങിയപ്പോൾ മുതൽ മധുസൂദനൻ അവിടെ ഉണ്ടായിരുന്നതായി തെളിഞ്ഞിട്ടുണ്ട്. ഡി.ഐ.ജി. റാങ്കുള്ള ഈ ഉദ്യോഗസ്ഥന്റെ സാന്നിദ്ധ്യ ത്തിലാണ് ക്രൂരമായ പീഡനം നടന്നത്. മൗനാനുവാദത്തോടെ അദ്ദേഹം അതിനെല്ലാം സാക്ഷിയായി.

രാജൻ മരിച്ചപ്പോൾ മധുസൂദനൻ ആ മുറിയിൽ കയറി വന്നതായി കാനങ്ങോട്ടു രാജൻ ആരോപിക്കുന്നു.

രാജന്റെ മരണം അന്വേഷിച്ച ക്രൈംബ്രാഞ്ച് സംഘം മധുസൂദനനെ അറസ്റ്റു ചെയ്യുകയും, കേസിൽ ചാർജ്ജ് ചെയ്യുകയും ഉണ്ടായി. എന്നാൽ കോയമ്പത്തൂർ കോടതി അദ്ദേഹത്തെ കുറ്റവിമുക്തനാക്കി.

പൊലീസിലെ ഏറ്റവും ഉന്നത പദവിയായ ഡി.ജി.പി. തസ്തികയി ലാണ് മധുസൂദനൻ വിരമിച്ചത്.

എസ്.പി. കെ.ലക്ഷ്മണ

മധുസൂദനനെ പോലെ തന്നെ ലക്ഷ്മണയും കക്കയം ക്യാമ്പു തുട ങ്ങിയപ്പോൾ മുതൽ അവിടെ ഉണ്ടായിരുന്നു. പീഡനങ്ങൾക്കു സാക്ഷിയാ യിരുന്നതായി മൊഴിയുണ്ട്. രാജൻ മരിച്ചപ്പോൾ ലക്ഷ്മണ ആ മുറിയിൽ കയറി വന്നതായി കാനങ്ങോട്ടു രാജൻ ആരോപിക്കുന്നു.

രാജന്റെ മരണം അന്വേഷിച്ച ക്രൈംബ്രാഞ്ച് സംഘം ലക്ഷ്മണയെ അറസ്റ്റു ചെയ്യുകയും കേസിൽ ചാർജ്ജ് ചെയ്യുകയും ഉണ്ടായി. എന്നാൽ കോയമ്പത്തൂർ കോടതി കുറ്റവിമുക്തനാക്കി.

ഐ.ജി.പി. തസ്തികയിലാണ് ലക്ഷ്മണ വിരമിച്ചത്.

എന്നാൽ നീതിയുടെ ഹസ്തങ്ങൾ വിചിത്രവും നാടകീയവുമായ രീതിയിൽ ലക്ഷ്മണയെ പിടികൂടി.

1970ൽ, വർഗീസ് എന്ന നക്സലൈറ്റ് നേതാവ് പൊലീസുമായുള്ള ഏറ്റുമുട്ടലിൽ കൊല്ലപ്പെട്ടതായി പൊലീസ് അവകാശപ്പെട്ടിരുന്നു. ഇരുപത്തി ഒൻപതു വർഷങ്ങൾക്കു ശേഷം, 1999ൽ, റിട്ടയർഡ് കോൺസ്റ്റബിൾ രാമചന്ദ്രൻ നായർ ഹൈക്കോടതിയെ സമീപിച്ചു. വർഗീസ് പൊലീസ് കസ്റ്റഡിയിൽ ഇരിക്കുമ്പോൾ, ലക്ഷ്മണയുടെ ആജ്ഞപ്രകാരം താൻ അയാളെ വെടി വെച്ചു കൊന്നതാണ് എന്ന് രാമചന്ദ്രൻ നായർ കുറ്റസമ്മതം നടത്തി.

വർഗീസിന്റെ വധത്തിനു കോടതി 2010ൽ ലക്ഷ്മണയ്ക്കു ജീവപര്യന്തം തടവും പതിനായിരം രൂപ പിഴയും ശിക്ഷ വിധിച്ചു. എന്നാൽ കേരള സർക്കാർ പ്രത്യേക ഇളവു നൽകി 2013ൽ ലക്ഷ്മണയെ തടവിൽ നിന്നും മോചിപ്പിച്ചു.

ഡി.വൈ.എസ്.പി. കുഞ്ഞിരാമൻ നമ്പ്യാർ

രാജനെ കസ്റ്റഡിയിൽ എടുക്കുന്ന സമയത്ത് ക്രൈംബ്രാഞ്ച് ഡി.വൈ.എസ്.പി. ആയിരുന്നു. രാജന്റെ മരണം അന്വേഷിച്ച ക്രൈംബ്രാഞ്ച് സംഘം കുഞ്ഞിരാമൻ നമ്പ്യാരെ അറസ്റ്റു ചെയ്യുകയും കൊലക്കുറ്റം ചാർജ്ജ് ചെയ്യുകയും ചെയ്തു.

കോയമ്പത്തൂർ കോടതി നമ്പ്യാരെ ഒരു വർഷം കഠിന തടവിനു ശിക്ഷിച്ചു. എന്നാൽ, മദ്രാസ് ഹൈക്കോടതി അയാളെ കുറ്റവിമുക്തനാക്കി.

സർക്കിൾ ഇൻസ്പെക്ടർ എൻ.ടി.മോഹനൻ

രാജനെ കസ്റ്റഡിയിൽ എടുക്കുന്ന സമയത്ത് പേരാമ്പ്ര സർക്കിൾ ഇൻസ്പെക്ടർ ആയിരുന്നു. കായണ്ണ സ്റ്റേഷൻ പേരാമ്പ്ര സി.ഐയുടെ കീഴിൽ ആയിരുന്നു.

രാജനെ ഫിൽറ്റർ ഹൗസിന്റെ മുന്നിൽ വെച്ച് അറസ്റ്റു ചെയ്തത് മോഹനനാണ്. അറസ്റ്റിനു ശേഷം അയാളെ ക്രൈംബ്രാഞ്ച് സർക്കിൾ ഇൻസ്പെക്ടർ ശ്രീധരനു കൈമാറി.

കക്കയം ഇലക്ട്രിസിറ്റി ബോർഡിന്റെ കെട്ടിടം പൊലീസ് ക്യാമ്പിനായി വിട്ടുകിട്ടാനായി ചുമതലപ്പെടുത്തിയത് മോഹനനെ ആയിരുന്നു. മർദ്ദനോപകരണങ്ങളായ ഉലക്കയും ബഞ്ചും ശേഖരിച്ചു കോണ്ടുവന്നതും മോഹനനാണ് എന്നു പറയുന്നു.

പുലിക്കോടന്റെ മർദ്ദനം തടയുവാൻ ഒരു തവണ മോഹനൻ ശ്രമിച്ചതായി സാക്ഷി മൊഴിയുണ്ട്.

1977 മെയ് 21ന് സർക്കാർ മോഹനനെ സസ്പെൻഡു ചെയ്തു. രാജന്റെ മരണം അന്വേഷിച്ച ക്രൈംബ്രാഞ്ച് സംഘം മോഹനനെ അറസ്റ്റു ചെയ്യുകയും കേസിൽ ചാർജ്ജ് ചെയ്യുകയും ഉണ്ടായി. എന്നാൽ കോയമ്പത്തൂർ കോടതി കുറ്റവിമുക്തനാക്കി.

സർക്കിൾ ഇൻസ്പെക്ടർ കെ.ശ്രീധരൻ

രാജനെയും ചാലിയെയും കോളേജ് ക്യാമ്പസിൽ നിന്നും കസ്റ്റഡിയിൽ എടുത്തതു ശ്രീധരനാണ്. കസ്റ്റഡിയിൽ എടുത്ത ശേഷം ജീപ്പിനുള്ളിൽ വെച്ച് ഇവരെ പൊലീസ് മർദ്ദിച്ചതായി സാക്ഷികളുടെ മൊഴിയുണ്ട്.

ഹേബിയസ് കോർപസ് വിധിയുടെ പശ്ചാത്തലത്തിൽ 1977 ഏപ്രിൽ 17ന് സർക്കാർ ശ്രീധരനെ സസ്പെൻഡ് ചെയ്തു. കോഴിക്കോടു ചീഫ് ജുഡീഷ്യൽ മജിസ്ട്രേറ്റ് കോടതിയിൽ ഏപ്രിൽ 19നു ക്രൈംബ്രാഞ്ച് ചാർജ്ജ് ചെയ്ത കേസിലെ ഒന്നാം പ്രതി ശ്രീധരനായിരുന്നു. എന്നാൽ 1977 ജൂൺ 21ന് ഇതേ കോടതിയിൽ അന്വേഷണ ഉദ്യോഗസ്ഥന്മാർ സമർപ്പിച്ച കുറ്റപത്രത്തിൽ, തെളിവില്ല എന്ന കാരണം പറഞ്ഞ്, ശ്രീധരന്റെ പേർ ഒഴിവാക്കി.

രാജന്റെ അച്ഛൻ ഈച്ചരവാര്യർ താമസിച്ച വീട്ടിൽ ചെന്ന് ശ്രീധരൻ വീട്ടുടമയെ ഭീഷണിപ്പെടുത്തിയ കാര്യം വാര്യർ വിവരിക്കുന്നുണ്ട്.

ശ്രീധരനെതിരെ അന്വേഷണ സംഘം കുറ്റമൊന്നും ചുമത്തുകയില്ല. അസി. പൊലീസ് കമ്മീഷണർ തസ്തികയിലാണ് ശ്രീധരൻ വിരമിച്ചത്.

ഹെഡ് കോൺസ്റ്റബിൾ ബീരാൻ

നക്സലൈറ്റുകൾ പൊലീസ് സ്റ്റേഷൻ ആക്രമിച്ചപ്പോൾ കായണ്ണ സ്റ്റേഷനിൽ ഉണ്ടായിരുന്നു. രാജനെ ഉരുട്ടിയവരുടെ കൂട്ടത്തിൽ ഹെഡ് കോൺസ്റ്റബിൾ ബീരാൻ ഉണ്ടായിരുന്നതായി അന്വേഷണ സംഘം ആരോപിച്ചു. കാനങ്ങോട്ടു രാജനും ഈ ആരോപണം ആവർത്തിക്കുന്നു. മർദ്ദന മേറ്റു രാജൻ ബോധം കെട്ടപ്പോൾ രാജന്റെ മുഖത്തു വെള്ളം തളിച്ചതു ബീരാനാണത്രെ. ഡോക്ടറെ വിളിക്കുവാനായി ജയറാം പടിക്കൽ ബീരാനെയാണ് അയച്ചത് എന്നും കാനങ്ങോട്ടു രാജൻ പറയുന്നു.

1977 മെയ് 21ന് സർക്കാർ ബീരാനെ സസ്പെൻഡു ചെയ്തു. എന്നാൽ 1977 ജൂൺ 21ന് കൊലക്കേസിന്റെ ചാർജ് ഷീറ്റ് കോഴിക്കോട് ചീഫ് ജുഡീഷ്യൽ മജിസ്ട്രേറ്റ് കോടതിയിൽ ഫയൽ ചെയ്തപ്പോൾ കുറ്റവാളികളുടെ പട്ടികയിൽ ബീരാന്റെ പേർ ഇല്ലായിരുന്നു.

കോൺസ്റ്റബിൾ സോമൻ

നക്സലൈറ്റുകൾ പൊലീസ് സ്റ്റേഷൻ ആക്രമിച്ചപ്പോൾ കായണ്ണ സ്റ്റേഷനിൽ ഉണ്ടായിരുന്നു. രാജനെ ഉരുട്ടിയവരുടെ കൂട്ടത്തിൽ കോൺസ്റ്റബിൾ സോമൻ ഉണ്ടായിരുന്നതായി അന്വേഷണ സംഘം ആരോപിച്ചു. കാനങ്ങോട്ടു രാജനും ഈ ആരോപണം ആവർത്തിക്കുന്നു. രാജൻ ബോധം കെട്ടപ്പോൾ കൈകളുടെ കെട്ടഴിച്ച് രാജനെ എഴുന്നേൽപിച്ച്

ഇരുത്തുവാൻ സോമൻ ശ്രമിച്ചതായും കാനങ്ങോട്ടു രാജൻ പറയുന്നു. രാജൻ ഉണരാഞ്ഞപ്പോൾ, 'അവന്റെ തട്ടിപ്പാണ്' എന്ന് അയാൾ പറഞ്ഞതായും കാനങ്ങോട്ടു രാജൻ ആരോപിക്കുന്നു.

1977 മെയ് 21ന് സർക്കാർ സോമനെ സസ്പെൻഡു ചെയ്തു. എന്നാൽ 1977 ജൂൺ 21ന് കൊലക്കേസിന്റെ ചാർജ് ഷീറ്റ് കോഴിക്കോട് ചീഫ് ജുഡീഷ്യൽ മജിസ്ട്രേറ്റ് കോടതിയിൽ ഫയൽ ചെയ്തപ്പോൾ കുറ്റവാളികളുടെ പട്ടികയിൽ സോമന്റെ പേർ ഇല്ലായിരുന്നു.

കോൺസ്റ്റബിൾ ബാലകൃഷ്ണൻ

നക്സലൈറ്റുകൾ പൊലീസ് സ്റ്റേഷൻ ആക്രമിച്ചപ്പോൾ കായണ്ണ സ്റ്റേഷനിൽ ഉണ്ടായിരുന്നു. രാജനെ ഉരുട്ടിയവരുടെ കൂട്ടത്തിൽ കോൺസ്റ്റബിൾ ബാലകൃഷ്ണൻ ഉണ്ടായിരുന്നതായി അന്വേഷണ സംഘം ആരോപിച്ചു. കാനങ്ങോട്ടു രാജനും ഈ ആരോപണം ആവർത്തിക്കുന്നു.

1977 മെയ് 21ന് സർക്കാർ ബാലകൃഷ്ണനെ സസ്പെൻഡു ചെയ്തു.

എന്നാൽ 1977 ജൂൺ 21ന് കൊലക്കേസിന്റെ ചാർജ് ഷീറ്റ് കോഴിക്കോട് ചീഫ് ജുഡീഷ്യൽ മജിസ്ട്രേറ്റ് കോടതിയിൽ ഫയൽ ചെയ്തപ്പോൾ കുറ്റവാളികളുടെ പട്ടികയിൽ ബാലകൃഷ്ണന്റെ പേർ ഇല്ലായിരുന്നു.

എസ്.ഐ. അബൂബക്കർ

രാജനെ ഉരുട്ടുന്ന സമയത്ത് അയാളുടെ വായ തുണികൊണ്ടു പൊത്തിപ്പിടിച്ചത് നാദപുരം എസ്.ഐ. അബൂബക്കർ ആയിരുന്നു എന്ന് കാനങ്ങോട്ടു രാജൻ ആരോപിക്കുന്നു. ഇത്തരത്തിൽ ഉരുട്ടുമ്പോൾ രാജൻ ശ്വാസം മുട്ടി മരിച്ചതായാണ് സോമശേഖരൻ കരുതുന്നത്. അബൂബക്കറിനെതിരെ അന്വേഷണ സംഘം കുറ്റമൊന്നും ആരോപിക്കുന്നില്ല.

എസ്.ഐ. വി.ടി. തോമസ്

നക്സലൈറ്റുകൾ പൊലീസ് സ്റ്റേഷൻ ആക്രമിച്ചപ്പോൾ കായണ്ണ സ്റ്റേഷന്റെ എസ്.ഐ. ആയിരുന്നു. വി.ടി. തോമസ് തന്നെ ഉരുട്ടിയതായി കാനങ്ങോട്ടു രാജൻ ആരോപിക്കുന്നു. എന്നാൽ ഇയാൾക്കെതിരെ അന്വേഷണ സംഘം കുറ്റമൊന്നും ആരോപിക്കുന്നില്ല.

പി.രാജനെ ഉരുട്ടിയവരുടെ കൂട്ടത്തിൽ കോൺസ്റ്റബിൾ വേലായുധൻ, ജയരാജൻ, ലോറൻസ് എന്നിവർ ഉണ്ടായിരുന്നതായി കാനങ്ങോട്ടു രാജൻ ആരോപിക്കുന്നു. കോൺസ്റ്റബിൾ ബാലഗോപാൽ തന്നെ ഉരുട്ടിയതായും അയാൾ പറയുന്നു. എന്നാൽ അന്വേഷണ സംഘം ഇവർക്കെതിരെ കുറ്റമൊന്നും ആരോപിക്കുന്നില്ല.

അനുബന്ധം 2
നവാബ് രാജേന്ദ്രൻ

ഇന്ത്യൻ ജനാധിപത്യത്തിന് നവാബ് രാജേന്ദ്രൻ കൊടുത്ത നിർവചനം:

"ജനങ്ങളെ നിർഗുണ പരബ്രഹ്മങ്ങളാക്കി നിർത്തി,
ഒരു ചന്തയിൽ നിന്നെന്നപോലെ വിലയ്ക്കു വാങ്ങി,
ജനങ്ങളിൽ നിന്നകന്ന് കെട്ടിപ്പെടുക്കുന്ന ഭരണം"
(Off the People, Buy the People, Far (from) the People)

മുഷിഞ്ഞ വസ്ത്രം ധരിച്ച്, പ്രാകൃതമായ മുടിയും താടിയും വളർത്തി, അന്തിയുറങ്ങുവാൻ വീടില്ലാതെ, ഉറ്റവരും ഉടയവരും ഇല്ലാതെ, അന്നത്തിനു വകയില്ലാതെ, ഒറ്റയ്ക്ക് അലഞ്ഞു നടക്കുന്ന രാജേന്ദ്രൻ. തൂവെള്ള ഖദർ ധരിച്ച്, മൻമോഹൻ പാലസിന്റെ ആഡംബരത്തിൽ ലയിച്ച്, ബന്ധുമിത്രാദി കളാൽ ചുറ്റപ്പെട്ട്, ബെൻസ് കാറിൽ അതിശീഘ്രം പറക്കുന്ന കേരള മുഖ്യ മന്ത്രി കെ.കരുണാകരൻ. ഇവർ തമ്മിൽ എന്തു സാദൃശ്യം?

എന്നാൽ നവാബ് രാജേന്ദ്രനെ വരയ്ക്കാതെ കരുണാകരന്റെ ചിത്രം പൂർണ്ണമാകുകയില്ല. അത്രയേറെ കൂടിക്കുഴഞ്ഞിരുന്നു അവരുടെ ജീവിത ങ്ങൾ.

അപ്രധാനമെങ്കിലും ചില സാമ്യങ്ങൾ ഇവർ തമ്മിൽ ഉണ്ടായിരുന്നു. രണ്ടു പേരും ജനിച്ചതു കണ്ണൂർ ജില്ലയിൽ, പ്രവർത്തനം ആരംഭിക്കുന്നത് തൃശ്ശൂരിൽ, പിന്നീട് എറണാകുളം ജില്ലയിലേക്കു ചേക്കേറുന്നു.

ടി.എ.രാജേന്ദ്രന്റെ അച്ഛൻ, പയ്യന്നൂർക്കാരൻ കുഞ്ഞിരാമപൊതുവാൾ, കോൺഗ്രസ്സുകാരനും സ്വാതന്ത്ര്യസമര പോരാളിയും ആയിരുന്നു. പയ്യ ന്നൂർ ഉപ്പ് സത്യാഗ്രഹത്തിൽ പങ്കെടുത്തതിന് അദ്ദേഹം ജയിൽ ശിക്ഷയും പട്ടിണിയും അനുഭവിച്ചു. സാമ്രാജ്യത്വവിരുദ്ധ പത്രമായ 'ജന്മഭൂമി'യുടെ പത്രാധിപരായിരുന്നു കുഞ്ഞിരാമപൊതുവാൾ. രാജവാഴ്ചയ്ക്കെതിരെ തൃശ്ശൂരിലെ ജനകീയ പ്രക്ഷോഭത്തിന്റെ മുന്നിൽ നിന്നതിനു പൊലീസ്

അയാളെ തല്ലിച്ചതച്ചു. ഞായറാഴ്ചകളിൽ, തൃശ്ശൂർ തേക്കിൻകാടു മൈതാനിയിൽ, രാജവാഴ്ചയ്ക്കും സമൂഹത്തിലെ അനാചാരങ്ങൾക്കും എതിരെ പൊതുവാൾ മൈക്കു കെട്ടി പ്രസംഗിച്ചു. മുണ്ടശ്ശേരി മാഷും അച്യുതമേനോനും അയാളുടെ സുഹൃത്തുക്കളായിരുന്നു.

നാട്ടുകാരനായ കെ.കരുണാകരൻ തൃശ്ശൂരിൽ എത്തിയ കാലത്ത് പൊതുവാളിന്റെ വീട്ടിലെ ഒരു നിത്യസന്ദർശകനായിരുന്നു.

വർഷങ്ങൾക്കു ശേഷം കരുണാകരൻ പറഞ്ഞു, "പൊതുവാളിന്റെ മകനായതുകൊണ്ടു മാത്രമാണ് രാജേന്ദ്രൻ ജീവിച്ചിരിക്കുന്നത്."

1971ൽ രാജേന്ദ്രൻ, തൃശ്ശൂർ പട്ടണത്തിൽ 'നവാബ് ' എന്ന പേരിൽ ഒരു സായാഹ്നപ്പത്രം തുടങ്ങി. പൊതുസമൂഹത്തിലെ അഴിമതിയായിരുന്നു പ്രധാന വാർത്ത.

പ്രമുഖ പത്രസ്ഥാപനങ്ങളിലെ രാജേന്ദ്രന്റെ സുഹൃത്തുക്കൾ തന്നെയായിരുന്നു നവാബിന്റെ ശക്തി. 'അവരുടെ പക്കൽ തങ്ങളുടെ പത്രത്തിൽ കൊടുക്കുവാൻ കഴിയാത്ത വാർത്തകൾ ഉണ്ടാവും. അവർ അതെനിക്കു തന്നു."

ഉദാഹരണമായി, എഫ്.എ.സി.ടി.യിൽ സ്വന്തക്കാരെ നിയമിക്കുവാൻ കേന്ദ്രമന്ത്രി എ.സി.ജോസ് നൽകിയ ശുപാർശക്കത്തുകൾ നവാബ് പുറത്തുവിട്ടു.

1972 ഏപ്രിൽ ഒന്നിനു പുറത്തിറങ്ങിയ നവാബ് ഒരു വലിയ സ്കൂപ്പുമായാണ് പ്രത്യക്ഷപ്പെട്ടത്. രാജേന്ദ്രന്റെ ജീവിതം അതു തകിടം മറിച്ചു.

തട്ടിൽ എസ്റ്റേറ്റ് കുംഭകോണം[1]

1970: കാർഷിക സർവ്വകലാശാലയ്ക്കു വേണ്ടി തൃശ്ശൂർ ജില്ലയിലെ തട്ടിൽ റബ്ബർ എസ്റ്റേറ്റിന്റെ 936 ഏക്കർ ഭൂമി അക്വർ ചെയ്യുന്നതിന് അച്യുതമേനോന്റെ നേതൃത്വത്തിലുള്ള മന്ത്രിസഭ തീരുമാനിച്ചു. ഭൂമിക്ക് വില രണ്ടു കോടി, അഡ്വാൻസ് 50 ലക്ഷം.

ഇത് സി.പി.ഐ. മന്ത്രിമാർ നടത്തിയ ഗൂഢാലോചനയുടെ ഫലമാണെന്നും ലക്ഷക്കണക്കിനു രൂപ എസ്റ്റേറ്റ് ഉടമയിൽ നിന്നും പാർട്ടി കൈക്കലാക്കിയിട്ടുണ്ടെന്നും പ്രതിപക്ഷം ആരോപിച്ചു. ബഹളം കൂടിയപ്പോൾ റവന്യൂബോർഡ് അംഗം കെ.കെ.രാമൻകുട്ടി ഐ.എ.എസ്.നെ അന്വേഷണ കമ്മീഷനായി നിയമിച്ചതായി മുഖ്യമന്ത്രി പ്രഖ്യാപിച്ചു.

കമ്മീഷന്റെ കണ്ടെത്തലുകൾ: എസ്റ്റേറ്റ് ഭൂമി ഏറ്റെടുക്കുന്നത് സർക്കാരിനു വൻ സാമ്പത്തിക നഷ്ടമുണ്ടാക്കും, കാർഷിക സർവ്വകലാശാലയ്ക്കു അവശ്യമായ വെള്ളം ഇവിടെ ലഭ്യമല്ല, പകരം ഒല്ലൂക്കരയിലെ ഭൂമി

1. അവലംബം: 'നവാബ് രാജേന്ദ്രൻ: ഒരു മനുഷ്യാവകാശപ്പോരാട്ടത്തിന്റെ ചരിത്രം' by കമൽറാം സജീവ് (with permission of the author).

രാജൻ കേസ്: അണിയറരഹസ്യങ്ങൾ അവസാനിക്കുന്നില്ല

ഏറ്റെടുത്താൽ നാലോ അഞ്ചോ ലക്ഷം രൂപയുടെ സാമ്പത്തിക ബാദ്ധ്യത മാത്രമെ വരുകയുള്ളൂ. ഞെട്ടിപ്പിക്കുന്ന ഒരു വെളിപ്പെടുത്തൽ കൂടി കമ്മീഷൻ നടത്തി. സർക്കാരിന് അനുകൂലമായി റിപ്പോർട്ടു കൊടുത്താൽ, സ്ഥാപിക്കുവാൻ പോകുന്ന സർവ്വകലാശാലയുടെ വൈസ് ചാൻസലറായി തന്നെ നിയമിക്കാമെന്ന് ചീഫ് സെക്രട്ടറി കെ.പി.കെ.മേനോൻ ഉറപ്പു നൽകി.

പ്രതിപക്ഷ ആരോപണം കൂടുതൽ ശക്തമായി. സിറ്റിംഗ് ജഡ്ജി എം.യു. ഐസക്കിനെ വെച്ച് വീണ്ടും അന്വേഷണം നടത്തി. രണ്ടു കോടി രൂപ സർക്കാർ വിലയിട്ട ഭൂമിക്ക് കൂടിയാൽ 30 ലക്ഷം രൂപയെ വില വരുള്ളൂ എന്ന് ജസ്റ്റിസ് ഐസക്ക് റിപ്പോർട്ടു നൽകി. 30 ലക്ഷം രൂപ വിലയുള്ള എസ്റ്റേറ്റിനാണ് 50 ലക്ഷം രൂപ അഡ്വാൻസ് നൽകുവാൻ സർക്കാർ തീരുമാനമെടുത്തത്.

1972 ഏപ്രിൽ ഒന്നിനു പുറത്തിറങ്ങിയ നവാബ് വാരികയിൽ തട്ടിൽ എസ്റ്റേറ്റ് അക്വയർ ചെയ്യുന്നതിന് ആഭ്യന്തരമന്ത്രി കെ.കരുണാകരൻ രണ്ടു ലക്ഷം രുപ കൈക്കൂലി വാങ്ങിയതായി വാർത്ത വന്നു. (നേരത്തെ തട്ടിൽ എസ്റ്റേറ്റ് തൊഴിലാളി യൂണിയൻ നേതാവായിരുന്നു കരുണാകരൻ). തട്ടിൽ എസ്റ്റേറ്റ് ഉടമസ്ഥയുടെ ഏക മകളുടെ ഭർത്താവ് വി.പി.ജോണിനോട് തൃശ്ശൂർ ജില്ലാ കോൺഗ്രസ് കമ്മറ്റി പ്രസിഡന്റ് എം.വി.അബൂബക്കറിന് 15,000 രൂപ നൽകാൻ മന്ത്രി നിർദ്ദേശിച്ചതായി കരുണാകരന്റെ പി.എ. ഗോവിന്ദൻ അയച്ച കത്തിന്റെ ഫോട്ടോസ്റ്റാറ്റ് നവാബ് പ്രസിദ്ധീകരിച്ചു. കരുണാകരൻ വാങ്ങിയ രണ്ടു ലക്ഷം രൂപയുടെ ഭാഗമാണ് ഈ 15,000 രൂപ എന്നു നവാബിന്റെ റിപ്പോർട്ടിൽ പറഞ്ഞു.

ഏപ്രിൽ പതിമൂന്നിന് സംഘടനാ കോൺഗ്രസ് കെ.പി.സി.സി. പ്രസിഡന്റ് കെ.ശങ്കരനാരായണൻ തൃശ്ശൂരിൽ പത്രസമ്മേളനം നടത്തി, ആഭ്യന്തരമന്ത്രി കെ.കരുണാകരൻ കൈക്കൂലി വാങ്ങി എന്ന് ആരോപിച്ചു. അതുവരെയുള്ള ആരോപണം സി.പി.ഐ. കൈക്കൂലി വാങ്ങി എന്നായിരുന്നു. പുതിയ ആരോപണം കോളിളക്കം സൃഷ്ടിച്ചു.

രാജേന്ദ്രനിൽ നിന്നും കത്തു കൈക്കലാക്കുവാൻ പോലീസ് സൂപ്രണ്ട് ജയറാം പടിക്കലിനു നിർദ്ദേശം കിട്ടി. 1972 ഏപ്രിൽ പതിനഞ്ചിന് തൃശ്ശൂർ കേരള കൗമുദി ഓഫീസിനു പുറത്തുവെച്ച് രാജേന്ദ്രനെ പൊലീസ് അനധികൃതമായി കസ്റ്റഡിയിൽ എടുത്തു. രാജേന്ദ്രനെയും കൂട്ടി പൊലീസ് വാൻ അയാളുടെ വീട്ടിലേക്കാണ് പോയത്. പത്രവാർത്തയുടെ കൈയെഴുത്തു പ്രതിയും കരുണാകരന്റെ പി.എ. എഴുതിയ കത്തിന്റെ ബ്ലോക്കും പൊലീസ് കൈക്കലാക്കി. അവിടെനിന്നും രാജേന്ദ്രനെ ടൗൺ പൊലീസ് സ്റ്റേഷനിലേക്കു കൊണ്ടുപോയി. അന്നു രാത്രി പൊലീസ് ലോക്കപ്പിലായിരുന്നു ഉറക്കം.

പിറ്റേന്നു രാവിലെ 11 മണിയോടെ രാജേന്ദ്രനെ പൊലീസ് കേരള

കൗമുദി ഓഫീസിന്റെ പരിസരത്ത് ഇറക്കി വിട്ടു. കേസൊന്നും ചാർജ്ജു ചെയ്തില്ല.

1972 മെയ് 7: തൃശ്ശൂരിൽ ഐ.എൻ.ടി.യു.സി.യുടെ സമ്മേളനം. ആഭ്യന്തരമന്ത്രി കെ.കരുണാകരനാണ് മുഖ്യ പ്രാസംഗികൻ.

"എനിക്കെതിരെ തേക്കിൻകാട്ടിൽ ചില തന്തയില്ലാതെ പിറന്ന ജാര സന്തതികളും ഒരു ഉടഞ്ഞ സംഘടനയുടെ പ്രസിഡന്റും ഇറങ്ങിത്തിരിച്ചിട്ടുണ്ട്. ഇവരെ ഒന്നും ഞാൻ വെറുതെ വിടാൻ പോകുന്നില്ല", കരുണാകരൻ പ്രസംഗിച്ചു.

രാജേന്ദ്രനെ സംബന്ധിച്ചിടത്തോളം ആഭ്യന്തരമന്ത്രിയുടെ വാക്കുകൾ വരാനിരിക്കുന്ന ഭീകരതയുടെ പ്രവചനം ആയിരുന്നു.

പിറ്റേദിവസം വൈകിട്ട് രാജേന്ദ്രൻ വീട്ടിലേക്കു പോകുമ്പോൾ കെ.എൽ.എച്ച് 12 അംബാസിഡർ കാറിൽ വന്ന രണ്ടു പേർ ക്രൈംബ്രാഞ്ച് ഉദ്യോഗസ്ഥരാണെന്നു പരിചയപ്പെടുത്തി. "എസ്.പി. ജയറാം പടിക്കൽ താങ്കളോടു സംസാരിക്കുവാൻ രാമനിലയത്തിൽ കാത്തിരിക്കുന്നു. ഉടൻ തന്നെ കാറിൽ തിരികെ കൊണ്ടാക്കാം."

രാജേന്ദ്രൻ കാറിൽ കയറി. കാർ പോയത് രാമനിലയത്തിലേക്കല്ല, ക്രൈംബ്രാഞ്ച് ഓഫീസിലേക്കായിരുന്നു. ജയറാം പടിക്കൽ അവിടെ എത്തിയപ്പോൾ രാത്രി പത്തരയായി.

സൗമ്യനായി പടിക്കൽ തിരക്കി, "രാജേന്ദ്രൻ, നവാബ് വാരികയിൽ താങ്കൾ പ്രസിദ്ധീകരിച്ച കത്തിന്റെ ഒറിജിനൽ ഇപ്പോൾ എവിടെയാണുള്ളത്?"

"അതു പറയാൻ പറ്റില്ല", രാജേന്ദ്രൻ മറുപടി നൽകി.

"കത്ത് ആരുടെ കൈയിലാണെന്നു മാത്രം പറഞ്ഞാൽ മതി."

"അതും പറയില്ല."

അപ്പോൾ ജയറാം പടിക്കൽ പറഞ്ഞു.

"നോക്കൂ, ഇപ്പോൾ നിങ്ങൾ ഞങ്ങളുടെ കസ്റ്റഡിയിലാണ്. ഇക്കാര്യം ലോകത്തിൽ ആർക്കും അറിഞ്ഞുകൂടാ. പൊലീസ് സർജൻ പോസ്റ്റ്മോർട്ടം നടത്തുമ്പോൾ ഒരു ആത്മഹത്യകൂടി കണക്കിൽ വരും." പടിക്കലിന്റെ ഈ പ്രസ്താവന രാജേന്ദ്രനെ ഞെട്ടിച്ചു.

രാജേന്ദ്രൻ അപകടം മണത്തു, ചതിയിൽപെട്ടിരിക്കുകയാണ്. കുറച്ചു നേരം ആലോചിച്ച ശേഷം രാജേന്ദ്രൻ ഒരു കളവു പറഞ്ഞു,

"കത്ത് മുഖ്യമന്ത്രി അച്യുതമേനോൻ തന്നതാണ്." തട്ടിൽ എസ്റ്റേറ്റ് ഇടപാടിൽ കൈക്കൂലി വാങ്ങിയത് സി.പി.ഐ. ആണെന്ന പ്രചാരണത്തെ തകർക്കാനാണ് അദ്ദേഹം കത്തു നൽകിയത്."

ഈ ഉത്തരം പടിക്കലിനെ ആശയക്കുഴപ്പത്തിലാക്കി.

"ശരി, നമുക്കല്പം മദ്യം കഴിക്കാം", പടിക്കൽ പറഞ്ഞു.

രാജേന്ദ്രൻ അന്നു ജീവിതത്തിൽ ആദ്യമായി മദ്യം കഴിച്ചു.

"ഇപ്പോൾ കത്തെവിടെ?" പടിക്കൽ ചോദിച്ചു.

രാജേന്ദ്രൻ അടുത്ത നുണ പറഞ്ഞു, "അഴീക്കോടൻ രാഘവന്റെ കൈയിലുണ്ട്."

സി.പി.എം. സംസ്ഥാന സെക്രട്ടറിയാണ് അഴീക്കോടൻ രാഘവൻ. താൻ ക്രൈംബ്രാഞ്ചിന്റെ കസ്റ്റഡിയിലാണ് എന്ന് ആരെങ്കിലും അറിയണമെന്നും അറിയുന്ന ആൾ പൊലീസിനെ ഭയമില്ലാത്ത ആൾ ആയിരിക്കണമെന്നും കരുതിയാണ് അഴീക്കോടന്റെ പേരു പറഞ്ഞത്.

അപ്പോഴേക്കും രാത്രി ഒരു മണി ആയിരുന്നു. അതു കൂട്ടാക്കാതെ, പടിക്കൽ തൃശ്ശൂർ സി.പി.എം. ഓഫീസിൽ വിളിച്ച് അഴീക്കോടൻ എവിടെയുണ്ട് എന്നു തിരക്കി. എറണാകുളത്താണെന്നു മറുപടി കിട്ടി.

രണ്ടു കാറുകളിലായി അപ്പോൾ തന്നെ ക്രൈംബ്രാഞ്ച് സംഘം രാജേന്ദ്രനേയും കൊണ്ട് എറണാകുളത്തേക്കു തിരിച്ചു. ജെട്ടിക്കു സമീപമുള്ള മാരുതിവിലാസം ലോഡ്ജിലാണ് അഴീക്കോടൻ എറണാകുളത്തു വരുമ്പോൾ താമസിക്കുക. രണ്ട് ഉദ്യോഗസ്ഥർ ലോഡ്ജിൽ കയറി അഴീക്കോടനെ തിരക്കി. തലേന്നു വൈകുന്നേരം സഖാവ് കണ്ണൂരിലേക്കു പോയതായി വിവരം ലഭിച്ചു.

രാജേന്ദ്രനെ എറണാകുളം പൊലീസ് ക്ലബ്ബിലേക്കും പിറ്റേന്ന് തൃശ്ശൂരിലേക്കും കൊണ്ടുപോയി. അന്നു രാത്രി അവർ അയാളെയും കൊണ്ട് കണ്ണൂരിലേക്കു പുറപ്പെട്ടു. രണ്ടു പൊലീസുകാരും, അഡ്വക്കേറ്റ് കെ.ബി.വീരചന്ദ്രമേനോന്റെ ജൂനിയർ വക്കീൽ 'രാമചന്ദ്രൻ' എന്ന പേരിൽ വേഷം കെട്ടിയ സബ് ഇൻസ്പെക്ടർ വാരിജാക്ഷനും ആയിരുന്നു രാജേന്ദ്രനോടൊപ്പം. പത്താം തീയതി വെളുപ്പിനു രണ്ടു മണിയോടെ രാജേന്ദ്രനും 'വക്കീൽ രാമചന്ദ്രനും' അഴീക്കോടന്റെ വീട്ടിലെത്തി.

വാതിൽ തുറന്ന അഴീക്കോടനിൽ നിന്നും രാജേന്ദ്രൻ ഒരു ഗ്ലാസ്സ് വെള്ളം വാങ്ങി കുടിച്ചു. കോലായിൽ മുന്നു കസേരകളിലായി അവർ ഇരുന്നു.

രാജേന്ദ്രനെ കാണാനില്ലെന്നു പറഞ്ഞ് സഹോദരൻ രാംദാസ് തൃശ്ശൂർ ആർ.ഡി.ഒ.യ്ക്ക് പരാതി നൽകിയ കാര്യം അഴീക്കോടൻ ദേശാഭിമാനിയിൽ വായിച്ചിരുന്നു.

"ഇപ്പോൾ എവിടെ നിന്നു വരുന്നു?" അഴീക്കോടൻ ചോദിച്ചു.

"എറണാകുളത്തു നിന്നും."

"ഏതു ബസ്സിന്?"

"ബസ്സിനല്ല കാറിനാണ് വന്നത്."

"ഇതാരാ?"

"വീരചന്ദ്രമേനോന്റെ ജൂനിയറാണ്, രാമചന്ദ്രൻ."

അഴീക്കോടനും രാജേന്ദ്രനും എഴുന്നേറ്റപ്പോൾ 'വക്കീൽ രാമചന്ദ്രനും' എഴുന്നേറ്റു.

അഴീക്കോടൻ പറഞ്ഞു, "വക്കീൽ അവിടെയിരിക്കൂ."

മാറിനിന്നു രാജേന്ദ്രൻ പറഞ്ഞു, "ഞാൻ രണ്ടു ദിവസമായി പൊലീസ് കസ്റ്റഡിയിലാണ്. ആരും അറിഞ്ഞിട്ടില്ല."

കാര്യത്തിന്റെ ഗൗരവം മനസ്സിലാക്കിയ അഴീക്കോടൻ ശബ്ദം ഉയർത്തി പറഞ്ഞു, "കത്ത് എന്റെ കൈയിലില്ല, ഇ.എം.എസ്സിന്റെ കയ്യിലാണ്. വേണമെങ്കിൽ എന്നെയും ഇ.എം.എസ്സിനെയും അറസ്റ്റു ചെയ്യട്ടെ."

അഴീക്കോടന്റെ വീട്ടിൽ നിന്നും രാജേന്ദ്രനെ കണ്ണൂർ ക്രൈംബ്രാഞ്ച് ഓഫീസിലേക്കു കൊണ്ടുപോയി. വീരചന്ദ്രമേനോന്റെ ജൂനിയറായി വേഷം കെട്ടിയ സബ് ഇൻസ്പെക്ടർ വാരിജാക്ഷൻ അവിടെ വെച്ച് മർദ്ദനങ്ങൾക്കു തുടക്കം കുറിച്ചു. കണ്ണൂരിനിന്നു തുടങ്ങിയ മർദ്ദനം തൃശ്ശൂർ പൊലീസ് ക്ലബ്ബ് വരെ നീണ്ടു നിന്നു.

തൃശ്ശൂർ പൊലീസ് ക്ലബ്ബിൽ വെച്ച് ജയറാം പടിക്കൽ നേരിട്ട് മർദ്ദനത്തിനു നേതൃത്വം നൽകി. പടിക്കലിന്റെ മർദ്ദനത്തിനിടയിൽ രാജേന്ദ്രന്റെ മുൻവരിയിലെ പല്ലുകൾ രണ്ടെണ്ണം കൊഴിഞ്ഞുവീണു. മറ്റുള്ളവ ഇളകിയാടി.

മർദ്ദനമേറ്റ് അവശനായ രാജേന്ദ്രനെ പൊലീസ് എറണാകുളത്തേക്കു കൊണ്ടുപോയി. എറണാകുളം സൗത്തിലെ അജന്ത ലോഡ്ജിൽ ഏഴാം തീയതിയിൽ മുറി എടുത്തതായി കള്ളരേഖ ഉണ്ടാക്കി. പത്താം തീയതിയിൽ മുറി എടുത്തവർക്കു താഴെയായി ഏഴാം തീയതിയിലെ എൻട്രിയായി രജിസ്റ്ററിൽ എഴുതിച്ചേർത്തു.

അടുത്ത ദിവസം രാവിലെ അഴീക്കോടൻ പത്രസമ്മേളനം നടത്തി. രാജേന്ദ്രൻ പൊലീസ് കസ്റ്റഡിയിലാണ് എന്നു പറഞ്ഞു.

പതിനൊന്നാം തീയതി രാജേന്ദ്രനെ കൊച്ചിയിൽ മജിസ്ട്രേറ്റിന്റെ മുമ്പാകെ ഹാജരാക്കി. ഒരു ദിവസത്തേക്ക് രാജേന്ദ്രനെ ജുഡീഷ്യൽ റിമാൻഡിൽ വിട്ട മജിസ്ട്രേറ്റ് പിറ്റെ ദിവസം തൃശ്ശൂർ മജിസ്ട്രേറ്റിന്റെ മുമ്പാകെ ഹാജരാക്കാൻ നിർദ്ദേശം നൽകി. തൃശ്ശൂരിൽ മജിസ്ട്രേറ്റിന്റെ മുമ്പാകെ ഹാജരാക്കിയ ക്രൈംബ്രാഞ്ച് പൊലീസ് 'പ്രതിയെ' പതിനഞ്ചു ദിവസം കസ്റ്റഡിയിൽ വിട്ടു കിട്ടുവാൻ അപേക്ഷ നൽകി. മജിസ്ട്രേറ്റിന്റെ വീട്ടിലായിരുന്നു രാജേന്ദ്രനെ ഹാജരാക്കിയത്. ജാമ്യക്കാരുണ്ടെങ്കിൽ ജാമ്യത്തിൽ വിടാമെന്നായി കോടതി. അതിനായി അഭിഭാഷകനായ കെ.ബി.വീരചന്ദ്ര മേനോനെ ഫോണിൽ വിളിക്കുവാനും മജിസ്ട്രേറ്റ് അനുവദിച്ചു.

പൊലീസിന്റെ അപേക്ഷപ്രകാരം ദിവസവും രാവിലെ പത്തു മണിക്കു മുൻപായി ക്രൈംബ്രാഞ്ച് ഓഫീസിൽ ചെന്ന് ഒപ്പിടണമെന്നു നിബന്ധന വെച്ചു.

വീരചന്ദ്രമേനോൻ രാജേന്ദ്രനെ ജാമ്യത്തിൽ ഇറക്കി തന്റെ വീട്ടിൽ കൊണ്ടുപോയി. അവിടെ യു.എൻ.ഐ. ലേഖകൻ ഇ.കെ.ജോസ് ഉണ്ടായിരുന്നു. ഉണ്ടായ സംഭവങ്ങൾ രാജേന്ദ്രൻ വിവരിച്ചു. പതിന്നാലാം തീയതിയിലെ ദ ഹിന്ദുവിൽ രാജേന്ദ്രനെ അനധികൃതമായി കസ്റ്റഡിയിൽ എടുത്ത ശേഷം നടന്ന സംഭവങ്ങൾ അച്ചടിച്ചു വന്നു.

പതിന്നാലാം തീയതി ഒപ്പിടുന്നതിനായി പൊലീസ് സ്റ്റേഷനിൽ ചെന്നപ്പോൾ, 'പറയാത്ത കാര്യങ്ങൾ എഴുതി എന്നു പറഞ്ഞ് ഹിന്ദു പത്രാധിപർക്കു നോട്ടീസ് അയയ്ക്കണം', എന്നായി പൊലീസ്.

അതു പറ്റില്ലെന്നു പറഞ്ഞപ്പോൾ അന്നും പിറ്റേന്നും ഒപ്പിടുവാൻ സമ്മതിച്ചില്ല. കോടതി നിർദ്ദേശം അനുസരിക്കുന്നില്ല എന്നു വരുത്തുകയായിരുന്നു ഉദ്ദേശ്യം.

സംഘടനാ കോൺഗ്രസ്സിന്റെ സംസ്ഥാന സമ്മേളനത്തിനായി തൃശ്ശൂരിൽ എത്തിയ മൊറാർജി ദേശായിയോട് രാജേന്ദ്രൻ താൻ നേരിട്ട പീഡനങ്ങൾ വിവരിച്ചു. അതിനിടെ അവശനായ രാജേന്ദ്രനെ ട്രിച്ചൂർ നഴ്സിംഗ് ഹോമിൽ പ്രവേശിപ്പിച്ചു. ഇക്കാര്യം മജിസ്ട്രേറ്റിനെ അറിയിച്ചിരുന്നു. രാജേന്ദ്രൻ സർക്കാർ ആശുപത്രിയിൽ കിടക്കണമെന്നു പൊലീസ് വാദിച്ചു. ഈ വാദം കോടതി അംഗീകരിച്ചില്ല. അസുഖവിവരം അന്വേഷിക്കുവാൻ അഴീക്കോടൻ, എ.കെ.ജി, എം.പി.വീരേന്ദ്രകുമാർ എന്നിവർ ആശുപത്രിയിൽ എത്തി. വിവരങ്ങൾ കാണിച്ച് ഇ.എം.എസ്സിന് കത്തയയ്ക്കുവാൻ അവർ ഉപദേശിച്ചു. ഇ.എം.എസ്സ്. കത്തു പ്രധാനമന്ത്രി ഇന്ദിരാഗാന്ധിക്കയച്ചു. 31നു പത്രങ്ങളിൽ രാജേന്ദ്രനെ പൊലീസ് ക്രൂരമായി മർദ്ദിച്ചതായി വാർത്ത വന്നു. ജൂൺ 4ന് കേരള കൗമുദി 'ഇതാണോ പുതിയ പൊലീസ് നയം' എന്ന തലവാചകത്തിൽ മുഖലേഖനം എഴുതി. അന്വേഷണത്തിന് നിർദ്ദേശിച്ചതായി എ.കെ.ജി.ക്ക് ഇന്ദിരാഗാന്ധി ജൂൺ ആറിന് മറുപടി നൽകി.

പോലിസ് പീഡനം ഒരു ഭാഗത്തു മുറതെറ്റാതെ നടന്നു.

നവാബിൽ വന്ന വാർത്ത അപകീർത്തികരം എന്നു പറഞ്ഞ് കരുണാകരന്റെ പി.എ. തൃശ്ശൂർ മജിസ്ട്രേറ്റ് കോടതിയിൽ മാനനഷ്ടക്കേസ് ഫയൽ ചെയ്തു. സെപ്തംബർ 25ന് കത്തിന്റെ ഒറിജിനൽ കോടതിയിൽ ഹാജരാക്കുവാൻ മജിസ്ട്രേറ്റ് ഉത്തരവിട്ടു.

കത്തു കോടതിയിൽ ഹാജരാക്കുമെന്ന് സെപ്തംബർ 15ന് അഴീക്കോടൻ രാഘവൻ പ്രസ്താവന ഇറക്കി. ആഭ്യന്തരമന്ത്രി കെ.കരുണാകരന് എതിരായ ഗുരുതരമായ അഴിമതി ആരോപണം ചർച്ച ചെയ്യുവാൻ

അഴീക്കോടൻ പ്രതിപക്ഷ നേതാക്കളുടെ യോഗം സെപ്തംബർ 24ന് തൃശ്ശൂരിൽ വിളിച്ചു. പ്രസ്തുത യോഗത്തിൽ വെച്ച് എല്ലാ പ്രതിപക്ഷ നേതാക്കളെയും കൊണ്ട് കത്തിന്റെ പിറകിൽ ഒപ്പു വെച്ച ശേഷം കത്ത് കോടതിയിൽ ഹാജരാക്കാം എന്ന നിർദ്ദേശവും വെച്ചു.

കത്തു നിയമസഭയിൽ വെക്കുന്ന കാര്യം ചർച്ച ചെയ്യുവാൻ ഇ.എം.എസ്സിനെ കാണുവാനായി 21നു രാജേന്ദ്രൻ തിരുവനന്തപുരത്തെത്തി. പിറ്റേന്നു വരാൻ പറഞ്ഞതനുസരിച്ച് അടുത്ത ദിവസം ചെന്നപ്പോൾ, കത്തു കോടതിയിൽ ഹാജരാക്കുന്നതാണ് നല്ലത് എന്ന് ഇ.എം.എസ് അഭിപ്രായപ്പെട്ടു.

സംഘടനാ കോൺഗ്രസ് പ്രസിഡന്റ് ശങ്കരനാരായണന്റെ കൂടെ അദ്ദേഹത്തിന്റെ കാറിലാണ് തിരിച്ചു തൃശ്ശൂരിലേക്കു പോയത്. രാത്രി പന്ത്രണ്ട് മണിക്ക് രാജേന്ദ്രൻ തൃശ്ശൂർ ബസ് സ്റ്റാൻഡിനടുത്ത് ഇറങ്ങി. ഒരു ടാക്സി പോലും കാണാനില്ല. സ്റ്റാൻഡിൽ നിറയെ പൊലീസുകാർ.

രാജേന്ദ്രൻ പറയുന്നു, "എനിക്കാകെ പരിഭ്രാന്തിയായി. ക്രസന്റ് ഹോട്ടലിൽ കയറി ചായയ്ക്കു പറഞ്ഞു."

പരിചയക്കാരനായ ചായക്കടത്തൊഴിലാളി അറിയിച്ചു, "അഴീക്കോടൻ മരിച്ചു, അഴീക്കോടനെ കുത്തിക്കൊന്നു."

രാജേന്ദ്രനു ഭയമായി. നേരം പുലരും വരെ ഹോട്ടലിലിരുന്നു. കാലത്തു ഫോൺ ചെയ്ത് വീട്ടിൽ നിന്നും ആൾ എത്തിയ ശേഷമാണ് അങ്ങോട്ടു പോയത്.

24ന് പ്രതിപക്ഷ നേതാക്കളുടെ യോഗം നടന്നില്ല. 25ന് അഴീക്കോടന്റെ കൊലപാതകത്തിൽ പ്രതിഷേധിച്ചുള്ള പ്രതിപക്ഷ ബന്ദ്. മാനനഷ്ടക്കേസ് കോടതി 30ലേക്കു മാറ്റി.

രാജേന്ദ്രൻ പറയുന്നു, "അഴീക്കോടന്റെ വധത്തിൽ കരുണാകരന് പങ്കില്ല എന്നു ഞാൻ വിശ്വസിക്കുന്നില്ല. അഴീക്കോടൻ രണ്ടു ദിവസം കൂടി ജീവിച്ചിരുന്നെങ്കിൽ കരുണാകരൻ അഴിമതിക്കേസിൽ പ്രതിയായി ഒന്നു മല്ലാതായി പോയേനേ."

അഴീക്കോടന്റെ വധം ആഭ്യന്തരമന്ത്രി കെ.കരുണാകരന്റെ അറിവോടെ പൊലീസ് നടത്തിയ ഗൂഢാലോചനയുടെ ഫലമാണെന്ന് രാജേന്ദ്രൻ പറയുന്നു.[2]

29ന് തൃശ്ശൂരിൽ വർക്കിംഗ് ജേർണലിസ്റ്റ് യൂണിയന്റെ യോഗത്തിൽ പങ്കെടുത്ത ശേഷം രാജേന്ദ്രൻ രണ്ടരമണിക്കു വീട്ടിലെത്തി. അഞ്ചു മണിക്കു പുറത്തിറങ്ങിയ രാജേന്ദ്രനെ വീണ്ടും കാണാതെയായി.

---

[2]. ഈ ഗൂഢാലോചന എന്തായിരുന്നു എന്ന് 'നവാബ് രാജേന്ദ്രൻ: ഒരു മനുഷ്യാവകാശപ്പോരാട്ടത്തിന്റെ ചരിത്രം' എന്ന പുസ്തകത്തിൽ വിവരിക്കുന്നുണ്ട്.

രാജൻ കേസ്: അണിയററഹസ്യങ്ങൾ അവസാനിക്കുന്നില്ല

പിറ്റേദിവസം രാജേന്ദ്രന്റെ അച്ഛൻ കുഞ്ഞിരാമപൊതുവാളിനെ ഉദ്ധരിച്ചു കൊണ്ട് പത്രങ്ങളിൽ വന്ന വാർത്ത:

"എന്റെ മകനെ കാണാനില്ല. ഒരുപക്ഷേ പൊലീസുകാർ അവനെ കൊന്നിട്ടുണ്ടാവും. അല്ലെങ്കിൽ കരുണാകരന്റെ ആളുകൾ തല്ലിച്ചതച്ച് എവിടെയെങ്കിലും കായലിൽ തള്ളിക്കാണും. കൈക്കൂലി വാങ്ങിയതിനെ തിരെ ശബ്ദമുയർത്തിയതിനല്ലേ? സത്യം പറയുന്നവർക്കു തൂക്കുമരമാണ് വിധിച്ചിരിക്കുന്നത്. ഗാന്ധിജിയെപ്പോലും വെടിവെച്ചുകൊന്ന കാപാലിക രുടെ നാടാണിത്."

30-ാം തീയതിയിൽ രാജേന്ദ്രൻ കോടതിയിൽ ഹാജരാകാഞ്ഞതിനാൽ കോടതി അയാൾക്കെതിരെ ജാമ്യമില്ലാത്ത വാറന്റ് പുറപ്പെടുവിച്ചു. പ്രതിയെ വാദിഭാഗക്കാർ തട്ടിക്കൊണ്ടു പോയിരിക്കുകയാണെന്ന് അഡ്വ ക്കേറ്റ് കെ.ബി.വീരചന്ദ്രമേനോൻ കോടതിയിൽ ബോധിപ്പിച്ചു. കേസ് അഞ്ചാം തീയതിയിലേക്കു നീട്ടി.

മൂന്നാം തീയതിയിൽ രാജേന്ദ്രൻ നേരിട്ടു കോടതിയിൽ ഹാജരായി, തന്നെ ചിലർ ചേർന്ന് ബലമായി കാറിൽ തട്ടിക്കൊണ്ടുപോയ കാര്യം കോടതിയെ അറിയിച്ചു. കത്തിന്റെ ഒറിജിനൽ തട്ടിപ്പറിച്ച ശേഷം തന്നെ കോയമ്പത്തൂരിനരികിൽ ഉപേക്ഷിച്ചു. ഇവർ പൊലീസ് ഉദ്യോഗസ്ഥ രാണെന്നു സംശയിക്കുന്നതായും മജിസ്ട്രേറ്റിനെ അറിയിച്ചു. കോടതി രാജേന്ദ്രനെ ജാമ്യത്തിൽ വിട്ടു.

സുപ്രധാന തെളിവായ കത്തു നശിപ്പിക്കപ്പെട്ടതിനാൽ രാജേന്ദ്രൻ കേസു തോറ്റു. അഞ്ചാം തീയതി വിധി പ്രഖ്യാപിച്ചു. "ഫോട്ടോസ്റ്റാറ്റിന്റെ ഒറിജിനൽ കോടതിയിൽ ഹാജരാക്കാത്തിടത്തോളം പ്രതിയുടെ വാദം സത്യ മായി അംഗീകരിക്കുവാൻ സാദ്ധ്യമല്ല."

കരുണാകരന്റെ പി.എ.യ്ക്കു മാനനഷ്ടം ഉണ്ടായതായി കോടതി അംഗീ കരിച്ചു. "പ്രതി രാജേന്ദ്രൻ നൂറു രൂപ പിഴയോ, പിഴ അടയ്ക്കാത്തപക്ഷം രണ്ടാഴ്ച വെറും തടവോ അനുഭവിക്കണം."

കുഞ്ഞിരാമപൊതുവാളിന് തൃശ്ശൂരിൽ ഉണ്ടായിരുന്ന വീടും ഇരുപതു സെന്റ് സ്ഥലവും കേസിന്റെ നടത്തിപ്പിനായി വിറ്റിരുന്നു. സ്വാതന്ത്ര്യസമര പോരാളിയായിരുന്ന പൊതുവാൾ 1973ൽ മരിച്ചു.

രാജേന്ദ്രൻ പറയുന്നു, "കരുണാകരൻ സ്വാധീനം ഉപയോഗിച്ച് പത്ര ത്തിന്റെ പരസ്യങ്ങളെല്ലാം തടഞ്ഞു. അങ്ങനെ നവാബ് ഇറങ്ങാതെയായി." ആറു മാസം മാത്രം പ്രായമായ പത്രം നിന്നുപോയി.

രാജേന്ദ്രനെ തട്ടിക്കൊണ്ടുപോയിട്ടു കോഴ കൊടുക്കുവാൻ നിർദ്ദേശി ക്കുന്ന കത്ത് കൈക്കലാക്കുകയും മൃഗീയമായ മർദ്ദനത്തിലൂടെ ആ ഇരുപത്തിരണ്ടുകാരനെ ശാരീരികവും മാനസികവുമായി തകർത്തതുമാണ്

174

ജയറാം പടിക്കൽ കരുണാകരനുവേണ്ടി ചെയ്ത സേവനം. അതിന്റെ പ്രത്യുപകാരമായാണ് എസ്.പി. എന്ന താരതമ്യേന താണ റാങ്കുള്ള പടിക്കലിനെ ക്രൈംബ്രാഞ്ചിന്റെ തലവനാക്കിയത് എന്ന് രാജേന്ദ്രൻ ആരോപിക്കുന്നു.

വർഷങ്ങൾക്കു ശേഷം, സർവ്വീസിൽ നിന്നും പിരിഞ്ഞ്, രോഗബാധിതനായി മരണത്തിലേക്കു നടന്നടുക്കുമ്പോൾ, രാജേന്ദ്രനെ ഉപദ്രവിച്ചതിനു പടിക്കൽ പശ്ചാത്തപിച്ചു. തന്റെ കഥ എഴുതിയ വെങ്ങാനൂർ ബാലകൃഷ്ണനോട് ജയറാം പടിക്കൽ പറയുന്നു,

"അന്ന് ഞാൻ അങ്ങനെ ചെയ്തില്ലായിരുന്നുവെങ്കിൽ ഉന്നതനായ ഒരു രാഷ്ട്രീയ നേതാവ് ഉയർന്നുവരുമായിരുന്നില്ല. അത്രയും നീചമായി ചെയ്തതു കൊണ്ട് ഇൻഡ്യയാകെ പടർന്നുപന്തലിക്കുമായിരുന്ന ഒരു പത്ര പ്രവർത്തകന്റെ അന്ത്യം കുറിച്ചു. എനിക്കിപ്പോൾ അക്കാര്യത്തിൽ വേദനയുണ്ട്. ഞാനിതൊക്കെ ആർക്കുവേണ്ടിയാണോ ചെയ്തത്, അവർ എന്നെ പിൽക്കാലത്ത് തള്ളിപ്പറഞ്ഞു."

"നവാബ് രാജേന്ദ്രൻ: ഒരു മനുഷ്യാവകാശപ്പോരാട്ടത്തിന്റെ, ചരിത്രം", എന്ന പുസ്തകത്തിൽ പറയുന്നു:

കരുണാകരൻ പടിക്കലിനെ ഓഫീസിലേക്കു വിളിപ്പിച്ചിട്ടു പറഞ്ഞു, "നവാബ് രാജേന്ദ്രന്റെ കൈയിലുള്ള കത്ത് യാതൊരു കാരണവശാലും കോടതിയിൽ ഹാജരാക്കുവാൻ അനുവദിക്കരുത്. അത് എങ്ങനെയെങ്കിലും പിടിച്ചെടുക്കണം."

പടിക്കൽ ആലോചിച്ചിരുന്നപ്പോൾ കരുണാകരൻ ചോദിച്ചു, "എന്താ നിങ്ങൾക്കതിനു കഴിയില്ലേ?"

കഴിയും എന്നു പറഞ്ഞതോടെ കരുണാകരന്റെ മുഖത്തു ചിരി വിടർന്നു.

ഇനി നിങ്ങൾ തീരുമാനിക്കൂ. ആരായിരുന്നു കെ.കരുണാകരൻ? ഉത്തമനായ ഒരു രാഷ്ട്രീയ നേതാവായിരുന്നുവോ? അല്ലെങ്കിൽ ആരായിരുന്നു?

രാജേന്ദ്രന്റെ പത്രം പൂട്ടിപ്പോയെങ്കിലും പത്രത്തിന്റെ പേരു നിലനിന്നു. തെക്കെ അരങ്ങത്തു രാജേന്ദ്രൻ പിന്നെ അറിയപ്പെട്ടത് നവാബ് രാജേന്ദ്രൻ എന്ന പേരിലാണ്.

പത്രം പോയതോടെ രാജേന്ദ്രന്റെ ശബ്ദം നിലച്ചു എന്നു കരുതിയവർക്കു തെറ്റു പറ്റി. സമൂഹത്തിലെ തിന്മകൾ തുടച്ചു നീക്കുവാൻ കച്ച കെട്ടി ഗോദായിൽ ഇറങ്ങിയ രാജേന്ദ്രൻ തന്റെ അടുത്ത ആയുധം കൈയിലേന്തി. 'ബഹുജന താത്പര്യ ഹർജി' ആയിരുന്നു രാജേന്ദ്രന്റെ ആവനാഴിയിലെ പുതിയ അസ്ത്രം. മെല്ലിച്ച ശരീരത്തിൽ തൂങ്ങിയാടുന്ന കാവി

ളോഹയും രുദ്രാക്ഷ മാലയും ഊശാൻ താടിയുമായി രാജേന്ദ്രൻ കോടതി വരാന്തകളിലെ സ്ഥിരം കാഴ്ചയായി മാറി. നിയമലംഘകർക്കെതിരെ പ്രഖ്യാപിച്ച ഈ മഹായുദ്ധത്തിൽ രാജേന്ദ്രൻ അനേക തരത്തിലുള്ള ഹർജികൾ ഫയൽ ചെയ്തു.

ജലസേചന മന്ത്രി എം.പി.ഗംഗാധരൻ 1984 ഡിസംബറിൽ തന്റെ മകളെ ശൈശവ വിവാഹം കഴിപ്പിച്ചു കൊടുത്തു എന്നാരോപിച്ച് രാജേന്ദ്രൻ കുന്നംകുളം മജിസ്ട്രേറ്റ് കോടതിയെ സമീപിച്ചു. മൂത്ത മകന്റെ ജനന രജിസ്റ്ററിലെ എം. (പുരുഷൻ) എഫ്. (സ്ത്രീ) ആക്കി തിരുത്തിയിട്ട്, അതുപയോഗിച്ച് മകളുടെ പ്രായം സർട്ടിഫിക്കറ്റിൽ കൂട്ടി തിരുത്തുവാനായി ഗംഗാധരൻ വിദ്യാഭ്യാസ വകുപ്പിൽ അപേക്ഷ കൊടുത്തു. എന്നാൽ ഈ രേഖകളെല്ലാം കോടതിയുടെ സമൻസിലൂടെ രാജേന്ദ്രനും വരുത്തി. ഗംഗാധരൻ സ്വന്തം കൈപ്പടയിൽ താലൂക്ക് ഒഫീസിൽ കൊടുത്ത ഒരു അഫിഡവിറ്റിന്റെ കോപ്പി രാജേന്ദ്രൻ കോടതിയിൽ ഹാജരാക്കി. അതിൽ മക്കളുടെ ശരിയായ ജനനത്തീയതി അക്കത്തിലും അക്ഷരത്തിലും എഴുതി ഒപ്പിട്ടിരുന്നു.

രാജേന്ദ്രൻ ചോദിച്ചു, "തിരുത്തിയ രേഖകൾ വെച്ച് ഗംഗാധരന്റെ ഭാര്യ ഒരു കുട്ടിയെ പ്രസവിച്ച് 132 ദിവസത്തിനകം അടുത്ത കുട്ടിയെ പ്രസവിച്ചു. ഭർത്താവ് മന്ത്രിയാണെന്നു കരുതി ഭാര്യക്ക് 132 ദിവസം കൊണ്ട് രണ്ടു പ്രസവം നടത്തുവാൻ കഴിയുമോ?"

രാജേന്ദ്രന്റെ ആരോപണം ശരിവെച്ചുകൊണ്ട് പ്രഥമദൃഷ്ട്യാ കേസുള്ളതായി കോടതി കണ്ടെത്തി. മന്ത്രി രാജി വെക്കേണ്ടി വന്നു.

ഏതെങ്കിലും ഒരു വ്യക്തിക്കെതിരെ കേസുമായി നടക്കുന്ന ഒരു വ്യവഹാരി ആയിരുന്നില്ല രാജേന്ദ്രൻ. അനീതി കാണുന്നിടത്തൊക്കെ രാജേന്ദ്രൻ കേസു കൊടുക്കും. സർക്കാർ, റെയിൽവേ, ഫോൺ കമ്പനി, മന്ത്രിമാർ, ജഡ്ജിമാർ, പൊലീസ്, ചൂതാട്ടക്കാർ, അമിതവിലക്കാർ എന്നിങ്ങനെ പലരും പ്രതിക്കൂട്ടിലായി.

രാജേന്ദ്രൻ പറയുന്നു, "ഞാൻ ഇന്നുവരെ കൊടുത്ത ഒരു കേസും അടിസ്ഥാനരഹിതം എന്നുപറഞ്ഞ് കോടതി തള്ളിയിട്ടില്ല. തെളിവുകളുടെ അപര്യാപ്തത മൂലം കേസുകൾ തള്ളിയിട്ടുണ്ട്. കോടതിക്കാവശ്യം തെളിവുകളുടെ സമ്പൂർണതയാണ്."

ഉപഭോക്താക്കളുടെ അവകാശങ്ങൾക്കായി രാജേന്ദ്രൻ നടത്തിയ വ്യവഹാരങ്ങളുടെ ഫലമായാണ് ട്രെയിനിൽ സാധനങ്ങൾക്കു കൂടുതൽ വില ഈടാക്കുന്നതു നിർത്തിയതും പാലാരിവട്ടത്ത് ടെലഫോൺ എക്സ്ചേഞ്ച് സ്ഥാപിച്ചതും.

അഴിമതിക്കെതിരെയായിരുന്നു രാജേന്ദ്രന്റെ പ്രധാന പോരാട്ടം. അതിൽ നല്ലൊരു പങ്ക് കെ.കരുണാകരനെതിരെയുള്ള കേസുകളാണ്. കൈക്കൂലി,

നിയമവിരുദ്ധമായ സ്വത്തു സമ്പാദനം, ഔദ്യോഗിക പദവിയുടെ ദുരുപയോഗം മുതലായവയായിരുന്നു ഹർജികളിലെ ആരോപണങ്ങൾ.

രാജേന്ദ്രൻ പറയുന്നു, "എന്റെ അവസാന സ്വപ്നം ഇരുമ്പഴികൾക്കുള്ളിൽ കിടക്കുന്ന കരുണാകരനാണ്. രണ്ടായിരം കൊല്ലത്തെ കഠിന തടവും കോടിക്കണക്കിനു രൂപ പിഴയും ചുമത്താവുന്ന കുറ്റങ്ങൾ കരുണാകരൻ ചെയ്തിട്ടുണ്ട്."

ഒന്നിനു പിറകെ ഒന്നായി തനിക്കെതിരെ കേസുകൾ വന്നപ്പോൾ, രാജേന്ദ്രൻ ഒരു അപകടകാരിയായ ശത്രുവാണെന്നും അയാളുടെ യജ്ഞങ്ങൾക്ക് കൂച്ചുവിലങ്ങ് ഇടേണ്ടതുണ്ടെന്നും കരുണാകരൻ മനസ്സിലാക്കി. നേരിട്ട് എതിരിടുവാൻ പോകാതെ അദ്ദേഹം സർക്കാരിനെ കരുവാക്കി.

ആക്രമണമാണ് ഏറ്റവും നല്ല പ്രതിരോധം എന്നൊരു ചൊല്ലുണ്ടല്ലോ. കേരള സർക്കാർ രാജേന്ദ്രനെതിരെ ഹൈക്കോടതിയെ സമീപിച്ചു:

"ശല്യവ്യവഹാരം തൊഴിലാക്കിയ പ്രതി ബ്ലാക്ക്മെയിലിങ്ങിലൂടെയാണ് ജീവിതം നയിക്കുന്നത്, സമൂഹത്തിനും പൊതുപ്രവർത്തകർക്കും ശല്യമായിത്തീർന്നിരിക്കുന്നതിനാൽ ഇയാളെ 'ശല്യക്കാരനായ വ്യവഹാരിയായി' പ്രഖ്യാപിക്കണം", എന്നായിരുന്നു അഡ്വക്കേറ്റ് ജനറലിന്റെ വാദം. 1984 മുതൽ 1986 വരെ രാജേന്ദ്രൻ കൊടുത്ത പതിനേഴ് റിട്ട് ഹർജികൾ തെളിവായി കൊടുത്തു.

ജസ്റ്റിസ് സുകുമാരന്റെ വിധി:

"എതിർകക്ഷിയായ രാജേന്ദ്രന്റെ സ്വഭാവത്തെപ്പറ്റിയുള്ള പരാമർശങ്ങൾ പ്രഥമദൃഷ്ട്യാപോലും നിലനിൽക്കത്തക്കതല്ല. അഡ്വക്കേറ്റ് ജനറൽ പരാമർശിച്ച കേസുകൾ പഠിച്ചതിൽ നിന്നും എതിർകക്ഷിയുടെ പ്രവർത്തനങ്ങൾ 'ശല്യക്കാരനായ വ്യവഹാരികളെ' തടയുന്ന നിയമപ്രകാരം വിമർശിക്കപ്പെടേണ്ടതല്ല. പൊതുപ്രാധാന്യം ഉള്ള വിഷയങ്ങൾ ജനശ്രദ്ധയിൽ കൊണ്ടുവരുന്നതിന് എതിർകക്ഷിക്കു കഴിഞ്ഞിട്ടുണ്ട്. കോടതി തള്ളിയ കേസുകളിൽ പോലും വ്യക്തമായ നിയമസാദ്ധ്യതകളുണ്ട്. എതിർകക്ഷി സമർപ്പിക്കുന്ന ഹർജികളിൽ എതിരാളികൾക്കുണ്ടാകുന്ന അസ്വാസ്ഥ്യം കോടതി മനസ്സിലാക്കുന്നു. എന്നാൽ വിശാലമായ അർത്ഥത്തിൽ ഈ അസ്വാസ്ഥ്യം അനിവാര്യമാണ്."

വിധിക്കെതിരെ സർക്കാർ കൊടുത്ത അപ്പീൽ ഹൈക്കോടതിയും തള്ളി.

രാജേന്ദ്രനെ ശാരീരികമായി അടിച്ചൊതുക്കാനായി ശ്രമങ്ങളുണ്ടായി. ഏകനായി നടക്കുന്ന രാജേന്ദ്രനെ ഉപദ്രവിക്കുവാൻ എളുപ്പമായിരുന്നു. വാടക ഗുണ്ടകൾ അയാളെ ആക്രമിച്ചു. എല്ലുകൾ നുറുങ്ങിയിട്ടും പല്ലുകൾ കൊഴിഞ്ഞിട്ടും രാജേന്ദ്രൻ തന്റെ യജ്ഞത്തിൽ നിന്നു പിന്മാറിയില്ല.

രാജൻ കേസ്: അണിയറരഹസ്യങ്ങൾ അവസാനിക്കുന്നില്ല

ഒരിക്കൽ ഒരു വലിയ പൊലീസ് വ്യൂഹത്തിനു തന്നെ രാജേന്ദ്രനോടു തോറ്റുകൊടുക്കേണ്ടി വന്നു. എറണാകുളം കോൺവെന്റ് ജംഗ്ഷനിൽ നിന്നും രാജേന്ദ്രൻ എം.ജി. റോഡിലേക്ക് ഓട്ടോറിക്ഷയിൽ പോകുന്നു. കിഴക്കോട്ട് വൺവേ ആക്കിയിരിക്കുന്നു എന്നു പറഞ്ഞു പൊലീസ് തടഞ്ഞു. രാജേന്ദ്രനുമായി വാക്കേറ്റം മൂത്തപ്പോൾ വാൻ നിറയെ പൊലീസ് എത്തി. വൺവേ ആക്കിയതു നിയമവിരുദ്ധമായി ആണെന്നും ഇതുവഴി തന്നെ പോകുമെന്നും രാജേന്ദ്രൻ ശഠിച്ചു. വകുപ്പും നിയമവും അരച്ചുകലക്കി സംസാരിച്ച രാജേന്ദ്രന്റെ മുൻപിൽ പൊലീസ് ഒതുങ്ങി. തടഞ്ഞ വഴിയിൽ ക്കൂടെത്തന്നെ രാജേന്ദ്രൻ എം.ജി. റോഡിലേക്ക് പോയി.

കേസുകൾക്കു വേണ്ടിയും അതിനു വേണ്ട രേഖകൾ തിരയുന്ന തിനായും നിരന്തരം യാത്രയിലായിരുന്ന രാജേന്ദ്രന് അസാധാരണമായ ഒരു മേൽവിലാസം ഉണ്ടായിരുന്നു,

"നവാബ് രാജേന്ദ്രൻ, ഹൈക്കോർട്ട് വരാന്ത, കൊച്ചി."

ഈ പേരിൽ അയയ്ക്കുന്ന തപാലുകൾ അയാൾക്കു കൃത്യമായി ലഭിച്ചിരുന്നു.

'രാജേന്ദ്രൻ സമൂഹത്തിനു നൽകിയ വിലപ്പെട്ട സംഭാവനകൾക്കായി' 1990ൽ ഒരു പ്രൈവറ്റ് ട്രസ്റ്റ് രണ്ടു ലക്ഷം രൂപ പാരിതോഷികം കൊടുത്തു. എന്നാൽ ആയിരം രൂപ മാത്രം എടുത്തിട്ട് രാജേന്ദ്രൻ ആ പണം എറണാ കുളം ജനറൽ ആശുപത്രിയിൽ ആധുനിക മോർച്ചറി പണിയുന്നതിനായി സംഭാവന ചെയ്തു.

കാൻസർ ബാധിച്ച രാജേന്ദ്രൻ 2003ൽ തിരുവനന്തപുരത്തു ചികിത്സ യിലായിരുന്നപ്പോൾ, താൻ താമസിച്ചിരുന്ന ലോഡ്ജിന്റെ മുറിയിൽ ബോധരഹിതനായി. മെഡിക്കൽ കോളേജിൽ എത്തിച്ചപ്പോഴേക്കും മരിച്ചിരുന്നു.

ജീവിതം പോലെ, രാജേന്ദ്രന്റെ മരണവും സംഭവബഹുലം ആയിരുന്നു. തന്റെ ശവശരീരം മെഡിക്കൽ കോളേജിനു ദാനം നൽകണമെന്നു രാജേന്ദ്രൻ നിഷ്കർഷിച്ചിരുന്നു. അതവഗണിച്ചുകൊണ്ട് സർക്കാർ രാജേന്ദ്രന്റെ ശരീരം തിടുക്കത്തിൽ ദഹിപ്പിച്ചു പകപോക്കി എന്ന് ശക്തമായ ആരോപണം ഉയർന്നു.

വിവരാവകാശ നിയമം ഇല്ലാതിരുന്ന നാളുകളിൽ, സ്വന്തം പരിശ്രമ ത്തിലൂടെ രേഖകൾ ശേഖരിച്ച്, അഴിമതിക്കെതിരെ ജീവിതകാലം മുഴുവൻ പോരാടിയ നവാബ് രാജേന്ദ്രൻ എന്ന ഇതിഹാസ പുരുഷനോട് കേരള സമൂഹം എന്നെന്നും കടപ്പെട്ടിരിക്കുന്നു.

അനുബന്ധം 3

വയനാട്ടിലെ താണ്ഡവനൃത്തം

1970 മുതൽ പതിനഞ്ചു കൊല്ലത്തോളം വയനാട് ജില്ലയിൽ പൊലീസ് താണ്ഡവനൃത്തമാടി. ഈ പ്രദേശത്തു നടന്ന പൊലീസ് അതിക്രമങ്ങളുടെ വ്യാപ്തി മനസ്സിലാക്കുവാൻ കേരളത്തിലെ മറ്റു സ്ഥലങ്ങളിൽ താമസിക്കുന്നവർക്കു ബുദ്ധിമുട്ടുണ്ടാവും. ഈ സംഭവം[3] ഒരു ഉദാഹരണം മാത്രം:

1984ൽ വൈത്തിരിയിൽ എസ്റ്റേറ്റു മുതലാളി ശേഖരൻ കോല്ലപ്പെട്ടു. യഥാർത്ഥ പ്രതികളെ പിടിക്കുവാൻ കഴിയാതെ വന്നപ്പോൾ പൊലീസ് സംശയം തോന്നിയ സകലരേയും കസ്റ്റഡിയിൽ എടുത്തു, പൊലീസ് മുറയിൽ 'അന്വേഷണം' നടത്തി. പന്ത്രണ്ടു വയസ്സു മാത്രം പ്രായമായ റസാഖ് എന്ന കുട്ടിയെയും പൊലീസ് പിടികൂടി. അനധികൃതമായി അവനെ കസ്റ്റഡിയിൽ വെച്ച് 'സത്യം' പറയിപ്പിക്കുവാനുള്ള ശ്രമം തുടങ്ങി. നാലാമത്തെ ദിവസം ബാലൻ മൃതപ്രായനായി. വയനാട്ടിലെ കൊടും തണുപ്പിൽ, തറയിൽ വിറങ്ങലിച്ചു കിടക്കുന്ന കുട്ടിയുടെ പടം മാതൃഭൂമി പത്രത്തിൽ അച്ചടിച്ചു വന്നു.

ആരോരുമില്ലാത്ത റസാഖിനു വേണ്ടി, പത്രവാർത്തയെ അടിസ്ഥാനമാക്കി നവാബ് രാജേന്ദ്രൻ ഹൈക്കോടതിയിൽ ഹേബിയസ് കോർപ്പസ് റിട്ടു ഫയൽ ചെയ്തു. കോടതി അഡ്വക്കേറ്റ് ജനറലിനോടു വിശദീകരണം ചോദിച്ചു. കുട്ടിയെ മജിസ്ട്രേറ്റിന്റെ മുൻപിൽ ഹാജരാക്കിയതായും ബാലമന്ദിരത്തിലേക്ക് അയച്ചതായും അഡ്വക്കേറ്റ് ജനറൽ കോടതിയെ അറിയിച്ചു.

കൊച്ചുകുട്ടികളെ പൊലീസ് കസ്റ്റഡിയിൽ എടുത്തു പീഡിപ്പിക്കുന്നത് കേരളത്തിൽ അപൂർവ സംഭവമാണ്. എന്നാൽ വയനാട് ജില്ലയിൽ പൊലീസ് നടത്തിയ ക്രൂരതകൾ അവിശ്വസനീയമാണ്.

---

3. കമൽറാം സജീവിന്റെ 'നവാബ് രാജേന്ദ്രൻ: ഒരു മനുഷ്യാവകാശപ്പോരാട്ടത്തിന്റെ ചരിത്രം', എന്ന പുസ്തകത്തിന്റെ ആദ്യ പതിപ്പിൽ നിന്ന്.

അനുബന്ധം 4
കസ്റ്റഡി മർദ്ദനത്തിന് എഴുത്തു ശിക്ഷ

കസ്റ്റഡി മർദ്ദനം നടത്തിയ എ.എസ്.ഐയ്ക്ക് എഴുത്തു ശിക്ഷ:

നവംബർ 9, 2015: കളമശ്ശേരി കുമരത്തുശ്ശേരിയിൽ കെ.പി.വർഗീസ് കൽപ്പണിക്കാരനാണ്. വർഗീസും സഹായിയും കളമശ്ശേരിയിലുള്ള ഒരു വീട്ടിൽ ജോലി ചെയ്തുകൊണ്ടിരിക്കുമ്പോൾ ആ വീട്ടിൽ നിന്നും 30,000 രൂപ മോഷണം പോയതായി വീട്ടുടമ പരാതിപ്പെട്ടു. എ.എസ്.ഐ. ദീപു വിന്റെ നേതൃത്വത്തിൽ പൊലീസ് സംഘം വർഗീസിനെ കസ്റ്റഡിയിൽ എടുത്തു മർദ്ദിച്ചു. (കേസന്വേഷണം എന്നാൽ മർദ്ദനം എന്നാണ് ഈ ഇരു പത്തി ഒന്നാം നൂറ്റാണ്ടിലും നമ്മുടെ പൊലീസ് ധരിച്ചിരിക്കുന്നത്).

നഷ്ടപ്പെട്ടു എന്നു കരുതിയ പണം ഇതിനിടെ വീട്ടിൽ നിന്നു തന്നെ കണ്ടുകിട്ടിയതായി വീട്ടുടമ പൊലീസിനെ വിവരം അറിയിച്ചു. വർഗീസിനെ അയാളുടെ മകന്റെ ജാമ്യത്തിൽ വിട്ടയയ്ക്കുന്നു.

മർദ്ദനമേറ്റ വർഗീസിനു ജോലി ചെയ്യുവാൻ കഴിയുവാൻ വന്ന സാഹ ചര്യത്തിൽ നഷ്ടപരിഹാരത്തിനായി പൊലീസ് കംപ്ലയ്ന്റ് അതോറിറ്റി യിൽ പരാതി കൊടുത്തു. അതോറിറ്റി ഇരുകക്ഷികളെയും വിളിച്ചു വരുത്തി തെളിവെടുത്തു, വർഗീസിനു മർദ്ദനമേറ്റതായി കണ്ടെത്തി.

പൊലീസ് കംപ്ലയ്ന്റ് അതോറിറ്റി ചെയർമാൻ ജസ്റ്റിസ് കെ.നാരായണ ക്കുറുപ്പ് അസാധാരണമായ ഒരു ശിക്ഷ വിധിച്ചു. എ.എസ്.ഐ. ദീപു താഴെ കൊടുത്തിരിക്കുന്ന വാചകങ്ങൾ അൻപതു തവണ ആവർത്തിച്ച് എഴുതി അതോറിറ്റിക്കു സമർപ്പിക്കണം:

"കസ്റ്റഡി മർദ്ദനം ഭരണഘടനാ വിരുദ്ധവും ഒരു വ്യക്തിയുടെ അന്തസ്സിനെ ഹനിക്കുന്നതുമാണ്. മേലിൽ ഇത്തരം പ്രവർത്തനം എന്നിൽ നിന്ന് ഉണ്ടാകുകയില്ല."

വർഗീസിന് അർഹമായ നഷ്ടപരിഹാരം കൊടുക്കുവാനും ഉത്തരവായി.

അനുബന്ധം 5

സുലോചന കേസ്

(കോഴിക്കോട് സെക്കൻഡ് ക്ലാസ്സ് ജുഡീഷ്യൽ മജിസ്ട്രേറ്റ് കോടതി PE 5/1977)

പൊലീസ് സൂപ്രണ്ട് കെ.ലക്ഷ്മണ രാജൻ കേസിൽ സസ്പെൻഷനിൽ ഇരിക്കുമ്പോൾ, വയനാട്ടിൽ നിന്നുള്ള ഒരു യുവതി ഈ ഉദ്യോഗസ്ഥനെതിരെ കേസു കൊടുത്തു.

അടിയന്തരാവസ്ഥ നിലനില്ക്കുന്ന കാലത്ത് തന്നെ കസ്റ്റഡിയിൽ എടുത്ത് ഭീകരമായി മർദ്ദിക്കുകയും മാനഭംഗപ്പെടുത്തുവാൻ ബലം പ്രയോഗിക്കുകയും ചെയ്തു എന്നായിരുന്നു ലക്ഷ്മണക്കെതിരെ സി.ആർ.സുലോചനയുടെ കേസ്.

കേസിന്റെ ആ സാരം:

1975 ഓഗസ്റ്റ് 28ന് ഉച്ചയ്ക്കു രണ്ടു മണിയോടെ ബത്തേരി പൊലീസ് സ്റ്റേഷനിലെ രണ്ടു കോൺസ്റ്റബിൾമാരും ക്രൈംബ്രാഞ്ച് പൊലീസ് ഉദ്യോഗസ്ഥന്മാരും സുലോചനയുടെ വീട്ടിലെത്തി. വീട്ടുകാരുടെ കരച്ചിലും പ്രതിഷേധവും വകവെക്കാതെ, സൂപ്രണ്ടിന്റെ നിർദ്ദേശപ്രകാരം എന്നു പറഞ്ഞ് സുലോചനയെ ബലമായി വാനിൽ കയറ്റി. സുൽത്താൻബത്തേരി പൊലീസ് സ്റ്റേഷനിലേക്കാണ് ആദ്യം കൊണ്ടുപോയത്. രാത്രിവരെ ബത്തേരി സ്റ്റേഷനിലെ ലോക്കപ്പു മുറിയിലിട്ടു. രാത്രി പതിനൊന്നര മണിക്ക് സുലോചനയെ അടുത്തുള്ള ബത്തേരി റസ്റ്റ് ഹൗസിലേക്കു കൊണ്ടുപോയി.

ക്രൈംബ്രാഞ്ചിലെ രണ്ട് ഉദ്യോഗസ്ഥന്മാരാണ് അവിടെ ഉണ്ടായിരുന്നത്. ഒരാൾക്കു പ്രായമുണ്ട്, മറ്റേയാൾ വെളുത്തു നീണ്ട ചെറുപ്പക്കാരൻ. അവർ സുലോചനയെ ചോദ്യം ചെയ്തു. ചെറുപ്പക്കാരൻ തുടർച്ചയായി സുലോചനയുടെ മുഖത്ത് അടിച്ചുകൊണ്ടിരുന്നു. രാത്രി വൈകി യുവതിയെ ബത്തേരി പൊലീസ് സ്റ്റേഷനിലേക്കു തിരിച്ചു കൊണ്ടുപോയി.

പിറ്റേന്ന് കാലത്ത് ഒൻപതര മണിക്ക് സുലോചനയെ ഒരു വാനിൽ കയറ്റി കോഴിക്കോടു വനിതാ പൊലീസ് സ്റ്റേഷനിലെത്തിച്ചു. അടുത്ത ദിവസം രാത്രി അവിടെനിന്നും ക്രൈംബ്രാഞ്ച് ഓഫീസിലേക്കു കൊണ്ടു പോയി.

സാരി അഴിപ്പിച്ചു

അവിടെയുണ്ടായിരുന്ന പ്രായമുള്ള പൊലീസ് ഉദ്യോഗസ്ഥൻ മദ്യപിച്ചിരുന്നു.

'അഴിക്കെടീ സാരി', എന്ന് അയാൾ ആജ്ഞാപിച്ചു.

ചെറുപ്പക്കാരൻ ഉദ്യോഗസ്ഥനും അതേറ്റു പറഞ്ഞു. സുലോചന കരഞ്ഞു. അവസാനം, ഗതിമുട്ടിയപ്പോൾ അവൾ സാരി അഴിച്ചു. പിന്നെ ചുമരിൽ ചാരി നിർത്തി.

"മധു മാസ്റ്റർ എവിടെയാടീ."

"അറിഞ്ഞു കൂട."

"ദാമോദരൻ മാസ്റ്ററോ."

"അറിഞ്ഞുകൂട."

"ശരി, ഞങ്ങൾ പറയിപ്പിക്കാമല്ലോ."

മദ്യപിച്ചിരുന്ന പ്രായമുള്ള ഉദ്യോഗസ്ഥൻ സുലോചനയുടെ മുടിയിൽ പിടിച്ച് പലതവണ തല ചുമരിൽ ഇടിച്ചു. പിന്നെ കാൽ നീട്ടി തറയിൽ ഇരുത്തി. ചെറുപ്പക്കാരനായ ഉദ്യോഗസ്ഥൻ കാൽമുട്ടിൽ കയറി നിന്നു. പ്രായമുള്ള ഉദ്യോഗസ്ഥൻ സുലോചനയെ തുടർച്ചയായി അടിച്ചുകൊണ്ടി രുന്നു. സുലോചന അവശയായി.

കുറെ കഴിഞ്ഞ് സാരി ഉടുക്കുവാൻ അനുവദിച്ചു. വാനിൽ കയറ്റി വനിതാ സ്റ്റേഷനിലേക്കു കൊണ്ടുപോയി.

രാത്രി ഉറങ്ങിക്കൊണ്ടിരുന്നപ്പോൾ വിളിച്ചുണർത്തി, വീണ്ടും ക്രൈം ബ്രാഞ്ച് ഓഫീസിലേക്കു കൊണ്ടുപോയി.

പാവാടയും...

താമസിയാതെ പൊലീസ് സുപ്രണ്ട് ലക്ഷ്മണ അവിടെയെത്തി.

"സാരി അഴിക്കെടീ", എന്നയാൾ പറഞ്ഞു.

കരഞ്ഞുകൊണ്ട് സുലോചന വീണ്ടും സാരി അഴിച്ചു.

"പാവാട അഴിക്കെടീ."

അതും അഴിച്ചു.

അപ്പോൾ അണ്ടർവെയർ അഴിക്കണമെന്നായി. സുലോചന മടിച്ചു നിന്നു.

ലക്ഷ്മണ സുലോചനയുടെ മുടിയിൽ പിടിച്ച് തല ചുമരിൽ ഇടിച്ചു. പിന്നീട് ബലമായി അണ്ടർവെയർ അഴിപ്പിക്കുവാനായി അയാളുടെ ശ്രമം. കുറേ നേരത്തെ മൽപ്പിടുത്തത്തിനു ശേഷം ശ്രമം ഉപേക്ഷിച്ചു. അവളെ ചുമരിനോടു മുഖം തിരിച്ചു നിർത്തി, കാൽമുട്ടിനു താഴെ വടി കൊണ്ട് പലതവണ അടിച്ചു. കാലിൽ നിന്നും ചോര ഒലിച്ചു തുടങ്ങി.

ചില ഫോട്ടോകൾ കാണിച്ചിട്ടു ചോദിച്ചു, “നീ ഇവരെ അറിയുമോ?”

“ഇല്ല.”

അടിച്ചുകൊണ്ടു വീണ്ടും ചോദിച്ചു, “അറിയില്ലേ?”

“ഇല്ല.”

അടി തുടർന്നു. അവസാനം സുലോചന ബോധരഹിതയായി നിലത്തു വീണു. ബോധം വീണപ്പോൾ വനിതാ പൊലീസ് സ്റ്റേഷനിലായിരുന്നു.

രണ്ടുമൂന്നു ദിവസം കഴിഞ്ഞപ്പോൾ പുതിയറയിലെ ക്രൈംബ്രാഞ്ച് ഓഫീസിലേക്കു കൊണ്ടുപോയി. മർദ്ദനങ്ങൾ വീണ്ടും തുടർന്നു.

അടുത്ത അഞ്ചു ദിവസം വനിതാ പൊലീസ് സ്റ്റേഷനിലെ ലോക്കപ്പിലിട്ടു.

അതിനുശേഷം സുലോചനയെ കണ്ണൂർ ജയിലിലേക്കു മാറ്റി. ഒന്നര വർഷം വിചാരണ കൂടാതെ തടവിലിട്ടു.

“ഭീകരമായ ഈ മർദ്ദനത്തിന്റെ ഫലമായി ഞാനിപ്പോൾ രോഗിയായി. കണ്ണിനു വേദന, കടച്ചിൽ, അസഹനീയമായ തലവേദന, തലചുറ്റൽ, കാലിൽ നീര്. ഒരു ജോലിയും ചെയ്യുവാൻ കഴിയുന്നില്ല.”

സുലോചനയെ പൊലീസ് മർദ്ദിക്കുന്നതു കണ്ടതായി രണ്ടു സാക്ഷികൾ മജിസ്ട്രേറ്റിനു മുൻപാകെ മൊഴി നൽകി.

വാരിയങ്കണ്ടി മുഹമ്മദലിയുടെ മൊഴി:

“1975 ഓഗസ്റ്റ് 28ന് എന്നെ മീനങ്ങാടിയിൽ വെച്ച് അറസ്റ്റു ചെയ്തു. ബത്തേരി പൊലീസ് സ്റ്റേഷനിൽ കൊണ്ടുവന്നപ്പോൾ സുലോചന, ഭാസ്കരൻ, ഗോപി എന്നീ തടവുകാർ അവിടെ ഉണ്ടായിരുന്നു. അവിടെ നിന്ന് എന്നെ അടുത്തുള്ള ടി.ബി.യിലേക്കു കൊണ്ടുപോയി ചോദ്യം ചെയ്തു. രാത്രി പതിനൊന്ന് മണിക്ക് സുലോചനയേയും ടി.ബി.യിലേക്കു കൊണ്ടുവന്നു. പിറ്റേന്ന് എല്ലാവരേയും വാനിൽ കയറ്റി നടക്കാവ് സ്റ്റേഷനിൽ എത്തിച്ചു. സുലോചനയെ എങ്ങോട്ടേക്കോ കൊണ്ടുപോയി. എന്നേയും മറ്റു തടവുകാരെയും പുതിയറയിലെ ക്രൈംബ്രാഞ്ച് ഓഫീസിലേക്കു കൊണ്ടുപോയി മർദ്ദിച്ചു. രാത്രിയായപ്പോൾ സുലോചനയെ അവിടെ കൊണ്ടുവന്നു.

രാജൻ കേസ്: അണിയറരഹസ്യങ്ങൾ അവസാനിക്കുന്നില്ല

മധുസൂദനൻ മാസ്റ്റർ, ദാമോദരൻ മാസ്റ്റർ എന്നിവരെ പറ്റിയും മാനന്ത വാടി കവർച്ചയെ പറ്റിയും ചോദിച്ചു കൊണ്ട്, കൈയും വടിയും ഉപയോഗിച്ച് പൊലീസ് ഉദ്യോഗസ്ഥന്മാർ സുലോചനയെ മർദ്ദിച്ചു.

ഞങ്ങളെ (പുരുഷന്മാരായ തടവുകാരെ) എസ്.പി.യുടെ ഓഫീസി ലേക്കു കൊണ്ടു പോയി മർദ്ദിക്കുകയും റോളർ ഉപയോഗിച്ച് തുടയിൽ ഉരുട്ടുകയും ചെയ്തു. ഏകദേശം ഒൻപതു മണിയോടെ സുലോചനയെയും അവിടെ കൊണ്ടുവന്നു. എസ്.പി. ലക്ഷ്മണ സുലോചനയുടെ സാരിയും പാവാടയും അഴിപ്പിച്ചു. അണ്ടർവെയർ അഴിക്കുവാൻ പറഞ്ഞത് അനു സരിക്കാഞ്ഞപ്പോൾ സുലോചനയുടെ മുടിയിൽ പിടിച്ച് തല ചുമരിൽ ഇടിച്ചു. പിന്നെ സുലോചനയുടെ അണ്ടർവെയർ അഴിപ്പിക്കുവാൻ ലക്ഷ്മണ ബലപ്രയോഗം നടത്തി. അവരെ ചുമരിന് അഭിമുഖമായി നിർത്തി മുട്ടിനു താഴെ വടികൊണ്ട് അടിച്ചു. രക്തം വരുകയും സുലോചന നിലത്തു വീഴുകയും ചെയ്തു. പിന്നീട് അവരെ ചുമരിൽ ചാരി ഇരുത്തി. ഒരു പൊലീസുകാരൻ കാലിൽ കയറി നിൽക്കുകയും ലക്ഷ്മണ വടി ഉപ യോഗിച്ച് കാൽ വെള്ളയിൽ അടിക്കുകയും ചെയ്തു. ഈ സമയത്ത് ചില ഫോട്ടോകൾ കാണിച്ചിട്ട് അവരെ അറിയുമോ എന്നു ചോദിക്കുന്നുണ്ടാ യിരുന്നു.

'ഇവളെക്കൊണ്ട് എല്ലാം പറയിപ്പിക്കണം', എന്നും 'പറഞ്ഞില്ലെങ്കിൽ നിന്നെ കൊന്നു കളയും' എന്നും പറഞ്ഞിട്ട് എസ്.പി. പോയി.

പിന്നീട് മറ്റു പൊലീസുകാർ സുലോചനയെ മർദ്ദിച്ചു. സുലോചന ബോധം കെട്ടു നിലത്തു വീണു. പൊലീസുകാർ അവരെ എടുത്തു കൊണ്ടുപോയി.

ഗിരീഷിന്റെ മൊഴി:

"1975 ഓഗസ്റ്റ് 26ന് ആണ് എന്നെ അറസ്റ്റു ചെയ്തത്. ഓഗസ്റ്റ് 30ന് ക്രൈംബ്രാഞ്ച് ഓഫീസിൽ എന്നെ ഇരുത്തിയതിന്റെ അടുത്ത മുറിയി ലാണ് സുലോചന ഉണ്ടായിരുന്നത്. അവരെ മുഖത്തടിക്കുന്നതും മർദ്ദി ക്കുന്നതും ഞാൻ കണ്ടു. മുക്കാൽ മണിക്കൂറിനു ശേഷം അവരെ പുറ ത്തേക്കു കൊണ്ടുപോയി."

അടുത്ത ദിവസം തടവുകാരെ എല്ലാം ക്രൈംബ്രാഞ്ച് ഓഫീസിലേക്ക് കൊണ്ടുവന്നു. രാത്രി ഒമ്പത് മണിക്കു സുലോചനയെയും അതേ മുറിയിൽ കൊണ്ടുവന്നു തള്ളി.

എസ്.പി. ലക്ഷ്മണ സുലോചനയെ ഉപദ്രവിക്കുന്നതും വസ്ത്രാ ക്ഷേപം ചെയ്യുന്നതും മുഹമ്മദലിയുടെ മൊഴിയിൽ പറഞ്ഞതുപോലെ തന്നെ ഈ മൊഴിയിലും ആവർത്തിക്കുന്നു.

അനുബന്ധം 6

വർഗീസ് വധം

കുറിപ്പ്

തീവ്രവാദ ആശയങ്ങളോടും അക്രമരാഷ്ട്രീയത്തിനോടും ലേഖകനു യോജിപ്പില്ല. തീവ്രവാദ പ്രവർത്തനങ്ങളെ മറയാക്കി നമ്മുടെ പൊലീസ് നടത്തുന്ന ഭീകരമായ മനുഷ്യാവകാശ ലംഘനങ്ങളും നമ്മുടെ സർക്കാരും ഉദ്യോഗസ്ഥരും അതിനു കൂട്ടുനിൽക്കുന്നതും തുറന്നുകാട്ടുവാൻ വേണ്ടി മാത്രമാണ് ഈ കഥ പറയുന്നത്:

ആദിവാസികളായ കൃഷിപ്പണിക്കാരെ സംഘടിപ്പിക്കുവാനായി മാർക്സിസ്റ്റ് കമ്മ്യൂണിസ്റ്റ് പാർട്ടിയാണ് വർഗീസ് എന്ന ചെറുപ്പക്കാരനെ കണ്ണൂരിൽ നിന്നും വയനാട്ടിലേക്കയച്ചത്. വർഗീസ് അവിടെ എത്തുന്നതിനു മുൻപു തന്നെ വയനാട്ടിലെ ശക്തരായ ജന്മിമാർ പലരും കമ്മ്യൂണിസ്റ്റുകളായി രൂപാന്തരം പ്രാപിച്ചിരുന്നു. ആദിവാസികളെ ചൂഷണം ചെയ്യുന്നതു തുടരുവാനായി അവർ കണ്ടുപിടിച്ച ഒരു മറയായിരുന്നു അത്. ഇതു മനസ്സിലാക്കിയപ്പോൾ വർഗീസ് നക്സലിസത്തിലേക്കു തിരിയുകയും മാർക്സിസ്റ്റ് പാർട്ടിയുടെ ശത്രുവായി മാറുകയും ചെയ്തു.

തമ്പ്രാക്കന്മാരായ ജന്മിമാർ വയനാട്ടിലെ ആദിവാസികളെ കൊണ്ട് അക്കാലത്ത് അടിമപ്പണിയാണ് ചെയ്യിച്ചിരുന്നത്. വള്ളിയൂർക്കാവ് ഉത്സവകാലത്ത് കുറച്ചു പണവും അരിയും കൊടുത്ത് ഒരു കൊല്ലത്തേക്ക് അവരെ വാങ്ങുകയായിരുന്നു പതിവ്. ദിവസക്കൂലിയായി മൂന്നു മാനം അരിയും (വല്ലി) അൻപതു പൈസയും കൊടുക്കും.

വർഗീസ് ആദിവാസികളെ സംഘടിപ്പിക്കുകയും കൂലി ഉയർത്തുവാനായി സമരം നടത്തുകയും ചെയ്തു. വല്ലി നിർത്തലാക്കി, കൂലി ഒന്നര രൂപയായി വർദ്ധിപ്പിച്ചു, അടിമപ്പണി നിർമാർജ്ജനം ചെയ്തു, ജന്മിമാരുടെ ഭൂമിയിൽ കുടിൽ കെട്ടി. അക്ഷരാർത്ഥത്തിൽ തന്നെ അയാൾ ആദിവാസി സമൂഹത്തെ സ്വതന്ത്രരാക്കി. കാലാകാലങ്ങളിലായി ആദിവാസികളെ

ചൂഷണം ചെയ്തു ജീവിച്ച ഭൂജന്മിമാർക്ക് വർഗീസ് ഒരു പേടിസ്വപ്നമായി മാറി.

നിർഭാഗ്യവശാൽ, വർഗീസിന്റെ ആദിവാസി സ്വാതന്ത്ര്യ സങ്കല്പത്തിലെ അടുത്ത പടി സായുധവിപ്ലവം ആയിരുന്നു. പുൽപ്പള്ളി ദേവസ്വം അതോറിട്ടിയുടെ സ്ഥലത്തു നിന്നും ഒഴിപ്പിക്കുന്നതിനെ എതിർത്ത ഏഴായിരത്തോളം വയനാടൻ കർഷകരെ നേരിടുവാനായി എം.എസ്.പി. ബറ്റാലിയൻ സ്ഥലത്തു ക്യാമ്പു ചെയ്യുന്നുണ്ടായിരുന്നു. 1968 നവംബർ 24ന് വർഗീസിന്റെ നേതൃത്വത്തിൽ നക്സലൈറ്റുകൾ പുൽപ്പള്ളി പൊലീസ് സ്റ്റേഷനും എം.എസ്.പി. ക്യാമ്പും ആക്രമിച്ചു. ആക്രമണത്തിൽ രണ്ടു പൊലീസുകാർ, ഒരു വയർലസ് ഓപ്പറേറ്റർ, ഒരു സബ് ഇൻസ്പെക്ടർ എന്നിവർ മരണമടഞ്ഞു. അടുത്ത പടിയായി വാസുദേവ അഡിഗ, ചേക്കു എന്നീ ഭൂവുടമകളെ കൊല്ലുകയും അവരുടെ സ്വത്ത് ആദിവാസികൾക്കു വിതരണം ചെയ്യുകയും ചെയ്തു.

സായുധ വിപ്ലവത്തിലൂടെ ഭരണം പിടിച്ചെടുക്കുവാൻ കഴിയും എന്നായിരുന്നു നക്സലൈറ്റുകൾ ധരിച്ചിരുന്നത്. എന്നാൽ ജനാധിപത്യ രാഷ്ട്രീയത്തിന് ആഴമേറിയ വേരുകളുള്ള കേരള സാമൂഹ്യ വ്യവസ്ഥിതിയിൽ സായുധ വിപ്ലവത്തിനു പൊതുജന പിൻതുണ ലഭിച്ചില്ല. ക്രൂരമായ ഈ കൊലപാതകങ്ങൾ കേരളത്തിലെ ഭൂരിഭാഗം ജനങ്ങളും ഭയത്തോടെയാണ് വീക്ഷിച്ചത്. ഈ അക്രമങ്ങൾ തങ്ങളെ ജനങ്ങളിൽ നിന്നും ഒറ്റപ്പെടുത്തുകയാണ് ചെയ്തത് എന്നു നക്സലൈറ്റുകൾ മനസ്സിലാക്കിയില്ല.

ആക്രമണത്തിനു ശേഷം തിരുനെല്ലി വനത്തിൽ ഒളിച്ച നക്സലൈറ്റുകളെ നേരിടുവാൻ കേരള പൊലീസ് സജ്ജമായിരുന്നില്ല. ഇതിനായി, നാഗാ റിബലുകളോടു പൊരുതി ഗറില്ല ആക്രമണത്തിൽ പരിചയം നേടിയ സെൻട്രൽ റിസേർവ് പൊലീസ് സേനയെ കേന്ദ്രത്തിൽനിന്നും വരുത്തി.

1970ൽ തിരുനെല്ലി വനത്തിനുള്ളിൽ തിരയുന്ന സെൻട്രൽ റിസർവ് പൊലീസ് സേനയുടെ മുൻപിൽ വർഗീസും കൂട്ടരും ചെന്നുപെട്ടു. എന്നാൽ നാടൻ ബോംബെറിഞ്ഞ് ഒരു പൊലീസുകാരനെ ഗുരുതരമായി പരുക്കേൽപ്പിച്ച ശേഷം നക്സലൈറ്റുകൾ രക്ഷപ്പെട്ടു. വനത്തിനുള്ളിൽ രണ്ടു ദിവസത്തെ തിരച്ചിലിനുശേഷം സെൻട്രൽ റിസർവ് പൊലീസ് അവിടെയുള്ള ഒരു അമ്പലത്തിനടുത്തു ക്യാമ്പ് സ്ഥാപിച്ചു.

ഇട്ടിച്ചിരി മനയമ്മ എന്ന നക്സലൈറ്റ് അനുഭാവിയായ ഒരു വിധവയുടെ കാര്യക്കാരൻ ശിവരാമൻ നായരുടെ കുടിലിൽ വർഗീസ് ഒളിച്ചിരിക്കുന്നതായി പിറ്റേന്നു കാലത്ത് പൊലീസിനു വിവരം കിട്ടി. മുള കൊണ്ടു മറച്ച് ഒറ്റ മുറിയിൽ തീർത്ത കുടിൽ വളഞ്ഞിട്ട് പൊലീസ് മുൻവാതിലിൽ മുട്ടി.

സെൻട്രൽ റിസർവ് പൊലീസിലെ കോൺസ്റ്റബിൾ രാമചന്ദ്രൻ നായർ പറയുന്നു, "ഉള്ളിൽ നിന്നും ഒരു ശബ്ദം കേട്ടു. നായരേ നിങ്ങൾ എന്നെ ഒറ്റു കൊടുത്തോ?"

വാതിൽ ചവിട്ടിത്തുറന്ന് പൊലീസ് അകത്തുകയറി.

രാമചന്ദ്രൻ നായർ പറയുന്നു, "കൈകൾ രണ്ടും ഉയർത്തിപ്പിടിച്ച് മന്ദഹസിച്ചുകൊണ്ടു നിൽക്കുകയാണ് വർഗീസ്."

വർഗീസ് പറഞ്ഞു, "ഞാൻ ഒറ്റയ്ക്കേ ഉള്ളൂ, ആയുധങ്ങളും ഇല്ല."

വർഗീസിന്റെ കൈകൾ തോക്കിന്റെ വാറു കൊണ്ട് കൂട്ടിക്കെട്ടി. അയാളെ പൊലീസ് ജീപ്പിൽ കയറ്റി കൊണ്ടു പോയി. അര മണി ക്കൂറിനുശേഷം, മാനന്തവാടിയിലേക്കു പോകുന്ന വഴിയിൽ, കേരള പൊലീസിന്റെ ജീപ്പുകൾ എതിരെ വന്നു. ഡി.ഐ.ജി. വിജയൻ, ഡപ്യൂട്ടി സൂപ്രണ്ട് ലക്ഷ്മണ എന്നിവരെ കോൺസ്റ്റബിൾ രാമചന്ദ്രൻ നായർ തിരിച്ചറിഞ്ഞു. അവരുടെ നിർദ്ദേശപ്രകാരം ജീപ്പുകൾ കാടിന്റെ ഉള്ളിലേക്കു തിരിച്ചു വിട്ടു. അപ്പോൾ ഏകദേശം രണ്ടുമണിയോളം ആയിരുന്നു.

"അവർ എന്നെ കൊല്ലും", ഭാവഭേദമൊന്നും കൂടാതെ വർഗീസ് പറഞ്ഞു, "എനിക്കൊരു അപേക്ഷയുണ്ട്. വെടി വെക്കുന്നതിനു മുമ്പേ എനിക്കൊരു സിഗ്നൽ തരണം, മുദ്രാവാക്യം വിളിക്കാനാണ്."

ഒരു പൊലീസുകാരൻ വർഗീസിന്റെ കണ്ണു കെട്ടി. പൊലീസുകാർ ഭക്ഷണം കഴിച്ചു. രാമചന്ദ്രൻ നായർ തന്റെ ഭക്ഷണത്തിന്റെ ഒരു പങ്കു വർഗീസിനും കൊടുത്തു, ഒരു ബീഡിയും കൊടുത്തു.

6.30ന് ഡെപ്യൂട്ടി സൂപ്രണ്ട് ലക്ഷ്മണ പൊലീസുകാരെ അഭിസം ബോധന ചെയ്തു. കോൺസ്റ്റബിൾ രാമചന്ദ്രൻ നായർ പറയുന്നു:

"വർഗീസിനെ വെടിവെച്ചു കൊല്ലുവാൻ പോകുകയാണ്" എന്നു ലക്ഷ്മണ പറഞ്ഞു. ഡി.ഐ.ജി. വിജയൻ അടുത്തു നിൽക്കുന്നുണ്ടായി രുന്നു. വർഗീസിനെ വെടി വെയ്ക്കുവാൻ തയ്യാറുള്ളവർ കൈ പൊക്കു വാൻ ലക്ഷ്മണ ആവശ്യപ്പെട്ടു. റപ്പായിയും ശ്രീധരനും കൈ പൊക്കി. മടിച്ചെങ്കിലും അവസാനം ഹനീഫയും കൈ പൊക്കി. ഞാൻ കൈ പൊക്കിയില്ല."

"പൊലീസുകാരും അപകടത്തിൽ മരിക്കാറുണ്ട്" എന്നു ലക്ഷ്മണ എന്നോടു പറഞ്ഞു. അതിന്റെ ധ്വനി എനിക്കു മനസ്സിലായി. വർഗീസിനെ കൊല്ലാൻ പോവുകയാണെന്നത് ഉറപ്പാണ്. ഞാൻ മരിച്ചാൽ എന്റെ കുടുംബം നിരാലംബരാകും. അതോടെ എന്റെ എതിർപ്പു നിർത്തി."

എതിർപ്പുള്ള ആളോടു തന്നെ വെടി വെയ്ക്കുവാൻ ലക്ഷ്മണ ആജ്ഞാപിച്ചു.

"രണ്ടു പാറക്കല്ലിന്റെ ഇടയിലാണ് വർഗീസ് ഇരിക്കുന്നത്. ഞാൻ അയാളുടെ അടുത്തു ചെന്നിട്ട് റൈഫിളിന്റെ കുഴൽ ഇടതു നെഞ്ചോടു ചേർത്തു വെച്ചു. അപ്പോൾ അയാളുടെ അഭ്യർത്ഥന ഓർമ്മവന്നു. നാക്കു കൊണ്ട് ഒരു സിഗ്നൽ കൊടുത്തു. 'വിപ്ലവം വിജയിക്കട്ടെ' എന്നയാൾ ഉച്ചത്തിൽ പറഞ്ഞു. ഞാൻ തോക്കിന്റെ കാഞ്ചി വലിച്ചു. വർഗീസ് മറിഞ്ഞു വീണു."

"ഹനീഫ മുകളിലേക്കു വെടിവെച്ചിട്ട് അയാളുടെ തോക്ക് മരിച്ചുവീണ വർഗീസിന്റെ കൈയ്യിൽ പിടിപ്പിച്ചു."

പൊലീസുമായുള്ള ഏറ്റുമുട്ടലിലാണ് വർഗീസ് മരിച്ചത് എന്നു പൊലീസ് അവകാശപ്പെട്ടു. കോഴിക്കോട് റവന്യൂ ഡിവിഷണൽ ഓഫീസർ പോസ്റ്റ്‌മോർട്ടം നടത്തി അതു സ്ഥിരീകരിച്ചു.

'പ്രത്യാക്രമണത്തിൽ മരിച്ചു' എന്നു രേഖപ്പെടുത്തി മാനന്തവാടി പൊലീസ് കേസ് അവസാനിപ്പിച്ചു.

നീണ്ട ഇരുപത്തിയൊമ്പത് വർഷങ്ങൾക്കു ശേഷം, 1999ൽ, റിട്ടയേർഡ് കോൺസ്റ്റബിൾ രാമചന്ദ്രൻ നായർ സ്വമേധയാ ഹൈക്കോടതിയെ സമീപിച്ചു. കൈകളും കണ്ണും കെട്ടിയ നിലയിൽ ഇരുന്ന വർഗീസിനെ, ലക്ഷ്മണയുടെയും വിജയന്റെയും ആജ്ഞപ്രകാരം താൻ വെടി വെച്ച താണ് എന്നു കുറ്റസമ്മതം നടത്തി.

രാജൻ കേസിൽ ചെയ്തതു പോലെ തന്നെ, തെറ്റു സമ്മതിക്കാതെ, കുറ്റവാളികളായ പൊലീസുകാരോടൊത്തു നിൽക്കുന്ന രീതി, കേരള സർക്കാർ ഇവിടെയും ആവർത്തിച്ചു. "പൊലീസുമായുള്ള ഏറ്റുമുട്ടലിൽ തന്നെയാണ് വർഗീസ് മരിച്ചത് എന്നും അന്വേഷണക്കമ്മീഷനെ വെക്കാം" എന്നും സർക്കാർ വാദിച്ചു. എന്നാൽ പ്രശ്നം അങ്ങനെ തേച്ചുമാച്ചു കളയു വാൻ കോടതി അനുവദിച്ചില്ല. കേസന്വേഷിക്കുവാൻ ഹൈക്കോടതി സി.ബി.ഐയോട് ആവശ്യപ്പെട്ടു.

രാമചന്ദ്രൻ നായർ പറഞ്ഞതു പോലെ, വർഗീസിനെ കസ്റ്റഡിയിൽ ഇരിക്കുമ്പോൾ പൊലീസ് വെടി വെച്ചു കൊന്നതാണ് എന്ന് സി.ബി.ഐ. യുടെ അന്വേഷണത്തിൽ ബോദ്ധ്യപ്പെട്ടു. മാർച്ച് 2002ൽ എറണാകുളം ചീഫ് ജുഡീഷ്യൽ മജിസ്ട്രേറ്റ് കോടതിയിൽ സി.ബി.ഐ. പൊലീസുകാർക്കെ തിരെ കേസ് ചാർജ്ജ് ചെയ്തു. അപ്പീലിന്റെ സഹായത്തോടെ കേസ് 2007 വരെ സ്റ്റേ ചെയ്ത് കാലതാമസം വരുത്തുവാൻ ലക്ഷ്മണയ്ക്കു കഴിഞ്ഞു. 2006ൽ രാമചന്ദ്രൻ നായർ മരിച്ചു. എന്നാൽ നായരുടെ പ്രസ്താവം ശരിയാണെന്ന് കോൺസ്റ്റബിൾ ഹനീഫ കോടതിയിൽ സാക്ഷി പറഞ്ഞു.

2010ൽ കേസിന്റെ വിധി പ്രഖ്യാപിച്ചു. വർഗീസിന്റെ വധത്തിന് കോടതി ലക്ഷ്മണയ്ക്കു ജീവപര്യന്തം തടവും പതിനായിരം രൂപ പിഴയും ശിക്ഷ

വിധിച്ചു. പിഴ വർഗീസിന്റെ വീട്ടുകാർക്കു കൊടുക്കുവാനും ഉത്തരവിട്ടു. അപ്പീലിൽ ഹൈക്കോടതി വിധി ശരി വെച്ചു.

കേരള സർക്കാരിന്റെ തനിനിറം വീണ്ടും പുറത്തുവന്നു. എഴുപത് വയസ്സിനു മുകളിലുള്ള ആരോഗ്യപ്രശ്നമുള്ള തടവുകാരെ മോചിപ്പിക്കുന്നു എന്നു പറഞ്ഞ് സർക്കാർ ലക്ഷ്മണയെ 2013ൽ തടവിൽ നിന്നും മോചിപ്പിച്ചു. (മോചനത്തിനു ശേഷം, പൂർണ്ണ ആരോഗ്യവാനായി, ലക്ഷ്മണ റിപ്പോർട്ടർ ടി.വി. യുടെ പ്രോഗ്രാമിൽ പ്രത്യക്ഷപ്പെട്ടു).

പൊതുജന പിൻതുണ ലഭിക്കാഞ്ഞതിനാൽ, 1968ലെ പുൽപ്പള്ളി ആക്രമണത്തിനു ശേഷം കേരളത്തിൽ നക്സലൈറ്റ് പ്രസ്ഥാനം ക്ഷയിക്കുവാൻ തുടങ്ങി. 1976ലെ കായണ്ണ ആക്രമണത്തിനു ശേഷം കേരളത്തിൽ പ്രസ്ഥാനം നാമമാത്രമായി. സായുധ വിപ്ളവത്തിലൂടെ ഭരണം പിടിച്ചെടുക്കുവാൻ കഴിയുകയില്ല എന്നത് തീവ്രവാദികളിൽ പലർക്കും വ്യക്തമായി.

വയനാട്ടിലെ ആദിവാസികൾ തങ്ങൾക്കു സ്വാതന്ത്ര്യം നേടിത്തന്ന രക്ഷകനായി ഇന്നും വർഗീസിനെ ആദരിക്കുന്നു. 'അടിയോരുടെ പെരുമൻ' എന്നാണ് വർഗീസിന്റെ രക്തസാക്ഷി മണ്ഡപത്തിൽ എഴുതിയിരിക്കുന്നത്. ആദിവാസി മൂപ്പൻ ചോമനും മറ്റ് ഏഴ് ആദിവാസികളും നക്സലൈറ്റ് ആക്രമണത്തിൽ പങ്കെടുത്തതിന് എട്ടു വർഷം തടവിൽ ആയിരുന്നു.

(പാവപ്പെട്ട ആദിവാസികൾക്കു ജയിൽവാസം കുറയ്ക്കുവാനായി സർക്കാരിന്റെ കിഴിവൊന്നും കിട്ടിയില്ല).

വർഗീസ് മരിച്ച ദിവസം അവർക്കു രക്തസാക്ഷി ദിനമാണ്. ചോമൻ മൂപ്പനാണ് ഇക്കൊല്ലം 'വർഗീസ് പാറയിൽ' കൊടി ഉയർത്തിയത്.

രാജൻ കേസ്:
ദുഃഖസ്മൃതികൾ

ആർ.ഇ.സി. ഡി ഹോസ്റ്റൽ. ഇടതു നിന്ന് രണ്ടാമതായി കാണുന്നത് രാജൻ താമസിച്ചിരുന്ന മുറിയുടെ ജനാലയാണ്.

ആർ.ഇ.സി. ഫിൽറ്റർ ഹൗസ്.
ഈ ഗേറ്റിനു മുന്നിൽനിന്നാണ് രാജൻ അറസ്റ്റ് ചെയ്യപ്പെട്ടത്

ആർ.ഇ.സി. ഇ. ഹോസ്റ്റൽ. ജോസഫ് ചാലി ചൂണ്ടിക്കാട്ടിയ രാജനെ ഇവിടെ വെച്ചാണ് പിടിക്കപ്പെടുന്നത്.

കക്കയം കെ.എസ്.ഇ.ബി. ഇൻസ്പെക്ഷൻ ബംഗ്ലാവ്. ജയറാം പടിക്കൽ, മധുസൂദനൻ, ലക്ഷ്മണ എന്നിവർ താമസിച്ചിരുന്നയിടം.

കക്കയം പ്രാഥമിക ആരോഗ്യകേന്ദ്രം.

കക്കയം മല.
പീഡനക്യാമ്പിൽനിന്നുള്ള ഫോട്ടോ ദൃശ്യം

ആർ.ഇ.സിയിലെ വേദിയിൽ രാജൻ പാട്ടു പാടുന്നു

നാമാവശേഷമായ കക്കയം ക്യാമ്പ് നിലനിന്നിരുന്ന സ്ഥലം

കക്കയം ക്യാമ്പിന്റെ തനിരൂപം

ഇ. ഹോസ്റ്റലിന്റെ പ്രവേശനകവാടം. ഈ കവാടത്തിലൂടെയാണ് അടിയന്തരാ വസ്ഥക്കാലത്ത് പൊലീസുകാർ ക്യാമ്പസ്സിൽ പ്രവേശിച്ചിരുന്നത്. ജയറാം പടിക്ക ലിന്റെ നിർദ്ദേശത്തെത്തുടർന്ന് ഈ കവാടം എന്നെന്നേക്കുമായി അടയ്ക്കപ്പെട്ടു.

ആർ.ഇ.സി. ഹോസ്റ്റലിന്റെ പിൻവശം. ഈ മരങ്ങളുടെ ചുവട്ടിലാണ് ആർ.ഇ.സിയിലെ ആറംഗ നക്സലൈറ്റ് ഗ്രൂപ്പിന്റെ (ദലം) മീറ്റിംഗുകൾ നടന്നിരുന്നത്.

കക്കയം ഡാം. ഇവിടെയാണ് നേവിയുടെ സഹായത്തോടെ പോലീസ് രാജന്റെ മൃതദേഹം തിരഞ്ഞത്

ഊരക്കുഴി വെള്ളച്ചാട്ടം. രാജന്റെ ശരീരാവശിഷ്ടങ്ങൾ ഈ ഗർത്തത്തിൽ ഒഴുക്കിയെന്നാണ് വിശ്വസിക്കപ്പെടുന്നത്.

ആർ.ഇ.സി. ഹോസ്റ്റൽ ക്യാമ്പസ് - രേഖാചിത്രം

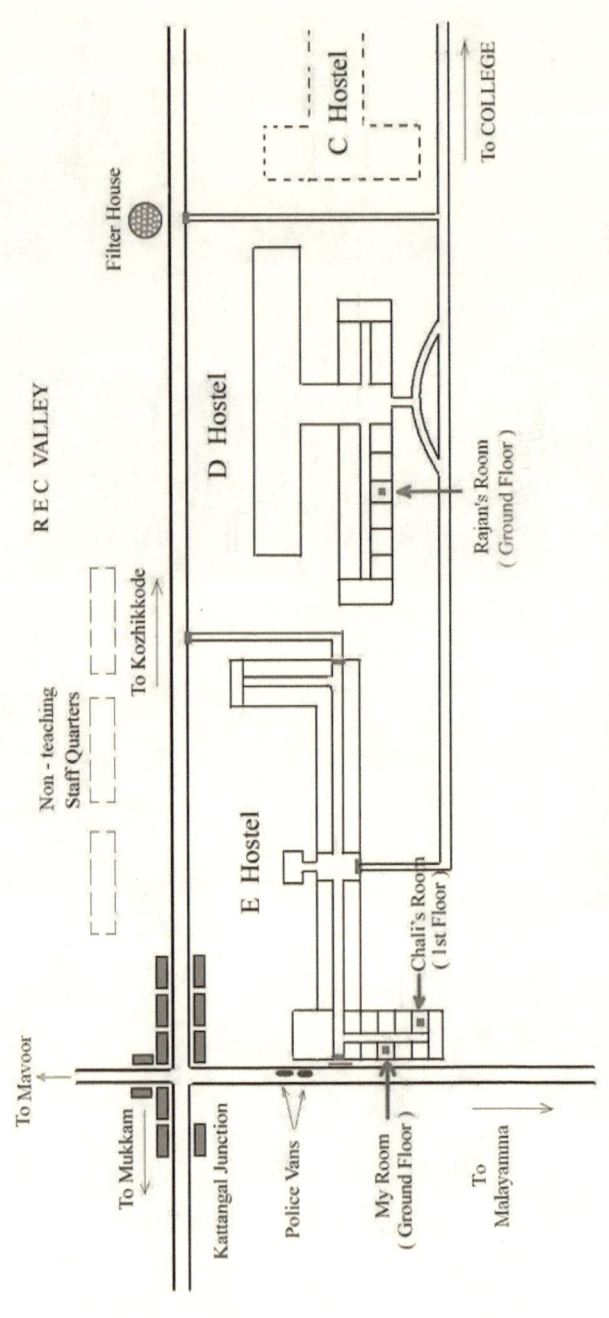

അവലംബം

ഒരച്ഛന്റെ ഓർമ്മക്കുറിപ്പുകൾ
പ്രൊഫ. ഈച്ചരവാര്യർ

അടിയന്തിരാവസ്ഥയും ഞാനും
കാനങ്ങോട്ടു രാജൻ

ഒരു നീതിമാന്റെ ജുഡീഷ്യൽ ജീവിതം
എ. ജയശങ്കർ

നവാബ് രാജേന്ദ്രൻ:
ഒരു മനുഷ്യാവകാശപ്പോരാട്ടത്തിന്റെ ചരിത്രം
കമൽറാം സജീവ്

ക്രൈം ഡയറി
വെങ്ങാനൂർ ബാലകൃഷ്ണൻ

www.ingramcontent.com/pod-product-compliance
Lightning Source LLC
LaVergne TN
LVHW041709070526
838199LV00045B/1271
9789387357204